ഡോ. സലീമ ഹമീദ്

തിരുവനന്തപുരത്ത് ജനനം. മാതാപിതാക്കൾ: എൻ.കെ നിസ, ഷാഹുൽ ഹമീദ്. വക്കം ഗവണ്മെന്റ് ഹൈസ്കൂൾ, ആൾ സെയിന്റ്സ് കോളേജ്, മാർ ഇവാനി യോസ് കോളജ്, തിരുവനന്തപുരം മെഡിക്കൽ കോളേജ് എന്നിവിടങ്ങളിൽ വിദ്യാ ഭ്യാസം. കുറേക്കാലം സൗദി അറേബ്യയിൽ ജോലി ചെയ്തു. ഇപ്പോൾ കാനഡ യിലെ ഒണ്ടേറിയോയിൽ ഫാമിലി ഫിസിഷ്യനായി ജോലി ചെയ്യുന്നു. എന്റെ വഴിയമ്പലങ്ങൾ, ആൻഡലൂസിയൻ ഡയറി, പോർച്ചുഗൽ ഫഡോ സംഗീതത്തി ന്റെ നാട് എന്നീ പുസ്തകങ്ങൾ പ്രസിദ്ധീകരിച്ചിട്ടുണ്ട്. ലോക്ഡൗൺ സ്കെച്ചു കൾ, പുസ്തകപ്പച്ച, കഥ 2021, അമേരിക്കൻ കഥക്കൂട്ടം, കഥാസ്കോപ്, നടപ്പാ ത, യാത്രാസ്പന്ദനങ്ങൾ എന്നീ ആന്തോളജികളിൽ ഭാഗഭാക്കായിട്ടുണ്ട്.

ഫൊക്കാനയുടെ ഏറ്റവും നല്ല യാത്രാവിവരണ ഗ്രന്ഥത്തിനുള്ള എസ്.കെ. പൊറ്റെക്കാട്ട് പുരസ്കാരം ആൻഡലൂസിയൻ ഡയറിക്ക് ലഭിച്ചിട്ടുണ്ട്. ആൻഡ ലൂസിയൻ ഡയറിയുടെ ഗ്രന്ഥകാരിയുടെതന്നെ ഇംഗ്ലീഷ് പരിഭാഷ ആമസോൺ കിൻഡിലിൽ പ്രസിദ്ധീകരിച്ചിട്ടുണ്ട്. പുരാതന വൈദ്യശാസ്ത്രത്തിന്റെ ചരിത്രം വിവരിക്കുന്ന ഗ്രന്ഥം പ്രസിദ്ധീകരണത്തിന് തയാറാകുന്നു. പ്രധാന പ്രിന്റ് ഓൺ ലൈൻ പ്രസിദ്ധീകരണങ്ങളിൽ യാത്രാവിവരണങ്ങൾ, ലേഖനങ്ങൾ, കഥകൾ എന്നിവ എഴുതാറുണ്ട്.

ഭർത്താവ്: ഹമീദ്, മകൾ: ആമി

Malayalam Language
Bohemian Kazchakal
(Travelogue)
by
Dr. Saleema Hameed
♦
Published in April 2024
by Kairali Books Private Limited
Thalikkavu Road, Kannur.
Ph : 0497-2761200
Email : kairalibooksknr@gmail.com
♦
Cover Design
Prasanth Mangad

♦

03/24-25/Sl.No.1570/150/NS 18.6
ISBN 978-93-5973-354-8

ബൊഹീമിയൻ കാഴ്ചകൾ

ആസ്ത്രിയയുടെയും ചെക്ക് റിപ്പബ്ലിക്കിന്റെയും ചരിത്രവഴികളിലൂടെ

ഡോ. സലീമ ഹമീദ്

കൈരളി ബുക്സ്

ഉള്ളടക്കം

ആമുഖം

മദ്ധ്യകാലത്തെ ബൊഹീമിയൻ സാമ്രാജ്യത്തിന്റെ ഭാഗമായിരു ന്ന ചെക്ക് റിപ്പബ്ലിക്കും ഓസ്ട്രിയയും യൂറോപ്പിന്റെ ആധുനികവത് കരണത്തിന് ചുക്കാൻ പിടിച്ച കുറെ വ്യക്തികളുടെ പ്രവർത്തന രം ഗമായിരുന്നു. ഇവരിൽ രാഷ്ട്രീയപ്രവർത്തകർ, സംഗീതജ്ഞർ, ചിത്ര മെഴുത്തുകാർ, ഡോക്ടർമാർ, ശിൽപ്പികൾ തുടങ്ങി അനേകം പേർ ഉൾപ്പെടുന്നു. അങ്ങനെയാണ്, ആ വ്യക്തികളുടെ ജീവചരിത്രം അ വർ ജീവിച്ച കാലത്തിന്റെ ചരിത്രവും കൂടിയായി മാറുന്നത്. കാലക്ര മേണ ലോകം മുന്നോട്ടുള്ള യാത്രയിൽ യൂറോപ്പിന്റെ ചുണ്ടുപലകക ളെ ആശ്രയിക്കാൻ തുടങ്ങി. മാറ്റങ്ങളുടെ ആ നൂറ്റാണ്ടുകളുടെ ചരി ത്രം കടലാസും മഷിയും ഉപയോഗിച്ചും, കല്ലും മരവും പെയിന്റും കൊണ്ടും ഇവിടെ രേഖപ്പെടുത്തിവച്ചിരിക്കുന്നു. അവ ചരിത്രത്തിലെ ആവർത്തിക്കപ്പെടാൻ പാടില്ലാത്ത തെറ്റുകളെപ്പറ്റി കാഴ്ചക്കാരനോട് നിശബ്ദമായി സംവദിക്കുന്നു. അത്തരം ഓരോ യാത്രയിലും സഞ്ചാരി നവീകരിക്കപ്പെടുന്നു. അത്തരം യാത്രകൾ സഫലങ്ങളാണ്.

അങ്ങനെയുള്ള ഒരു യാത്രയുടെ അനുഭവങ്ങൾ യാത്രകളിലും ചരിത്രത്തിലും താല്പര്യമുള്ളവരുമായി പങ്കുവയ്ക്കണമെന്ന തോ ന്നലിൽ നിന്നാണ് ഈ കൃതി പിറക്കുന്നത്. സഞ്ചരിച്ച ഇടങ്ങളിൽ നിന്നും ലഭിച്ച വിവരങ്ങളും പിന്നീടുണ്ടായ ദീർഘമായ വായനയിൽ നിന്ന് ലഭിച്ച വിവരങ്ങളുമാണ് ഇവിടെ പങ്കുവച്ചിരിക്കുന്നത്. ഈ കാ ര്യങ്ങളിൽ കഴിയുന്നത്ര കൃത്യത പാലിക്കാനും സ്വന്തമായ നിഗമന ങ്ങൾ ഉൾക്കൊള്ളിക്കാതിരിക്കാനും ശ്രദ്ധിച്ചിട്ടുണ്ട്.

ഞാനും മകൾ ആമിയും അടങ്ങിയ സംഘത്തിൽ ഭർത്യസഹോദ രൻ ഡോ. നസീറും ഭാര്യ ഡോ. ബിന്ദുവും പ്രാഗിൽ വച്ച് ചേരുകയാ യിരുന്നു. വ്യക്തിപരമായ കാര്യങ്ങൾ കഴിയുന്നത്ര ഒഴിവാക്കാൻ ശ്രമി ച്ചിട്ടുണ്ട്. ഇതിന്റെ തിരുത്തലിനും പുനർവായനക്കും സഹായിച്ച എ ന്റെ ജീവിതപങ്കാളിയും കൂട്ടുകാരനായ ശ്രീ. ഹമീദിനെ ഞാൻ ഇവി ടെ സ്നേഹപൂർവം സ്മരിക്കുന്നു.

ഒരോ നാടും തങ്ങളുടെ ചരിത്രം രേഖപ്പെടുത്തി വയ്ക്കേണ്ടതി

ന്റെയും   ചരിത്രരേഖകളും നിർമ്മിതികളും സംരക്ഷിക്കേണ്ടതിന്റെ
യും ആവശ്യകതയെപ്പറ്റിയും ഇത്തരം യാത്രകൾ ഓർമ്മിപ്പിച്ചു കൊ
ണ്ടെയിരിക്കുന്നു.
     നന്ദി

ഡോ. സലീമ ഹമീദ്

1. പ്രാഗിലേക്ക്

ചെക്ക് റിപ്പബ്ലിക്കിന്റെ തലസ്ഥാനമായ പ്രാഗ് സന്ദർശിക്കാൻ തീ രുമാനിക്കുമ്പോൾ പ്രാഗിനെപ്പറ്റി കാര്യമായി ഒന്നും അറിയില്ലായിരു ന്നത് കൊണ്ടു ക്ലീൻ സ്ലേററു പോലെയുള്ള മനസ്സുമായാണ് യാത്ര പുറപ്പെട്ടത്. കാനഡയിലെ ടൊറോണ്ടോയിൽ നിന്നും ലണ്ടനിൽ എ ത്തിയ ശേഷം അവിടെ നിന്ന് പ്രാഗിലേക്ക് പറക്കാനായിരുന്നു പരി പാടി. ലണ്ടനിൽ നിന്ന് വരുന്ന മകളെ പ്രാഗ് എയർപോർട്ടിൽ വച്ച് സന്ധിക്കാം എന്നായിരുന്നു തീരുമാനം. ലണ്ടൻ ഹീത്രോ വിമാനത്താ വളത്തിൽ നിന്നുള്ള യാത്ര ഒരു മണിക്കൂർ വൈകിയതുകൊണ്ട്, എ ന്നെക്കാളും താമസിച്ചെത്തുകയേ ഉള്ളു എന്ന് കരുതിയ മകൾ ഞാൻ എത്തുന്നതിനു മുമ്പു തന്നെ എമിഗ്രേഷൻ ഫോർമാലിറ്റികൾ ഒക്കെ കഴിഞ്ഞു എയർപോർട്ടിൽ കാത്തിരിക്കുന്നുണ്ടായിരുന്നു. ക്യൂവിന് ന ല്ല നീളം! ഒരു പക്ഷേ ഇത്രത്തോളം ആളുകളെ കൈകാര്യം ചെയ്യാ നുള്ള സംവിധാനങ്ങൾ ഇല്ലാതിരുന്നതു കൊണ്ടാണോ എന്തോ ക്യൂ പലയിടത്തും ഇരട്ടയായും ഒറ്റയായും മുന്നോട്ട് നീങ്ങി. ഈ രീതി പ രിചയമുള്ളതായതുകൊണ്ട് അതിനെപ്പറ്റി ആവലാതിപ്പെട്ടില്ല.

പുറത്തിറങ്ങുമ്പോഴേക്കും മൂന്ന് മണി ആയിരുന്നു. പെട്ടെന്ന് തന്നെ മകളെ കണ്ടുപിടിക്കാൻ സാധിച്ചു. ഒരു ടെർമിനൽ മാത്രമുള്ള ചെറി യ എയർപോർട്ടാണ്. ഇവരുടെ പ്രിയ നേതാവായ ചെക്ക് റിപ്പബ്ലിക്കി ന്റെ ആദ്യ പ്രസിഡണ്ട് വക്ലവാക് ഹാവലിന്റെ പേരിലാണ് ഈ അ ന്താരാഷ്ട്ര വിമാനത്താവളം. ഇവിടെ നിന്നും റെയിൽവേ സ്റ്റേഷനിലേ ക്ക് ബസ് സർവീസുണ്ട്. ലഗേജും മറ്റും അകത്തേക്ക് കയറ്റാൻ സൗ കര്യമുള്ള വലിയ വാതിലുകൾ ഉള്ള ബസ്സുകളാണ്. ചെറിയ തുകയ് കുള്ള ടിക്കറ്റ് എടുത്ത് എയർപോർട്ടിൽ നിന്നുള്ള ബസ്സിൽ കയറി യാൽ പ്രാഗിലെ മെയിൻ റെയിൽവേ സ്റ്റേഷനിൽ എത്താം. റെയിൽവേ സ്റ്റേഷനടുത്തുള്ള ഒരു ഹോട്ടലിലാണ് താമസം ബുക്ക് ചെയ്തിയിരി ക്കുന്നത്. ഫാൾ സീസൺ (ഇല പൊഴിയും കാലം) അതിന്റെ ഏറ്റ വും ഭംഗിയുള്ള നിറച്ചാർത്തുകൾ അണിഞ്ഞു നിൽക്കുന്ന സമയമാണ്. പച്ചയ്ക്കും ബ്രൗണിനും ഇടയ്ക്ക് എന്തെല്ലാം നിറഭേദങ്ങൾ സാധ്യ

മാണോ ആ നിറങ്ങളെല്ലാം ഈ കാലത്ത് പ്രകൃതിയിൽ കാണാം. മഞ്ഞ കലർന്ന പച്ച, ഇളംമഞ്ഞ, സ്വർണ്ണ മഞ്ഞ, ഓറഞ്ച് കലർന്ന മഞ്ഞ, ഓറഞ്ച്, ചുവപ്പ്, ബ്രൗൺ എന്നിങ്ങനെ എത്ര വേണമെങ്കിലും!

എയർപോർട്ടിലെ കോഫീ ഷോപ്പിൽ നിന്നും സാൻഡ്‍വിച്ചും കോ ഫിയും വാങ്ങി കഴിച്ചു. ടുറിസ്റ്റ് ഇൻഫർമേഷൻ സെന്ററിൽ നിന്ന് കു റച്ചു ബ്രോഷറുകൾ സംഘടിപ്പിച്ചു പോകാമെന്നായിരുന്നു ഉദ്ദേശം. ഇവിടെ മിക്കയിടങ്ങളിലും ക്രോണ അല്ലെങ്കിൽ ക്രൗൺ എന്ന് പേരു ള്ള ചെക്ക് കറൻസി മാത്രമേ സ്വീകരിക്കുകയുള്ളൂ. യൂറോ ചിലയിട ത്ത് സ്വീകരിക്കും എന്നാൽ ബാക്കി ക്രൗൺ ആയി മാത്രമേ മടക്കി ത രികയുള്ളൂ.

ചെക്ക് റിപ്പബ്ലിക്കിന്റെ തലസ്ഥാനമാണ് ചെക്ക് ഭാഷയിൽ പ്രാഹ എന്ന് വിളിക്കപ്പെടുന്ന പ്രാഗ്; മദ്ധ്യ കാലത്ത് ഇതു ബൊഹീമിയ (ഈ നാടിന്റെ മദ്ധ്യകാലത്തെ പേര്) സാമ്രാജ്യത്തിന് തലസ്ഥാനമായി പേരെടുത്തിട്ടുണ്ട്. യൂറോപ്പിന്റെ ഒത്ത നടുക്ക്, ബാൾട്ടിക്ക് കടലിന്റെ യും മെഡിറ്ററേനിയൻ കടലിന്റെയും ഇടയ്ക്കായി, പ്രാഗ് സ്ഥിതി ചെ യ്യുന്നു. ജർമ്മനി, പോളണ്ട്, ആസ്ത്രിയ, സ്ലൊവാക്യ എന്നീ രാജ്യ ങ്ങൾ ചെക്ക് റിപ്പബ്ലിക്കിനെ അതിരിടുന്നു. യൂറോപ്പിന്റെ ഒത്ത മദ്ധ്യ ത്തിൽ സ്ഥിതി ചെയ്യുന്നത് കൊണ്ട് 'യൂറോപ്പിന്റെ ഹൃദയം' എന്നും വിളിക്കാറുണ്ട്. സ്ലൊവാക്, റഷ്യൻ, പോളിഷ്, എന്നീ ഭാഷകളുടെ സങ്കരമായ 'ചെക്ക്' ആണ് ഇവിടുത്തെ ഔദ്യോഗിക ഭാഷ. ആ സ്ട്രോ ഹങ്കേറിയൻ സാമ്രാജ്യത്തിന്റെ ഭാഗമായിരുന്ന ചെക്കോസ്ലൊ വാക്യ രണ്ടാം ലോകമഹായുദ്ധകാലത്ത് ഹിറ്റ്‌ലറുടെ കീഴിലായി. 1938 മുതൽ റഷ്യ എന്ന വല്ല്യേട്ടന്റെ തണലിൽ ആയിരുന്ന ഭരണം 1945 മു തൽ കമ്മ്യൂണിസ്റ്റ് ഭരണത്തിൻ കീഴിലായി. അക്കാലത്ത് എല്ലാ സ് കൂളുകളിലും നിർബന്ധമായി റഷ്യൻ ഭാഷ പഠിപ്പിച്ചിരുന്നു. അന്ന് കോടിക്കണക്കിന് ഡോളറുകൾ ചിലവാക്കി നിർമ്മിച്ച ഭീമാകാരമായ സ്റ്റാലിൻ പ്രതിമ പിൽക്കാല കമ്യൂണിസ്റ്റ് ഭരണത്തിന്റെ അവസാന കാലത്ത് ഇടിച്ചു നിരത്തപ്പെട്ടു. പകരം അവിടെ സ്ഥാപിച്ചിരിക്കുന്ന ക്ലോക്കിന്റെ സൂചിയുടെ ആകൃതിയിലുള്ള സ്മാരകം, കാലം മാറു മ്പോൾ സംഭവിക്കുന്ന ഭരണവ്യവസ്ഥകളുടെ മാറ്റത്തെ സൂചിപ്പിക്കു ന്നു. ഇന്ന് കമ്മ്യൂണിസ്റ്റ് ഭരണത്തെ മഹത്വവൽക്കരിക്കുന്ന ഒന്നും ഇ വിടെ അവശേഷിച്ചിട്ടില്ല. അവരുടെ ഭരണകാലത്ത് മുറിവേറ്റ മനസ്സു കളും ശരീരങ്ങളും, അവരുടെ സന്തതി പരമ്പരകളും മാത്രമേ ബാ ക്കിയുള്ളൂ. 1993 ജനുവരി 1ന് ചെക്കോസ്ലാവാക്കിയ എന്ന രാജ്യം സ

മാധാനപരമായി രണ്ടായി പിരിഞ്ഞു; ചെക്ക് റിപ്പബ്ലിക്ക്, സ്ലൊവാക്യ എന്നീ രണ്ടു രാജ്യങ്ങളായി.

പട്ടണത്തിലെ പുതിയ കാലത്തെ കെട്ടിടനിർമ്മാണ രീതി ഈ ബസ് യാത്രയ്ക്കിടയിൽ കുറെയൊക്കെ കാണാൻ സാധിച്ചു. കുറച്ചു ദൂരം കഴിഞ്ഞപ്പോൾ നയതന്ത്രകാര്യാലയങ്ങളുടെ ഇടമായ ഡിപ്ലോമാറ്റിക് ക്വാർട്ടറിൽ കൂടിയാണ് ബസ് സഞ്ചരിച്ചത്. സൗദി അറേബ്യ ഉൾപ്പെടെ ചില എംബസികളുടെ കൊടി കണ്ടു. ബസ്സിൽ ഞങ്ങൾ ഉൾപ്പെടെ അഞ്ച് ഇന്ത്യക്കാരും കുറെ ചൈനക്കാരും; ബാക്കിയുള്ള വർ എല്ലാം വെള്ളക്കാർ.

റെയിൽവേ സ്റ്റേഷന് അടുത്തുള്ള സ്റ്റോപ്പിലാണ് ഇറങ്ങേണ്ടത്. ലിഫ്റ്റിൽ കയറി മൂന്നു നില താഴേക്ക് പോയാൽ ഏറ്റവും താഴത്തെ നിലയിൽ എത്തും. അത്രത്തോളം വലിപ്പമുണ്ട്, 1871ൽ നിർമ്മിക്കപ്പെട്ട പ്രാഗ് റെയിൽവേ സ്റ്റേഷൻ. 1890-1910 വരെ യൂറോപ്പിൽ നില നിന്നിരുന്ന ഒരു പ്രത്യേക കെട്ടിടനിർമ്മാണ ശൈലിയാണ് ആർട്ട് നൂവോ. പ്രകൃതിയിൽ നിന്നെടുത്ത ചെടികളും പൂക്കളും ഇട കലർന്ന ഡിസൈനുകളാണ് ഇതിന്റെ പ്രത്യേകത. യൂറോപ്പിലെ ഏറ്റവും വലിയ സ്റ്റേഷനുകളിലൊന്നായ ഇത് ഈ ശൈലിയിലാണ് നിർമ്മിച്ചിരിക്കുന്നത്. ഇവിടെനിന്നും യൂറോപ്പിലെ പ്രധാനപ്പെട്ട എല്ലാ രാജ്യ ങ്ങളിലേക്കും പോകാനുള്ള കണക്ഷൻ ട്രെയിനുകൾ ലഭിക്കും. റെയിൽവേ സ്റ്റേഷനിൽ നിന്നും പുറത്തിറങ്ങുമ്പോൾ ഓഫീസ് സമയം അവസാനിക്കുന്ന നേരമായിരുന്നു, അതു കൊണ്ടാവാം റോഡുകളിൽ നല്ല തിരക്കുണ്ടായിരുന്നു.

എയർപോർട്ടിന് പുറത്ത് ചെറിയ പാർക്ക് ഉണ്ട്. അവിടെ പ്രായ മുള്ളവർ കൂടിയിരുന്നു പുകവലിക്കുന്നു. പൊതു ഇടങ്ങളിൽ പുക വലിക്കുന്നതിനു നിരോധനം ഇല്ലാത്ത ഇവിടെ സ്ത്രീകൾ ഉൾപ്പെ ടെയുള്ള പുകവലിക്കാരുടെ എണ്ണം വളരെ കൂടുതലായി തോന്നി. പൊതു ഇടങ്ങളിൽ പുകവലി നിരോധിച്ചിരിക്കുന്ന കാനഡയിൽ നി ന്ന് വന്നത് കൊണ്ടായിരിക്കാം ഇത് അസാധാരണമായി തോന്നിയ ത്. റെയിൽവേ സ്റ്റേഷന്റെ പിറകിലെ പാർക്കിൽനിന്നും 10 മിനിറ്റ് നട ന്നപ്പോൾ ഞങ്ങൾ താമസിക്കുന്ന ഗ്രാൻഡിയം ഹോട്ടലിലെത്തി. ടൈൽ സ് പാകിയ നടവഴി ആയതുകൊണ്ട് സൂട്ട് കേസുകൾ വലിച്ചു കൊ ണ്ട് നടക്കാൻ വലിയ ബുദ്ധിമുട്ടുണ്ടായില്ല. റൂം നമ്പർ 232 ആയിരു ന്നു ഞങ്ങൾക്കുവേണ്ടി ബുക്ക് ചെയ്തിരിക്കുന്നത്. യൂറോപ്യൻ ഹോ ട്ടലുകളിലെ മുറികൾ വടക്കൻ അമേരിക്കയിലെ പോലെ വിസ്താര

വും സൗകര്യങ്ങളും ഉള്ളതല്ല. പ്രതീക്ഷിച്ച പോലെ അധികം വലിപ്പ മില്ലാത്ത മുറിയാണ്; പക്ഷെ സൗകര്യങ്ങളെല്ലാമുണ്ട്. അല്പനേരം വിശ്രമിച്ചശേഷം, ചുറ്റുപാടും ആകപ്പാടെ ഒന്നു കാണാം എന്നുദ്ദേ ശിച്ച് പുറത്തേക്കിറങ്ങി.

ജാൻപാലക് സ്മാരകം

 ഡോ. സലീമ ഹമീദ്

ജാൻപാലക് സ്വയം തീ കൊളുത്തി മരിച്ച ഇടം

വെൻസെസ്ലാസ് ചതുരം (Wenceslas square) പഴയ പട്ടണത്തിന്റെ ഹൃദയഭാഗത്ത് സ്ഥിതിചെയ്യുന്നു. പ്രാഗിലെ രാഷ്ട്രീയവും സാംസ്കാരികവും സാമ്പത്തികവുമായ പ്രവർത്തനങ്ങളുടെയെല്ലാം കേന്ദ്രമാണ് ഇത്. പ്രാഗിന്റെ പേട്രൺ സെയിന്റായ വെൻസെസ്ലാസിന്റെ പേരിലാണ് വേൾഡ് ഹെറിറ്റേജ് സൈറ്റായി പ്രഖ്യാപിക്കപ്പെട്ട ഈ നഗര ചതുരം. ഇദ്ദേഹം കുതിരപ്പുറത്ത് ഇരിക്കുന്ന വളരെ വലിയ ഒരു പ്രതിമ ഇവിടെയുണ്ട്. എ.ഡി. 921ൽ ബൊഹിമിയയിലെ ഡ്യൂക്ക് ആയിരുന്ന ഇദ്ദേഹം പതിമൂന്ന് വർഷങ്ങൾക്ക് ശേഷം സഹോദരനാൽ വധിക്കപ്പെട്ടു. ഇതിന് ശേഷം അദ്ദേഹത്തിന്റെ ജനപ്രിയത വർദ്ധിക്കുകയും രക്തസാക്ഷിത്വം അദ്ദേഹത്തെ പുണ്യാളൻ എന്ന പദവിയിലേക്ക് എത്തിക്കുകയും ചെയ്തു. ഇന്നും പല കാരണങ്ങൾ കൊണ്ട് ഇന്നാട്ടിലെ ആളുകൾ അദ്ദേഹത്തെ വളരെയധികം ബഹുമാനിക്കുകയും ആരാധിക്കുകയും ചെയ്യുന്നുണ്ട്. ഇവിടെ പ്രചാരത്തിലുള്ള ഒരു ഐതിഹ്യം ഇങ്ങനെ; ഈ രാജ്യത്തിന്റെ ഏറ്റവും കഠിനമായ പരീക്ഷണങ്ങളുടെ സമയത്ത് ഇദ്ദേഹവും കുതിരയും ഉയിർത്തെഴുന്നേൽക്കും. ബ്ലാനിക്ക് (Blanik) എന്ന കുന്നിൽ ഉറങ്ങിക്കിടക്കുന്ന യോദ്ധാക്കളെ ഉണർത്തി ഈ നാടിനു വേണ്ടി പട നയിക്കും. കുതിരപ്പുറത്ത് യാത്ര ചെയ്തുകൊണ്ട് ചാൾസ് ബ്രിഡ്ജ് (പ്രാഗിലെ പുരാതന പാലം) കടന്ന് ശത്രുക്കളെ വധിച്ച് ഈ നാട്ടിൽ സമാധാനവും ഐശ്വര്യവും തിരികെ കൊണ്ടുവരും. ഈ ചതുരത്തിലേക്കാണ് ആദ്യം പോയത്. ഇവരുടെ ചരിത്രത്തിലെ പല പ്രധാന സംഭവങ്ങൾക്കും സാക്ഷിയാണ് ഈ ചതുരം. പലതരം ഭരണ മാറ്റങ്ങളും തീരുമാനങ്ങളും കീഴടങ്ങലുകളും കീഴടക്കലുകളും ഇവിടെ നടന്നിട്ടുണ്ട്. ചരിത്ര പ്രാധാന്യമുള്ള ഇടമെന്നതിലുപരി പ്രാഗ് നിവാസികൾക്ക് പരസ്പരം കണ്ടുമുട്ടാനുള്ള പ്രിയപ്പെട്ട ഇടമാണിത്. ഇരുപതാം നൂറ്റാണ്ടിന്റെ ആദ്യത്തിൽ ഈ ചതുരത്തിനകത്തു കൂടി ട്രാമുകൾ കടന്ന് പോകുമായിരുന്നു. ഇവയിൽപ്പെട്ട രണ്ടെണ്ണം സ്ക്വയറിന്റെ ഒരു ഭാഗത്ത് പ്രദർശിപ്പിച്ചിട്ടുണ്ട്. വീണ്ടും ഈ റൂട്ട് പുനരുദ്ധരിക്കാനുള്ള നടപടികൾ ആരംഭിച്ചിട്ടുണ്ട് എന്ന് കേൾക്കുന്നു.

ജാൻ പലക് (Jan Palach) എന്ന വിദ്യാർത്ഥി വാഴ്സാ ഉടമ്പടിയിൽ പെട്ട രാജ്യങ്ങളുടെ സൈന്യം പ്രാഗിനെ കീഴടക്കിയതിൽ പ്രതിഷേധിച്ച് സ്വയം തീ കൊളുത്തി മരിച്ചത് ഇവിടെ വച്ചാണ്. 1969ൽ ഇത് നടക്കുമ്പോൾ ഇയാൾക്ക് 21 വയസ്സായിരുന്നു. ഒരു മാസം കഴി

ഞ്ഞ് വീണ്ടും ഒരു വിദ്യാർത്ഥി കൂടി ഇതുപോലെ സ്വയം തീ കൊളു ത്തി മരിച്ചു. ഇവരുടെ രണ്ടു പേരുടെയും ചിത്രങ്ങളോടു കൂടിയ ഒരു ചെറിയ സ്മാരകം വെൻസസ്ലാസ് സ്ക്വയറിൽ ഒരിടത്ത് കാണാം. മ ദ്ധ്യകാലത്ത് കുതിരയെ വിൽക്കുന്ന ചന്തയായിരുന്ന ഇവിടം ഇന്ന് അക്ഷരാർത്ഥത്തിൽത്തന്നെ നഗരത്തിന്റെ തുടിക്കുന്ന ഹൃദയമാണ്. ഇതിനെ അതിരിടുന്ന കെട്ടിടങ്ങൾ പലതും പല കാലങ്ങളിൽ പ്രിയ പ്പെട്ടതായിരുന്ന പലതരം കെട്ടിട നിർമാണശൈലികളുടെ ഉത്തമ മാ തൃകകകളാണ്. ചത്വരം എന്ന് പേരുണ്ടെങ്കിലും ഒരു കിലോമീറ്ററോളം നീളമുള്ള ദീർഘചതുരമാണിത്. ഇതിനിടയിൽ പാട്ടും നൃത്തവുമാ യി ഹരേ രാമ ഹരേ കൃഷ്ണക്കാരുടെ ഒരു സംഘം കടന്നു പോയി. ഇവിടത്തെ താമസത്തിനിടയിൽ ഇവരെ പല പ്രാവശ്യം അവിടവി ടെ കണ്ടു. കുടുമയും കുർത്തയും വെള്ളമുണ്ടുമായി പുരുഷൻമാർ മൃദംഗത്തിൽ താളമിട്ടു കൊണ്ട് മുൻപെയും സാരിയുടുത്ത കുറെ സ് ത്രീകൾ നൃത്തം ചെയ്തു കൊണ്ട് പുറകേയും സംഘമായി റോഡി ലൂടെ നീങ്ങുന്നു. ഈ സംഘത്തിൽ പല നിറത്തിലും തരത്തിലും ഉ ള്ളവരെ കണ്ടു! ചത്വരത്തിലെ സന്ദർശകർക്കായുള്ള ബഞ്ചുകളിൽ പല മഹാന്മാരുടെയും സുന്ദരങ്ങളായ ഉദ്ധരണികൾ എഴുതി വച്ചി ട്ടുണ്ട്.

രാത്രിയായിട്ടും ജനം ഒഴുകിക്കൊണ്ടിരിക്കുകയാണ്. പ്രാഗിന്റെ സ്വാ തന്ത്ര്യ ദിന ആഘോഷങ്ങൾക്ക് ഒരാഴ്ച മുമ്പാണ് ഞങ്ങൾ അവിടെ എത്തിച്ചേരുന്നത്. ഒരുപക്ഷേ അതു കൊണ്ടാവും എല്ലാ തെരുവുക ളിലും നല്ല തിരക്കുണ്ടായിരുന്നു. ഇടയ്ക്ക് ചില ഇന്ത്യൻ റസ്റ്റോറന്റു കളും കണ്ടു. ചത്വരത്തിനടുത്തു തന്നെയുള്ള ലൂസേർണ പാലസിന ടുത്ത്, സിറ്റി ഹാളിന് പുറകിൽ കൗതുകകരമായ ഒരു കാഴ്ച കണ്ടു. വാതിലുകളില്ലാത്ത ഒരു ലിഫ്റ്റ് തുടർച്ചയായി സഞ്ചരിച്ചുകൊണ്ടിരി ക്കുന്നു! തടി കൊണ്ട് നിർമ്മിച്ച ഇത്തരം ലിഫ്റ്റുകൾ 1860 പീറ്റർ എ ല്ലിസ് എന്നയാളാണ് ആദ്യമായി കണ്ടു പിടിച്ചത്. ആദ്യകാലത്ത് യൂ റോപ്പിൽ ഇത് വളരെ സാധാരണയായിരുന്നു. 1970 ആയപ്പോൾ സു രക്ഷാമാനദണ്ഡങ്ങൾ പാലിക്കാത്ത് നിമിത്തം ഇത്തരം ലിഫ്റ്റുക ളുടെ നിർമ്മാണം ഉപേക്ഷിച്ചു. എന്നാലും ഒരു കൗതുകത്തിനായി ഇ വിടെ ഇത് പോലെ ഒരെണ്ണം ഇന്നും പ്രവർത്തിച്ചു കൊണ്ടിരിക്കുന്നു. 12 ക്യാബിനുകൾ അടങ്ങിയ ഒരു ജപമാല പോലെ താഴോട്ടും മുക ളിലേക്കും ചലിച്ചുകൊണ്ടിരിക്കുന്നു, ഒരുവശം താഴേക്ക് പോകുമ്പോൾ മറുവശം മുകളിലേക്ക് സഞ്ചരിക്കുമല്ലോ. പാറ്റെർണോസ്റ്റർ

(Paternoster) എന്നാൽ ലാറ്റിൻ ഭാഷയയിൽ പരിശുദ്ധ പിതാവ് എന്നർ ത്ഥം; പാറ്റെർണോസ്റ്റർ ലിഫ്റ്റ് എന്ന പേര് ഇതിൽ നിന്നുണ്ടായതാ ണ്. ഇത് വളരെ പതുക്കെയാണ് സഞ്ചരിക്കുന്നത്; നിൽക്കുകയില്ല, ഇതു മൂലം കയറലും ഇറങ്ങലും വേഗത്തിൽ കഴിക്കണം, അതു മാ ത്രമേ ഒരു പ്രശ്നമുള്ളൂ. അതുകൊണ്ട് പ്രായമുള്ളവർക്കും അംഗവൈ കല്യമുള്ളവർക്കും ഇതിൽ കയറിപ്പറ്റാനും ഇറങ്ങാനും ബുദ്ധിമുട്ടാ യിരിക്കും. എന്നാലും കാഴ്ചയ്ക്ക് നല്ല കൗതുകം തോന്നി. ധാരാളം ആളുകൾ ഫോട്ടോയും വീഡിയോയും എടുക്കുന്നുണ്ടായിരുന്നു.

ഈ ചത്വരത്തിന് അടുത്തു തന്നെയാണ് ലുസേർണ പാലസ്. ഇ ത് നിർമ്മിച്ച കാലത്ത്, സമൂഹത്തിന്റെ ഉന്നത ശ്രേണിയിൽപ്പെട്ട ആ ളുകളുടെയും ബുദ്ധിജീവികളുടെയും സംഗമ സ്ഥാനം ആയിരുന്നു ആർട്ട് നൂവോ സ്റ്റൈലിൽ നിർമ്മിക്കപ്പെട്ട ഈ കെട്ടിടം. ആദ്യ പ്ര സിഡന്റായ വക്ലവാക്ക് ഹാവലിന്റെ മുതുമുത്തച്ഛൻ ഇരുപതാം നൂറ്റാ ണ്ടിന്റെ ആദ്യ കാലത്തു നിർമ്മിച്ച കെട്ടിടം ഇന്നും ഭാഗികമായി ഈ കുടുംബത്തിന് അവകാശപ്പെട്ടതാണ്. ലോബിയിൽ ഒരു കാഴ്ച കാ ണാം. തലതിരിഞ്ഞു തൂങ്ങിക്കിടക്കുന്ന ചത്ത കുതിരയുടെ വയറ്റിൽ ഇരുന്ന് യാത്ര ചെയ്യുന്ന വെൻസസ്ലാസിന്റെ പ്രതിമയാണ് ഇത്. ഈ പഴയ കൊട്ടാരത്തിന് പ്രവേശന ഹാളിന്റെ മേൽത്തട്ടിൽ നിന്നും തൂ ങ്ങിക്കിടക്കുകയാണ്. ചത്ത കുതിര(Dead horse) എന്നു പേരുള്ള പ്ര തിമ ഡേവിഡ് സെർണി (David Cerny)എന്ന കലാകാരന്റെ സൃഷ്ടി യാണ്. രാജ ഭരണത്തിന്റെ അപദാനങ്ങളെ പുകഴ്ത്തുന്നവർക്കുള്ള ഒരു മറുപടി കൂടിയാണ് ചത്ത കുതിരയുടെ പുറത്തേറി സഞ്ചരിക്കു ന്ന ചക്രവർത്തിയുടെ പ്രതിമ. എന്നെങ്കിലും പ്രാഗ് രാജഭരണത്തിൻ കീഴിൽ ആകുമ്പോൾ മാത്രമേ പ്രതിമ നീക്കം ചെയ്യാൻ പാടുള്ളുവെ ന്ന് ശില്പി പ്രാഗിലെ മേയറുമായി ഒരു കരാറിൽ ഏർപ്പെട്ടിട്ടുണ്ടത്രേ! ഇതിനകത്ത് ധാരാളം കടകളും തീയേറ്ററും സിനിമകളും റോക്ക് ക്ല ബ്ബുകളും കഫേകളും റസ്റ്റോറന്റുകളും ഉണ്ട്.

ഡേവിഡ് സെർണിയുടെ ചത്തകുതിര

പിന്നീട് ഞങ്ങൾ പ്രാഗിന്റെ പഴയ ഭാഗത്തേക്ക് നടന്നു. പൗഡർ ട വർ എന്ന ഗോപുരം പഴയ കാലത്ത് പട്ടണത്തിനു ചുറ്റും ഉണ്ടായിരു ന്ന മതിലിന്റെ അവശിഷ്ടമാണ്. നഗരത്തിലേക്കുള്ള പ്രവേശന ദ്വാര മായിരുന്ന ഇവിടം വെടിമരുന്ന് സൂക്ഷിക്കുന്ന ഭാഗമായും മദ്ധ്യകാല ത്ത് ഉപയോഗിച്ചിരുന്നു. പന്ത്രണ്ടാം നൂറ്റാണ്ടിൽ സ്ഥാപിക്കപ്പെട്ട പ്രാ ഗിന്റെ ഏറ്റവും പുരാതനവും സുന്ദരവുമായ ഭാഗമാണ് 'ഓൾഡ് ടൗൺ

ഡേവിഡ് സെർണിയുടെ ചത്തകുതിര

സ്ക്വയർ'. ചരിത്ര പ്രാധാന്യമുള്ള ധാരാളം സംഭവങ്ങൾ നടന്ന ഈ സ്ഥലത്തിനു ചുറ്റും ചരിത്രമുറങ്ങുന്ന ധാരാളം മന്ദിരങ്ങളും കാണാം. വളരെയധികം പള്ളികളുള്ളത് കൊണ്ട് 100 ദേവാലയ ഗോപുരങ്ങ ളുടെ നഗരം (Ctiy of 100 spires) എന്ന് പ്രാഗിന് മറ്റൊരു പേരു മുണ്ട്.

പ്രത്യേകതരം ലൈറ്റിംഗ് കാരണം ഈ ചത്വരത്തിന്റെ രാത്രികാല കാഴ്ച വളരെ മനോഹരമാണ്. കൂടാതെ ഞങ്ങൾ പോയ ദിവസങ്ങ ളിൽ പൂർണ ചന്ദ്രനും ആകാശത്തു സ്വന്തമായി ചില അലങ്കാരങ്ങൾ ഒരുക്കിയിരുന്നു. കുറെ നേരം ഓൾഡ് ടൗൺ സ്ക്വയറിൽ കറങ്ങി നടന്ന ശേഷം ഞങ്ങൾ രാത്രി ഭക്ഷണം കഴിഞ്ഞു ഹോട്ടലിലേക്ക് മടങ്ങി.

2. പ്രാഗ്പുരാതന നഗരഭാഗങ്ങൾ

അടുത്ത ദിവസം പ്രാതൽ ഹോട്ടലിൽ തന്നെയായിരുന്നു. ഇന്നാ
ട്ടുകാരുടെ തനതു ഭക്ഷണം കൂടാതെ ധാരാളം അന്താരാഷ്ട്ര വിഭവ
ങ്ങൾ കൂടി ഉൾപ്പെടുത്തിയാണ് ഇത് സജ്ജീകരിച്ചിരിക്കുന്നത്. പാൻ
കേക്ക്, വാഫിൾ എന്നിവ അപ്പോൾ തന്നെ ഫ്രഷ് ആയി ഉണ്ടാക്കി ത
രുന്നുണ്ട്. കൂടാതെ ചോറും ഒരു ഭാഗത്ത് കണ്ടു, ഏഷ്യൻ ടൂറിസ്റ്റു
കൾക്ക് വേണ്ടി ഒരുക്കിയതായിരിക്കണം. അന്ന് രാവിലെ ഖത്തറിൽ
നിന്ന് എത്തിയ എന്റെ ഭർതൃസഹോദരൻ ഡോ.നസീറും ഭാര്യ ഡോ
.ബിന്ദുവും ഞങ്ങളുടെ ടീമിൽ ചേർന്നു. എല്ലാവരും ചേർന്ന് സിറ്റി
സെൻററിലേക്ക് നടന്നു പോകാമെന്ന് തീരുമാനിച്ചു. പട്ടണം കാണു
ന്നതിന് അതാണല്ലോ നല്ലത്.

കുറച്ചു ദൂരം നടന്നപ്പോൾ ഞങ്ങൾ ഓൾഡ് ടൗൺ സ്ക്വയറിൽ
എത്തി. പട്ടണത്തിന്റെ ഏറ്റവും പഴയ ഭാഗമാണിത്. ഇവിടെ പല
തരത്തിലുള്ള വേഷങ്ങൾ കെട്ടിയ കുറെ മനുഷ്യരെ കണ്ടു. പ്രതിമ
യുടെ രൂപത്തിൽ വസ്ത്രം ധരിച്ച് സ്വർണനിറത്തിലുള്ള പെയിൻറ
പൂശി നിൽക്കുന്ന കുറെപേരുണ്ട് കൂട്ടത്തിൽ. മുൻപിലൊരു പാത്രം ഉ
ണ്ടാകും. താല്പര്യമുള്ളവർക്ക് പോയി കൂടെ നിന്നു ഫോട്ടോ എടു
ക്കാം; അതിനായി ഒരു ചെറിയ ഫീസ് നൽകണമെന്ന് മാത്രം. ധാരാ
ളം പഴയ മോഡലിലുള്ള തുറന്ന കാറുകൾ ഇവിടെ സന്ദർശകർക്ക്
യാത്രയ്ക്കായി റെഡിയാക്കിയിട്ടിട്ടുണ്ട്. ഈ കാറിൽ നഗരം കാണ
ലും ഫോട്ടോ എടുക്കലും നടത്താം. ധാരാളം കുതിര വണ്ടികളും
അവിടവിടെയായി കണ്ടു.

ഒരു മധ്യകാല നഗരത്തിൽ കൂടി സഞ്ചരിക്കുന്ന അനുഭവമാണ്
ഓൾഡ് ടൗൺ സ്ക്വയർ സമ്മാനിക്കുന്നത്. ഇവിടേക്ക് എത്തുന്നതും,
ഇവിടെ നിന്ന് പുറപ്പെടുന്നതും ആയ വളഞ്ഞു പുളഞ്ഞ ചെറിയ റോ
ഡുകളും, അതിലെ ചെറിയ മൂലകളും, വിടവുകളും മറ്റും പുരാതന
ശൈലിയിൽ തന്നെ സൂക്ഷിച്ചിട്ടുണ്ട്. ഇവരുടെ ഏറ്റവും പ്രതാപവാ
നായ രാജാവായ ചാൾസ് നാലാമൻ രാജാവിന്റെ കാലത്ത് എങ്ങനെ

യായിരുന്നോ പ്രാഗ്, ഏകദേശം അതു പോലെ ഇതിന്റെ പ്രധാന ഭാ
ഗങ്ങൾ സൂക്ഷിച്ചിട്ടുണ്ട് എന്നാണ് ഗൈഡിന്റെ ഭാഷ്യം. അക്കാലത്ത്
പട്ടണത്തിന് നല്ല ഉറച്ച ചുറ്റുമതിലും, കോട്ടയും, അതിനു ചുറ്റുമുള്ള
വെള്ളം നിറഞ്ഞ കിടങ്ങുകളും ഉണ്ടായിരുന്നു. അതിന്റെ ഉള്ളിലായി
രുന്നു ഭരണ സിരാകേന്ദ്രമായിരുന്ന സിറ്റി ഹാളും പ്രധാന മാർക്കറ്റ്
നിലനിന്ന ഭാഗവും. രാജാവിന്റെ താമസസ്ഥലമായിരുന്ന പ്രാഗ് കാ
സിൽ ഇതിനടുത്താണ്.

പതിനൊന്നാം നൂറ്റാണ്ടിൽ ഈ ഭാഗം ഒരു ചന്ത ആയിരുന്നുവെ
ന്ന് പറയപ്പെടുന്നു. 1338ൽ ജോൺ അലക്സാൻഡർ ഒഫ് ലക്സം
ബർഗ് ഇവിടെ ഒരു ടൗൺഹാൾ പണിയാനായി അനുവാദം നൽകി.
അന്ന് മുതൽ ഇങ്ങോട്ട് ഈ നാടിന്റെ ചരിത്രത്തിൽ നാഴികക്കല്ലുക
ളായി തീർന്ന പല സംഭവങ്ങൾക്കും ഈ നഗര ചത്വരം സാക്ഷ്യം വ
ഹിച്ചു. 1621ൽ ഇവിടെ വെച്ച് ഹാപ്സ്ബർഗ് രാജാക്കന്മാർക്ക് എതി
രായി ഗൂഢാലോചന ആരോപിച്ചു പ്രഭുക്കന്മാരും സാധാരണ മനു
ഷ്യരും ഉൾപ്പെട്ട 27 പേരെ ഇവിടെ വെച്ച് മരണശിക്ഷയ്ക്ക് വിധേയ
രാക്കുകയുണ്ടായി. ഇതിൽ 24 പേരുടെ വധശിക്ഷ നടപ്പിലാക്കിയത്
ഒരു വ്യക്തിയാണ്. ഇതിന്റെ ഓർമ്മയ്ക്കായി ഓൾഡ് ടൗൺഹാളി
ന്റെ മുന്നിൽ ഇവരുടെ പേരുകൾ എഴുതിയ ഫലകം സ്ഥാപിച്ചിട്ടു
ണ്ട്. അവിടെ 27 പേരുടെ നാമം ആലേഖനം ചെയ്ത തറയോടുകൾ
കൊണ്ട് നിർമ്മിച്ച കുരിശിന്റെ രൂപം കാണാം.1948ൽ ചെക്കോസ്ലോ
വാക്യ സ്വയം ഒരു കമ്മ്യൂണിസ്റ്റ് രാജ്യമായി പ്രഖ്യാപിച്ചത് ടൗൺ സ്
ക്വയറിൽ കിൻസ്കി (Kinski)പാലസ് ബാൽക്കണിയിൽ നിന്നായിരു
ന്നു. കിൻസ്കി കൊട്ടാരം പിന്നീട് ഒരു ആർട്ട് മ്യൂസിയമാക്കി മാറ്റി.

9000 സ്ക്വയർ മീറ്റർ വലിപ്പമുള്ള ഓൾഡ് ടൗൺ സ്ക്വയറിനെ അ
തിരിടുന്ന മന്ദിരങ്ങൾ പല തരം പ്രത്യേകതകളുള്ള കെട്ടിടനിർമ്മാ
ണ ശൈലിയുടെ മാതൃകകളാണ്. പതിനാലാം നൂറ്റാണ്ടു മുതൽ ഇ
വിടെയുള്ള 'അവർ ലേഡി ബിഫോർ ടിൻ' (Our Lady Before Tyn)
പള്ളി, അസ്ട്രോണോമിക്കൽ (Atsronomical) ക്ലോക്ക്, പഴയ ടൗൺ
ഹാൾ, ആർട്ട് മ്യൂസിയം, കിൻസ്കി പാലസ്, സെൻറ് നിക്കോളാസ്
കത്തീഡ്രൽ എന്നിവയാണ് ഇവയിൽ ഏറ്റവും പ്രധാനപ്പെട്ടവ. ഒന്നാം
ലോകമഹായുദ്ധകാലത്ത് ഈ കത്തീഡ്രൽ പട്ടാളത്തിന്റെ ആസ്ഥാ
നമായി ഉപയോഗിച്ചിരുന്നു. ഞങ്ങൾ അവിടെ എത്തുമ്പോൾ ഒരു ന
വവരനും വധുവും പള്ളിയുടെ മുൻപിൽ നിന്ന് ഫോട്ടോ എടുക്കു
ന്നുണ്ടായിരുന്നു.

മിനുട്ടി ഹൗസ്

സ്ക്വയറിന്റെ പടിഞ്ഞാറ് ഭാഗം ഇരുപതാം നൂറ്റാണ്ടിൽ വളരെയ ധികം മാറ്റങ്ങൾക്ക് വിധേയമായിട്ടുണ്ട്. ഓൾഡ് ടൗൺഹാളിന്റെ തൊ ട്ടു പുറകിൽ കാണുന്ന സ്ഥലം ജർമ്മനിയുടെ ആക്രമണത്തിൽ ത കർന്ന ശേഷം വൃത്തിയാക്കി എടുത്തതാണ്. നടന്നു ക്ഷീണിച്ച വി നോദസഞ്ചാരികൾക്ക് ഇരുന്നു വിശ്രമിക്കാനുള്ള സ്ഥലമായി ഇപ്പോൾ ഇത് ഉപയോഗിച്ചു വരുന്നു. ഓൾഡ് ടൗൺ സ്ക്വയറിൽ ക്രിസ്തുമ സ്, ഈസ്റ്റർ കാലങ്ങളിൽ നടക്കുന്ന ചന്തകൾ മദ്ധ്യ കാലചന്തകളു ടെ തൽസ്വരൂപം ആണ്. ഇവിടെ നടക്കാറുള്ള ക്രിസ്തുമസ് മാർക്കറ്റ് ചെക്ക് റിപ്പബ്ലിക്കിലെ ഏറ്റവും വലിപ്പമേറിയതാണ്. ഈ നാട്ടിലെ മാത്രമല്ല ജർമ്മനി, റഷ്യ, ഇറ്റലി, ബ്രിട്ടൺ എന്നിവിടങ്ങളിൽ നിന്നു ള്ളവർ സാധാരണയായി ക്രിസ്തുമസ് ഷോപ്പിംഗിനായി ഇവിടെ എ ത്താറുണ്ട്. ഇത്തരം മാർക്കറ്റുകളിൽ ലോകത്തിലെ ആദ്യത്തെ പത്തിൽ ഒന്നായി സിഎൻഎൻ ചാനൽ ഇതിനെ തിരഞ്ഞെടുത്തിട്ടുണ്ട്.

'ചർച്ച് ഓഫ് അവർ ലേഡി'യുടെ നിർമ്മാണം 1365ലാണ് ആരം ഭിച്ചത്. 80മീറ്റർ ഉയരമുണ്ട് ഈ പള്ളിക്ക്. ഹുസൈറ്റ് പ്രസ്ഥാനങ്ങളു

ടെ പ്രവർത്തനം ശക്തമായിരുന്ന കാലത്ത് ഈ പള്ളി ഹുസൈറ്റുക ളുടെ ആരാധനയുടെയും പ്രവർത്തനങ്ങളുടെയും ഒരു പ്രധാന കേ ന്ദ്രമായിരുന്നു. ക്രിസ്തുമതത്തിൽ പുരോഗമനപരമായ പരിവർത്തന ങ്ങൾക്കു തുടക്കം കുറിച്ച ആളാണ് മദ്ധ്യകാലത്ത് ജീവിച്ചിരുന്ന ത ത്വചിന്തകനായ ജോൺ ഹ്യൂസ്; ഇദ്ദേഹത്തിന്റെ അനുയായികളാണ് ഹുസൈറ്റുകൾ. പള്ളിക്കും മതത്തിനും എതിരായി പ്രവർത്തിച്ചു എ ന്ന് ആരോപിച്ചു കൊണ്ട് ഇദ്ദേഹത്തെ തീ കൊളുത്തി കൊല്ലുകയാ യിരുന്നു. കത്തിയെരിയുന്ന തീ ജ്വാലകളുടെ നടുവിൽ ഇരിക്കുന്നു ജോൺ ഹ്യൂസിന്റെ വളരെ വലുപ്പമുള്ള ഒരു പ്രതിമ ഇവിടെ ഒരു ഭാ ഗത്ത് കാണാം. അത് 1915 ജൂലൈ ആറിന് അദ്ദേഹത്തിന് മരണത്തി ന്റെ അഞ്ഞൂറാം വാർഷികം ആചരിക്കുന്ന സമയത്ത് നിർമ്മിക്കപ്പെ ട്ടതാണിത്.

ജോൺ ഹ്യൂസ് രക്തസാക്ഷിത്വം വഹിച്ച ജൂലായ് 6 ഇന്നും ഇവി ടെ പൊതു അവധി ദിവസമാണ് എന്നുള്ളത് അദ്ദേഹത്തിന്റെ തത്വ ശാസ്ത്രങ്ങളെ ഈ നാട് എത്രത്തോളം മാനിക്കുന്നു എന്നുള്ളതിന് തെളിവാണ്. പ്രാഗ് മെറിഡിയൻ ഈ ചത്വരത്തിന്റെ ഒരിടത്ത് അടയാ ളപ്പെടുത്തിയിട്ടുണ്ട്. പിന്നീട് കത്തോലിക്കർക്ക് കൈ മാറിയ ഈ പ ള്ളി ഇന്നും അവരുടെ കീഴിൽ തന്നെ തുടരുന്നു. 1620വരെ ബൊഹീ മിയയിലെ ഏറ്റവും പ്രധാനപ്പെട്ട ഹുസൈറ്റ് പള്ളി ആയി ഇത് നില കൊണ്ടു. ഇതിന്റെ ഏറ്റവും ആകർഷകമായ ഭാഗം വളരെ ഉയരത്തിൽ പൊങ്ങിനിൽക്കുന്ന ഗോപുരങ്ങളാണ്. രണ്ട് പ്രധാന ഗോപുരങ്ങൾ ഉ ണ്ടെങ്കിലും ഒരെണ്ണം വലുതും മറ്റേത് അൽപം ചെറുതുമാണ്. യഥാ ക്രമം ഇത് ആദമിനെയും ഹവ്വയെയും പ്രതിനിധീകരിയ്ക്കുന്നു എ ന്നാണ് വിശ്വസിക്കപ്പെടുന്നത്.

ഓൾഡ് ടൗൺഹാളിന്റെ അകത്തു കയറി ഉള്ളിലെ കാഴ്ചകൾ കാണാൻ സാധിക്കും. അവിടെ പ്രദർശിപ്പിച്ചിരിക്കുന്ന പുരാതനമാ യ ചിത്രത്തിരശ്ശീലകൾ സുന്ദരങ്ങളാണ്. കുത്തനെയുള്ള പടികൾ കയറി ടവറിന് മുകളിലെത്തിയാൽ ഈ പട്ടണത്തിന്റെ നല്ലൊരു വി ഹഗവീക്ഷണം ലഭിക്കും. ഇതിനു സമീപത്താണ് മിനുട്ടി ഹൗസ് എ ന്ന പ്രസിദ്ധമായ മന്ദിരം. ഇവിടെയാണ് കുട്ടിക്കാലത്ത് ഫ്രാൻസ് കാ ഫ്ക കുറേക്കാലം കുടുംബത്തോടൊപ്പം ജീവിച്ചത്. കൂടാതെ ഭിത്തി കളിലും സെറാമിക് പാത്രങ്ങളിലും പെയിന്റ് ചെയ്യുന്ന സ്ഗ്രഫീറ്റോ (Sgraffito) എന്ന നവോത്ഥാനകല കലാരൂപത്തിന് ഒരു ഉത്തമം ദൃഷ്ടാന്തവും കൂടിയാണ് ഈ മന്ദിരത്തിന്റെ പുറം കാഴ്ചകൾ .

അസ്ട്രോണോമിക്കൽ ക്ലോക്ക്

പ്രാഗിലെ അസ്ട്രോണോമിക്കൽ ക്ലോക്ക് ഓൾഡ് ടൈം സ്ക്വയറിന്റെ അരികിലുള്ള പഴയ ടൗൺഹാളിന് ഒരു വശത്തായി കാണാം. 1410ൽ സ്ഥാപിക്കപ്പെട്ട ഇത് പഴയതു പോലെ ഇന്നും അതിന്റെ കർമ്മം നിർവഹിച്ചു കൊണ്ടേയിരിക്കുന്നു. ഇതിനു മൂന്ന് പ്രധാന ഭാഗങ്ങളുണ്ട്. അസ്ട്രോണമിക്കൽ ഡയൽ എന്ന ഭാഗം സൂര്യന്റെയും ചന്ദ്രന്റെയും അവസ്ഥകളെ കാണിക്കുന്നു. രണ്ടാമത്തേത് കാത്തലിക് മതത്തിലെ പുണ്യാളന്മാരുടെ ഒരു നിരയാണ്; ഇവർ ഡയലിന്റെ ഇരുവശത്തായി സ്ഥാനം പിടിച്ചിരിക്കുന്നു. ഓരോ മണിക്കൂറിന്റെയും അവസാനം ഈ പുണ്യാളന്മാർ ഒന്നിനു പുറകെ ഒന്നായി കാഴ്ചക്കാരന്റെ മുമ്പിലൂടെ നടന്നു പോകുന്നു. മരണത്തിനെ പ്രതിനിധീകരിച്ചു കൊണ്ട് ഒരു അസ്ഥികൂടത്തെ അവിടെ പ്രതിഷ്ഠിച്ചിട്ടുണ്ട്; അത് ഓരോരുത്തരുടെയും കുറഞ്ഞു കൊണ്ടിരിക്കുന്ന ഈ ലോകത്തെ സമയത്തെപ്പറ്റി കാഴ്ചക്കാരനെ ഓർമ്മപ്പെടുത്തുന്നു. കലണ്ടർ ഡയലിൽ മാസങ്ങളും സോഡിയാക് രാശികളും അടയാളപ്പെടുത്തിയിട്ടുണ്ട്. മുഴുവൻ സമയവും സഞ്ചരിച്ചുകൊണ്ടിരിക്കുന്ന നാലു രൂപങ്ങൾ, അക്കാലത്ത് മനുഷ്യരിലുള്ള വെറുക്കപ്പെട്ട നാല് സ്വഭാവങ്ങളെ പ്രതിനിധീകരിക്കുന്നു ഒന്നാമത്തേത് പൊങ്ങച്ചം കണ്ണാടി നോക്കി സ്വന്തം രൂപത്തിൽ അ

ഭിരമിക്കുന്ന ഒരാളിന്റെ രൂപമാണ് അവിടെയുള്ളത്. രണ്ടാമതായി പി ശുക്കൻ സ്വർണ്ണനാണയങ്ങൾ നിറച്ച ഒരു സഞ്ചി അയാൾ കയ്യിൽ പിടിച്ചു മുൻപോട്ട് പോവുകയാണ്; ഇത് അത്യാഗ്രഹത്തെ പ്രതിനി ധീകരിക്കുന്നു. മറുവശത്ത് മരണത്തിനെ പ്രതിനിധീകരിച്ചുകൊണ്ട് ഒരു അസ്ഥികൂടം അവസാനം മണിയടിക്കുന്നു. നാലാമത്തെ പ്രതിമ ആസക്തിയെ പ്രതിനിധാനം ചെയ്യുന്നു. ഓരോ മണിക്കൂറിലും അ സ്ഥികൂടം ഒരു മണിയടിക്കുന്നു അപ്പോൾ തന്നെ മറ്റു മൂന്നു പേരും തലകുലുക്കി, പോകാനുള്ള സമ്മതം അറിയിക്കുകയാണ്. കൂടാതെ ഓരോ മണിക്കൂറിലും 12 അപ്പോസ്തലന്മാർ ക്ലോക്ക് ഡയലിന്റെ ഏ റ്റവും മുകൾ ഭാഗത്ത് കൂടി ഒരു പരേഡ് നടത്തും. ഈ പരേഡിന് അ വസാനം ക്ലോക്ക് ടവറിന് ഏറ്റവും മുകളിൽ നിന്ന് ജീവനുള്ള ഒരു മ നുഷ്യൻ, ഒരു ട്രമ്പറ്റ് ഊതി സമയം അറിയിക്കും. പണ്ട് ആ ജോലി ചെയ്തിരുന്ന ആൾ ധരിച്ചിരുന്ന അതേ തരം വേഷവിധാനങ്ങളോടുകൂ ടിയാണ് 600 കൊല്ലങ്ങൾക്കു ശേഷവും ഇന്നും അയാൾ ജോലി ചെ യ്യുന്നത്. ഓരോ മണിക്കൂറിലും ഇതെല്ലാം ആവർത്തിക്കും

ഓരോ മണിക്കൂറിന്റെ അവസാനവും ഈ കാഴ്ച കാണാൻ നൂറു കണക്കിനാളുകളാണ് ക്ലോക്കിന് മുന്നിൽ തടിച്ചുകൂടുന്നത്. അത് ഇ വിടത്തെ മറ്റൊരു കാഴ്ച! 1490ൽ ഇത് നിർമ്മിച്ച ആളിനെ രാജശാ സന പ്രകാരം അന്ധനാക്കി എന്നാണ് ഐതിഹ്യം. ഇതുപോലെ വേ റൊരെണ്ണം അയാൾ നിർമ്മിക്കാതിരിക്കാൻ വേണ്ടിയാണ് ഇങ്ങനെ ചെയ്തതത്രെ! ഇന്നാട്ടുകാരുടെ വിശ്വാസം അനുസരിച്ച് ഈ ക്ലോക്ക് പ്രവർത്തിച്ചു കൊണ്ടിരിക്കേണ്ടത് പ്രാഗിന്റെ നിലനിൽപ്പിന് അത്യ ന്താപേക്ഷിതമാണ്. ഒരുപക്ഷേ ഈ വിശ്വാസമായിരിക്കാം ഇത്രയും വർഷങ്ങൾ കഴിഞ്ഞതിനുശേഷവും ഈ ക്ലോക്ക് ഇന്നും പഴയത് പോ ലെ പ്രവർത്തിക്കുന്നതിന് കാരണം.

പിന്നീട് ഞങ്ങൾ വാക്കിങ് ടൂറിനൊപ്പം ചേർന്നു. ഒരു ഗൈഡ് സ ന്ദർശകരോടൊപ്പം നടന്നു പ്രാധാന്യമുള്ള സ്ഥലങ്ങൾ കാണിച്ചു ത രികയും ചരിത്രം വിശദീകരിച്ചു പറയുകയും ചെയ്യും. മിക്കവാറും എല്ലാ യൂറോപ്യൻ പട്ടണങ്ങളിലും ഇത്തരം വാക്കിങ് ടൂറുകൾ സാ ധാരണയാണ്. അവസാനം അയാൾക്ക് എന്തെങ്കിലും ഒരു ചെറിയ തുക കൊടുക്കണം. സ്റ്റീഫൻ എന്നായിരുന്നു ഞങ്ങളുടെ ഗൈഡി ന്റെ പേര്. ഇവിടെ അക്കൗണ്ടൻറ് ആയി ജോലിചെയ്യുന്നു. അയാൾ ആദ്യം തന്നെ ഈ രാജ്യത്തിലെ ചരിത്രവും സ്ക്വയറിനെ അതിരിടു ന്ന എല്ലാ പ്രധാന കെട്ടിടങ്ങളെപ്പറ്റിയും വിശദീകരിച്ചു. മദ്ധ്യകാലം

മുതലുള്ള രാജാക്കന്മാരുടെ ചരിത്രത്തിൽ തുടങ്ങി, ഹാപ്സ്ബർഗു കൾ, ഹിറ്റ്‌ലർ, സോവിയറ്റ് കമ്മ്യൂണിസ്റ്റുകൾ തുടങ്ങിയവരുടെ ഭരണ കാലങ്ങളെപ്പറ്റി സ്റ്റീഫൻ ചുരുക്കിപ്പറഞ്ഞു. കലങ്ങി മറിഞ്ഞ വളരെ വേദനാപൂർണമായ ചരിത്രം ഉള്ള നാടാണിത്.

യൂറോപ്പിലെ ഏറ്റവും ആദ്യത്തെ യൂണിവേഴ്സിറ്റിയും ലോകത്തി ലെ ഏറ്റവും പഴയ യൂണിവേഴ്സിറ്റികളിൽ ഒരെണ്ണവും ആയ ചാൾ സ് യൂണിവേഴ്സിറ്റി ക്യാമ്പസ് വഴിയരികിൽ കണ്ടു. 1348ൽ ചാൾസ് നാലാമൻ സ്ഥാപിച്ചതാണിത്. ലോകചരിത്രത്തിൽ തങ്ങളുടെ നാമം എഴുതിച്ചേർക്കപ്പെട്ട കുറെ മഹാന്മാരെ വാർത്തെടുത്ത ഇടമാണിത്. ജോൺ ഹ്യൂസ്(1415), ജോൺ കാഫ്ക(1906), മിലൻ കുന്ദേര, കാഫ് കയുടെ അടുത്ത സുഹൃത്തായ മാക്സ് ബ്രോഡ്, അമേരിക്കൻ പ്ര സിഡന്റായിരുന്ന ട്രംപിന്റെ . ഭാര്യയായിരുന്ന ഇവാന്ന ട്രംപ്(1949), ആൽബർട്ട് ഐൻസ്റ്റീൻ(1911), ജാൻ പലക്(1969) എന്നിവർ ഇവിടെ വിദ്യാർത്ഥികൾ ആയിരുന്നു. 1989ലെ ഭരണമാറ്റത്തിനു പ്രധാന കാ രണക്കാരായ വിദ്യാർത്ഥികൾ അക്കാലത്ത് യൂണിവേഴ്സിറ്റി കയ്യട ക്കി. മെഡിസിൻ, നിയമം, എൻജിനീയറിങ്, ഹ്യൂമാനിറ്റീസ്, ഫിസി ക്സ് , തിയോളജി, ഫാർമസി തുടങ്ങി 17 വകുപ്പുകൾ പ്രവർത്തിക്കു ന്ന ഇവിടം ഇന്നും ഉന്നതനിലവാരത്തിലുള്ള വിദ്യാഭ്യാസത്തിനും സാം സ്കാരിക പ്രവർത്തനങ്ങൾക്കും ഈറ്റില്ലമാണ്. ഈജിപ്റ്റോളജി, ആ സക്തികളെ (addiction) പറ്റിയുള്ള പഠനങ്ങൾ, കാലാവസ്ഥാവിജ്ഞാ നീയം (climatology) എന്നിവയിൽ ഡിഗ്രി കോഴ്സുകൾ ഉള്ള ലോ കത്തിലെ തന്നെ അപൂർവ്വ യൂണിവേഴ്സിറ്റികളിൽ ഒന്നാണ് ഇവിടം.

യൂറോപ്പിലെ യൂണിവേഴ്സിറ്റികളിൽ ഏഴാമത്തെ സ്ഥാനമാണ് ഇ തിനുള്ളത്. ധാരാളം എക്സ്ചേഞ്ച് സ്റ്റുഡൻസ് ഇവിടെ വന്നു പോ കാറുണ്ട്. 7000 വിദേശവിദ്യാർത്ഥികൾ ഇവിടെ ഏത് സമയവും ഉ ണ്ടാവും. ഈ രാജ്യത്തെ അനവധി മ്യൂസിയങ്ങളും രണ്ട് ബൊട്ടാണി ക്കൽ ഗാർഡനുകളും യൂണിവേഴ്സിറ്റിയുടെ മേൽനോട്ടത്തിൽ നട ക്കുന്നുണ്ട്. ഇതിന്റെ നിർമ്മാണത്തിന് കാരണഭൂതനായ ചാൾസ് നാ ലാമന്റെ 1848ൽ സ്ഥാപിച്ച പ്രതിമ അവിടെ കണ്ടു. ഇന്ന് പട്ടണത്തി ന്റെ പല ഭാഗങ്ങളിലായി ഈ യൂണിവേഴ്സിറ്റിക്ക് കുറെ ക്യാമ്പസു കൾ ഉണ്ട്. പതിനാലാം നൂറ്റാണ്ടിൽ നിർമ്മിക്കപ്പെട്ട ഏറ്റവും പഴയ യൂണിവേഴ്സിറ്റി കെട്ടിടത്തിൽ (Carolinum Old Town square) ഭര ണപരമായ കാര്യങ്ങളും ബിരുദദാനവും മാത്രമേ നടക്കുന്നുള്ളൂ.

ഓൾഡ് ടൗൺ സ്കയറിൽ നിന്ന് ഞങ്ങൾ പോയത് ഡോൺ ജി

യോവാനി എന്ന പ്രസിദ്ധമായ ഓപ്പറ ആദ്യമായി അവതരിപ്പിക്കപ്പെ ട്ട എസ്റ്റേറ്റ് തിയേറ്ററിന്റെ മുൻപിലേക്കാണ്. എസ്റ്റേറ്റ് തിയേറ്റര്‍ എ ന്നും വിളിക്കപ്പെടുന്ന ഓപ്പറ തിയേറ്റര്‍ ഇവിടുത്തെ സാംസ്കാരിക പരിപാടികളുടെ ഒരു പ്രധാന സ്റ്റേജ് ആണ്. ആദ്യ കാലത്ത് ഇതിനെ 'നാഷനല്‍ തിയറ്റര്‍ ഓഫ് ബൊഹീമിയ' എന്നാണ് വിളിച്ചിരുന്നത്. നാഷണല്‍ തിയേറ്റര്‍ അഗ്നിക്കിരയായ ശേഷം പ്രാഗിലെ ജനങ്ങള്‍ പണപ്പിരിവ് നടത്തി, പുനര്‍നിര്‍മ്മിക്കുകയായിരുന്നു.

Cloak of conscience by Anna Chromy

സുപ്രസിദ്ധ സംഗീതജ്ഞനായ മൊസാര്‍ട്ട് വിയന്നയില്‍ നിന്നും പ്രാഗിലേക്ക് വന്നശേഷം ആദ്യമായി അവതരിപ്പിച്ച 'ഡോണ്‍ ജി യോവാനി'എന്ന ഓപ്പറ,1787 ഒക്ടോബര്‍ 29നു ആദ്യമായി സ്റ്റേജില്‍ അവതരിപ്പിച്ചത് ഇവിടെ വച്ചായിരുന്നു. മുഴുവന്‍ സദസ്സും എഴുന്നേ

റ്റു നിന്നു, 13മിനിറ്റ് നീണ്ട കരഘോഷത്തോടെയാണ് ഈ കലാസൃ ഷ്ടിയെ ആദരിച്ചത്. ഇതിന്റെ സ്മാരകമായി ജിയോവാനിയുടെ മുഖ മില്ലാത്ത ശരീരം, ഒരു പുതപ്പിൽ പൊതിഞ്ഞ രൂപത്തിലുള്ള ലോഹ പ്രതിമ ഈ തിയേറ്ററിനു പുറത്ത് സ്ഥാപിച്ചിട്ടുണ്ട്. ധാരാളം പേരെ ആകർഷിയ്ക്കുന്ന ഇത്, മുഖമില്ലാത്ത ഒരാളിന്റെ ശരീരം മുഴുവൻ ഒ രു പുതപ്പു കൊണ്ട് പൊതിഞ്ഞിരിക്കുന്ന രൂപത്തിലാണ്. പുതപ്പു മാ ത്രമേ നമുക്ക് കാണാനാവുന്നുള്ളൂ. പക്ഷെ, അതിനുള്ളിലെ അസ ന്നിഹിതനായ വ്യക്തിയാണ് നമ്മുടെ മനസ്സിലേക്ക് സഞ്ചരിക്കുന്നത്! ഇത് ഓരോ മനുഷ്യന്റെയും ജീവിതത്തോടു ചേർത്തു വയ്ക്കാവുന്ന സത്യമാണ്. പ്രശസ്ത ശില്പിയായ അന്ന ക്രോമി (Anna Chromy) ആദ്യം മാർബിളിൽ നിർമിച്ച 'The Cloak of Conscience' എന്ന പേ രിലുള്ള ശില്പ്പത്തിന്റെ പുനരാവിഷ്കാരമാണിത്. 2008ൽ ശില്പിക ളുടെ നോബൽ സമ്മാനം എന്ന പേരിൽ അറിയപ്പെടുന്ന 'പ്രിമിയോ മൈക്കലാഞ്ചലോ' എന്ന പുരസ്കാരം അവർക്കു ലഭിക്കുകയുണ്ടാ യി. ആദ്യമായാണ് ഒരു വനിതയ്ക്ക് ഈ അവാർഡ് ലഭിക്കുന്നത്.

ഈ നാടിന്റെ കലയുടെയും സംഗീതത്തിന്റെയും ചരിത്രം എഴു തുമ്പോൾ ഡോൺ ജിയോവാനിയുടെയും ഈ മന്ദിരത്തിന്റെയും പേ ര് ഒഴിവാക്കാനാവില്ല. ഇതിലെ സംഗീതം ലോകം മുഴുവൻ പല തര ത്തിൽ ഇന്നും പുനരാവിഷ്കരിക്കപ്പെടുന്നു. മ്യൂസിക്കൽ, സിനിമ, നാ ടകം, പാവക്കൂത്ത് എന്നിങ്ങനെ പല രൂപത്തിൽ ഇത് പുനർജനിച്ചിട്ടു ണ്ട്. മൊസാർട്ടിന്റെ കാൽപ്പാടുകൾ പതിഞ്ഞ ആ മന്ദിരത്തിന്റെ മു ന്നിൽ നിൽക്കുമ്പോൾ ആനന്ദവും അഭിമാനവും കൊണ്ട് മനസ്സ് നി റഞ്ഞു. 1724ലാണ് പ്രാഗിലെ ആദ്യത്തെ പബ്ലിക് തിയേറ്ററായി ഇന്ന് പ്രവർത്തനമാരംഭിക്കുന്നത്. ഈ നാട്ടിലെയും യൂറോപ്പിലെയും ലോ കപ്രശസ്തരായ പല കലാകാരന്മാരും ഇവിടെ തങ്ങളുടെ പരിപാടി കൾ അവതരിപ്പിച്ചിട്ടുണ്ട്. ചെക്ക് ഓപ്പറ ആയ 'The Tinker' 1826ൽ ഇവിടെ ആദ്യമായി സ്റ്റേജിൽ അവതരിപ്പിച്ചു. ഇതിലെ ഒരു ഗാനമായ 'Where is my Home?' വർഷങ്ങൾക്ക് ശേഷം സ്വാതന്ത്ര്യം പ്രാപി ച്ച ശേഷം ചെക്ക് ദേശീയ ഗാനമായി തെരഞ്ഞെടുക്കപ്പെടുകയായി രുന്നു. ഈ നാട്ടുകാരുടെ അധിക മദ്യപാനശീലത്തെ കളിയാക്കി ക്കൊണ്ട് പലരും 'Where is my home?' (എവിടെയാണ് എന്റെ വീ ട്?) എന്ന പാട്ട് ഉപയോഗിക്കാറുണ്ട്. മദ്യപിച്ച് ബോധം കെട്ട് 'എവി ടെയാണ് എന്റെ വീട്' എന്ന് അന്വേഷിച്ചു നടക്കുന്ന ഒരുകൂട്ടം ആളു കളല്ല തീർച്ചയായും ഈ നാട്ടിലെ മനുഷ്യർ!

1791ൽ മൊസാർട്ടിന്റെ തന്നെ La Clemenza di Tito എന്ന ഓപ്പറ എംപറർ ലിയോപോൾഡ് രണ്ടാമന്റെ കിരീടധാരണത്തോട് ബന്ധപ്പെട്ട് അവതരിപ്പിക്കുകയുണ്ടായി. മൊസാർട്ട് പരിപാടി അവതരിപ്പിച്ച തിയേറ്ററുകളിൽ ഇന്ന് ബാക്കിയുള്ളത് പ്രാഗിലെ നാഷണൽ തിയേറ്റർ മാത്രമാണ്. ഈ കെട്ടിടത്തിന് നേരെ എതിർവശത്താണ് ബോക്സ് ഓഫീസ്.

പ്രാഗിലെ പഴയ കെട്ടിടങ്ങളുടെ മുൻഭാഗത്തുള്ള ഭിത്തിയിൽ ചില പ്രത്യേക തരത്തിലുള്ള അടയാളങ്ങൾ സ്ഥാപിച്ചിരിക്കുന്നത് ഗൈഡ് കാണിച്ചു തന്നു. കരടികൾ, ആട്, ഒട്ടകപ്പക്ഷി തുടങ്ങിയവയായിരുന്നു അവിടെ കണ്ടത്. മിക്കവാറും ആ വീട്ടിൽ താമസിക്കുന്ന കുടുംബത്തിന്റെ ജോലി, പദവി, വിശ്വാസം, എന്നിവയുമായി ബന്ധപ്പെട്ടതായിരിക്കും ഈ അടയാളം. വീട്ടുനമ്പറുകൾ ഇല്ലാതിരുന്ന കാലത്ത് ഒട്ടകപ്പക്ഷിയുടെ തൂവൽ കച്ചവടം ചെയ്തിരുന്ന ആളിന്റെ വീടിനെ എളുപ്പത്തിൽ തിരിച്ചറിയാൻ ഉള്ള അടയാളം ആയി ഇത് വർത്തിച്ചു. പുതിയ വീടുകൾക്ക് പുറത്തു ഇടതുവശത്തായി നീല നിറത്തിലെ ചതുരത്തിൽ ഒരു നമ്പറും വലതുവശത്തു ചുവന്നചതുരത്തിൽ മറ്റൊരു നമ്പറും കാണാം. ഇതിൽ നീല ആ പ്രത്യേക തെരുവിലെ വീടുകളുടെ നമ്പറും ചുവന്നത് സ്ഥലത്തിന്റെ റെജിസ്ട്രേഷൻ നമ്പറും ആണ്.

പബ്ലിക് ടോയ്‌ലറ്റുകൾ ഫുട് പാത്തിൽ അവിടവിടെ കാണാം. നാണയം ഇട്ടുകഴിഞ്ഞാൽ അകത്തുകയറി ആവശ്യങ്ങൾ നിർവഹിക്കാം. പക്ഷേ 3 മിനിറ്റിൽ കൂടുതൽ അകത്ത് ചിലവഴിക്കാൻ പറ്റില്ല. വാതിൽ താനെ തുറക്കും. ചില ഭാഗങ്ങളിൽ വളർത്തുമൃഗങ്ങളുടെ വിസർജ്ജ്യം ശേഖരിച്ചു കളയുവാൻ വേണ്ടിയിട്ടുള്ള ബ്രൗൺ പേപ്പർ കവറുകൾ വച്ചിട്ടുണ്ട്.ആവശ്യമുള്ളവർക്ക് ഇതെടുത്ത് തങ്ങളുടെ മൃഗങ്ങളുടെ വിസർജ്യം അതിനകത്തിട്ട് വേസ്റ്റ് ബാസ്ക്കറ്റിൽ നിക്ഷേപിക്കാവുന്നതാണ്. വലിയ ടാങ്കറിൽ വെള്ളം കൊണ്ടുവന്നു വാഹനത്തിൽ തന്നെയുള്ള ഏണിയിൽ കയറി നിന്നുകൊണ്ട് തൂണുകളുടെ മുകളിൽ ഉള്ള പൂച്ചട്ടിയിൽ വളരുന്ന ചെടികൾ നനക്കുന്നത് കണ്ടു. ഇതൊക്കെ കണ്ടപ്പോൾ ഈ പട്ടണം ഇത്ര വൃത്തിയായും ഭംഗിയായും ഇരിക്കുന്നതിൽ ഒരു അത്ഭുതവുമില്ല എന്ന് തോന്നി. എല്ലാ പാഴ്‌വസ്തുക്കളും വേണ്ട രീതിയിൽ ഒഴിവാക്കാനുള്ള സംവിധാനങ്ങൾ ഗവൺമെൻറ് തന്നെ ചെയ്തിട്ടുണ്ട്. അവ ഏറ്റവും നന്നായി ഉപയോഗിക്കുന്ന ജനങ്ങളെ മനസ്സ് കൊണ്ട് അഭിനന്ദിച്ചു.

വാക്കിങ് ടൂറിനിടയിൽ വളരെ പഴയ ഒരു റസ്റ്റോറന്റിൽ ഞങ്ങളെ കൊണ്ടുപോയി അവിടെ പാരമ്പര്യ രീതിയിലുള്ള ഭക്ഷണം ആവശ്യ മുണ്ടെങ്കിൽ ഓർഡർ ചെയ്യാം എന്ന് പറഞ്ഞു. പക്ഷേ ഞങ്ങൾ ഒരു കോഫിയിൽ ഓർഡർ ഒതുക്കി. ജോസഫോവ് എന്നറിയപ്പെടുന്ന ജൂ തന്മാരുടെ താമസസ്ഥലം ആയിരുന്ന ഭാഗത്തേക്കാണ് പിന്നീട് പോ യത്.

3. ജോസഫോവ്

പ്രാഗ് സന്ദർശനത്തിനിടെ പണ്ട് ജൂതന്മാരുടെ ചേരിപ്രദേശ (Ghetto)മായിരുന്ന, ഇന്ന് 'ജോസഫോവ്' എന്നറിയപ്പെടുന്ന, ഇടം രണ്ട് പ്രാവശ്യം സന്ദർശിക്കാനിടയായി. ആദ്യം ഒരു വാക്കിംഗ് ടൂറിന്റെ ഭാഗമായി അവിടെയെത്തിയെങ്കിലും, അത് ഒരു ഓട്ട പ്രദക്ഷിണം പോലെ തോന്നിയത് കൊണ്ടു ഒന്നു കൂടി എല്ലാം വിശദമായി കാണാൻ വേണ്ടി വീണ്ടും അവിടെയെത്തി. വിനോദസഞ്ചാരികളുടെ പ്രിയപ്പെട്ട ഓൾഡ് ടൗൺ സ്ക്വയറിന്റെയും വ്ലാട്ടാവാ(Vlatava) നദിയുടെയും ഇടയിലാണ് ഈ പ്രദേശം. 1781ൽ പ്രാഗ് ഭരിച്ചിരുന്ന ജോസഫ് രണ്ടാമൻ രാജാവാണ് ജൂതന്മാർക്ക് വിമോചനം നൽകി കൊണ്ടുള്ള നിയമം പാസാക്കിയത്. ഇദ്ദേഹത്തിനോടുള്ള കൃതജ്ഞതാ സൂചകമായിട്ടാണ് ഈ പ്രദേശത്തിന് ജോസഫോവ് എന്ന് പേരു നൽകിയത്. തുടർന്ന് ഇവർക്ക് പട്ടണത്തിന്റെ മറ്റു ഭാഗങ്ങളിലും താമസിക്കാനുള്ള അവകാശം ലഭിച്ചു. അതിന് ശേഷം കാലക്രമേണ ഇവിടെ താമസിക്കുന്നവരുടെ എണ്ണം വളരെ കുറഞ്ഞു; യാഥാസ്ഥിതികരും പാവപ്പെട്ടവരും മാത്രം ജോസഫോവിൽ ബാക്കിയായി.

പത്താം നൂറ്റാണ്ടിലെ യാത്രികനായിരുന്ന ഇബ്രാഹിം ഇബിൻ യാക്കൂബ് പ്രാഗിലെ ജൂത സമൂഹത്തെപ്പറ്റി തന്റെ യാത്രാക്കുറിപ്പുകളിൽ പറഞ്ഞിട്ടുണ്ട്. ഇവരെ പറ്റിയുള്ള ആദ്യത്തെ ചരിത്രരേഖ അദ്ദേഹത്തിന്റേതാണ്. അഷ്കിനാസി (മദ്ധ്യ കാലത്തു യൂറോപ്പിൽ ജീവിച്ചിരുന്ന യാഥാസ്ഥിതികരായ ജൂതന്മാർ) വിഭാഗത്തിൽപ്പെട്ട ജൂതന്മാരാണ് ഇവിടെ പ്രധാനമായും താമസിച്ചിരുന്നത്. പല പ്രാവശ്യം ഇവിടെ നിന്ന് പുറത്താക്കലിനു വിധേയരായിട്ടുണ്ടെങ്കിലും ഭരണം മാറുന്നതനുസരിച്ച് ഓരോ പ്രാവശ്യവും മടങ്ങി വന്ന് ഒരു പ്രബല സാമ്പത്തിക ശക്തിയായി മാറാൻ ഇവർക്ക് കഴിഞ്ഞിരുന്നു. 16-17 നൂറ്റാണ്ടുകളിലെ മാക്സ്മില്യൻ രണ്ടാമന്റെയും റഡോൾഫ് രണ്ടാമന്റെയും ഭരണം കാലം ഇവരുടെ സുവർണ കാലമായി കരുതപ്പെടുന്നു. അക്കാലത്ത് ഇവിടുത്തെ ജനസംഖ്യയിൽ നാലിൽ ഒരു ഭാഗം ജൂതന്മാരായിരുന്നു. സമീപ രാജ്യങ്ങളായ മൊറേവിയ, സ്പെയിൻ, ആസ്ട്രിയ

എന്നിവിടങ്ങളിൽ നിന്നുള്ള പീഡിപ്പിക്കപ്പെട്ടവർ ഇവിടേക്ക് കുടിയേറിയ ഇക്കാലത്ത് അവർക്ക് സ്വന്തമായ കൊടിയും അതു ഉയർത്താൻ ഉള്ള അവകാശവും നൽകപ്പെട്ടു. ചുവന്ന പശ്ചാത്തലത്തിൽ മഞ്ഞ നിറത്തിലുള്ള ഡേവിഡിന്റെ നക്ഷത്രമാണ് ഇവരുടെ കൊടി.

കുറേക്കാലത്തിന് ശേഷം നഗരശുചികരണത്തിന്റെ ഭാഗമായി സിനഗോഗുകളും സെമിത്തേരിയും അതുമായി ബന്ധപ്പെട്ട ഒന്നോ രണ്ടോ കെട്ടിടങ്ങൾ ഒഴികെ, എല്ലാം പൊളിച്ചു മാറ്റപ്പെട്ടു. പഴയ ടൗൺ ഹാൾ ഇന്ന് ഇവരുടെ ചരിത്രമ്യൂസിയമായി പ്രവർത്തിക്കുന്നു. അധികം താമസിയാതെ, ഈ പ്രദേശത്തെ, പാരീസിലെ തെരുവുകളുടെ മാതൃകയിൽ 'പരിഷ്ക സ്ട്രീറ്റ്' എന്ന പേരിൽ, ആർട്ട് നൂവോ സ്റ്റൈലിൽ പുനർനിർമിക്കപ്പെട്ടു. ഇപ്പോൾ ഏറ്റവും വില കൂടിയ ഫാഷൻ ബ്രാൻഡുകൾ വിൽക്കുന്ന കടകളാണ് ഈ തെരുവിൽ നിറയെ. പഴയ കാലത്തെ ഒറ്റ വീട് പോലും ബാക്കിയില്ല!

ഇവരുടെ പഴയ സെമിത്തേരി സന്ദർശകരുടെ പ്രിയപ്പെട്ട ഇടമാണ്. 1439 മുതൽ 1787 വരെ ഇവിടെ ശവസംസ്കാരം നടന്നതിന് തെളിവുകളുണ്ട്. ഈ കാലത്തിനിടക്ക് 2 ലക്ഷം പേരെയെങ്കിലും ഇവിടെ മറവ് ചെയ്തിട്ടുണ്ട്. സ്ഥല പരിമിതി മൂലം ഒന്നിന് മുകളിൽ ഒന്നായിട്ടാണ് ശവമടക്കിയിരുന്നത്. ഇങ്ങനെ 12 അടുക്കുകൾ ഇത്തരത്തിൽ ഇവിടെ ഉണ്ടത്രേ! ഇതു മൂലം സ്മാരകശിലകൾ എല്ലാം വളരെ തിങ്ങി ഞെരുങ്ങിയാണ് കാണപ്പെടുന്നത്. ഹീബ്രു ഭാഷയിലാണ് വിവരങ്ങൾ രേഖപ്പെടുത്തിയിരിക്കുന്നത്. നാസികളുടെ ഭരണകാലത്തു് ഈ പ്രദേശം സംരക്ഷിക്കണമെന്ന് ഹിറ്റ്ലുടെ പ്രത്യേക നിർദ്ദേശം ഉണ്ടായിരുന്നു. എല്ലാ ജൂതന്മാരെയും ലോകത്ത് നിന്ന് തുടച്ച് നീക്കി കഴിഞ്ഞ ശേഷം അവരെപ്പറ്റിയുള്ള ഒരു മ്യൂസിയമായി ഇവിടം മാറ്റണമെന്നായിരുന്നു അയാളുടെ ഉദ്ദേശം. പ്രസിദ്ധരായ പലരും ഇവിടെ അന്ത്യ വിശ്രമം കൊള്ളുന്നു. ഫ്രാൻസ് കാഫ്ക, മഹ്റാൽ(ജൂതമതപണ്ഡിതൻ), പവേൽ ടിഗ്രിഡ്(പ്രശസ്ത ചെക്ക് എഴുത്തുകാരൻ) തുടങ്ങിയവർ ഇക്കൂട്ടത്തിൽ പെടും. പ്രസിദ്ധയായ അമേരിക്കൻ സ്റ്റേറ്റ് സെക്രട്ടറിയായിരുന്ന മാഡലിൻ ആൾബ്രെറ്റ് പ്രാഗിൽ നിന്ന് അമേരിക്കയിലേക്ക് കുടിയേറിയ വ്യക്തിയാണ്.

ജോസഫോവിലെ പ്രധാന റോഡിൽ നിന്ന് നോക്കിയാൽ, സെമിത്തേരിയുടെ മതിൽ വളരെ പൊക്കത്തിൽ കാണാം. അതിനകത്ത് ആയിരക്കണക്കിന് സ്മാരകശിലകളും അവയ്ക്ക് കൂട്ടിരിക്കുന്ന കുറേ വയസ്സൻ മരങ്ങളുമുണ്ട്. ഈ മതിൽക്കെട്ടിനടുത്ത് താഴെ ഇവരു

സെമിത്തേരി – മുകളിൽ

ടെ മാത്രം പ്രത്യേകമായ കരകൗശല വസ്തുക്കൾ, ജപമാലകൾ, തൊപ്പികൾ അവരുടെ പരമ്പരാഗത വേഷങ്ങളണിഞ്ഞ പാവകൾ, ആ രാധനക്കായി ഉപയോഗിക്കുന്ന വസ്തുക്കൾ തുടങ്ങിയവ വിൽക്കുന്ന കുറേ ചെറിയ കടകൾ കാണാം. അവിടെ ഫോട്ടോ എടുക്കരുതെന്ന് എഴുതി വച്ചിട്ടുണ്ട്. അതുകൊണ്ട് ദൂരെ നിന്ന് ക്ലിക്ക് ചെയ്യാൻ മാത്ര മേ കഴിഞ്ഞുള്ളൂ.

ഇവിടുത്തെ സന്ദർശനത്തിന്റെ അവസാനം ഞങ്ങൾ ഒരു ഭാഗത്തി രുന്നു വിശ്രമിക്കുമ്പോൾ പ്രായമുള്ള ഒരു സ്ത്രീ ഞങ്ങളുടെ അടു ത്ത് വന്ന് സംസാരിക്കാൻ തുടങ്ങി. പേരു് ബെറ്റി. അവർ അടുത്തുള്ള സ്കൂളിൽ ഇംഗ്ലീഷും ജോഗ്രഫിയും പഠിപ്പിച്ചിരുന്നു. റിട്ടയർ ചെയ്ത ശേഷം 400 അമേരിക്കൻ ഡോളറിന് തുല്യമായ ക്രോണ(ചെക്ക് ക റൻസി)യാണ് അവരുടെ ഒരു മാസത്തെ പെൻഷൻ. ഈ തുക ചില

 ഡോ. സലീമ ഹമീദ്

വിന് മതിയാകാത്തത് കാരണം അവർ വിനോദ സഞ്ചാരികൾക്കായി ഫ്ളൂട്ട് വായിക്കുന്നു. മുന്നിൽ വച്ചിരിയ്ക്കുന്ന പാത്രത്തിൽ കാണി കൾ ഇട്ട് കൊടുക്കുന്ന പണം അവരുടെ ജീവിതം കുറച്ചു കൂടി എ ളുപ്പമാക്കുന്നു. അവർ ഇന്ത്യയിൽ മൂന്ന് പ്രാവശ്യം വന്നിട്ടുണ്ട്.

കേരളത്തിനെപ്പറ്റി എത്ര പറഞ്ഞിട്ടും അവർക്ക് മതി വരുന്നില്ല. അതിന് ഒരു പ്രത്യേക കാരണവും ഉണ്ട്. കേരള സന്ദർശനത്തിനിടെ ഒരിടത്ത് വച്ച് മാങ്ങ പോലെ ഒരു പഴം കണ്ടു അവർ കഴിയ്ക്കാനൊ രുങ്ങി എന്നും അടുത്തു കൂടെ പോയ ഒരു പത്തുവയസ്സുകാരൻ അ ത് മാങ്ങയല്ലെന്നും അത് കഴിച്ചാൽ അവർ മരിച്ചു പോകും എന്നും പ റഞ്ഞു അവരെ തടഞ്ഞു. മാങ്ങയുടെ ആകൃതിയുള്ള ഒതളങ്ങ എന്ന വിഷക്കായ ആയിരിക്കാം അതെന്ന് കേട്ടപ്പോൾ തോന്നി. 'ഞാൻ ഇ ന്നും അവന്റെ മുഖം വ്യക്തമായി ഓർക്കുന്നു. അവൻ എന്റെ ജീവൻ രക്ഷിച്ചു' ഈ സംഭവം വളരെ സന്തോഷത്തോടെ വിശദമായാണ് അവർ പറഞ്ഞത്. ഇത്രയും വർഷങ്ങൾക്ക് ശേഷവും അവർക്ക് കേ രളത്തിലെ സ്ഥലനാമങ്ങളും കായലും ഒക്കെ നല്ല ഓർമ്മകളാണ്. ഇനിയും എന്തെങ്കിലും കുറച്ചു പണം എനിക്ക് ബാക്കി വയ്ക്കാൻ ക ഴിഞ്ഞാൽ തനിക്ക് ഇന്ത്യയിലേക്ക് പോകണമെന്നുണ്ടു എന്ന് അവർ ആഗ്രഹം പ്രകടിപ്പിച്ചു. ഞങ്ങൾ അവരുടെ പാത്രത്തിലേക്ക് ഇട്ട പ ണം വളരെ നിർബന്ധിച്ചപ്പോഴാണ് അവർ സ്വീകരിച്ചത്.

ഓൾഡ് സിനഗോഗ്

പത്തൊൻപതാം നൂറ്റാണ്ടിന്റെ ആദ്യ പകുതിയിൽ ഭൂരിപക്ഷം ജൂ തന്മാരും ഹോളോകാസ്റ്റിൽ കൊല്ലപ്പെട്ടു. ബാക്കിയുള്ളവർ ഭയന്ന് ഓ ടിപ്പോയി. അങ്ങനെ കുറേക്കാലം ഒരു ജൂതൻ പോലും ഇവിടെയില്ലാ തിരുന്ന ഒരു കാലവും ജോസഫോവിനുണ്ട്. രണ്ടാം ലോക മഹായു ദ്ധ കാലത്ത് ബൊഹീമിയയിലെ ജൂതന്മാരുടെ ചരിത്രവുമായി ബ ന്ധപ്പെട്ട വില പിടിച്ച വസ്തുക്കൾ സുരക്ഷിതമായി വയ്ക്കാനായി പ്രാഗിലേക്ക് കൊണ്ട് വന്നിരുന്നു. ഒരു പക്ഷേ വംശ നാശം സംഭവി ക്കാനിടയുള്ള ഒരു സമൂഹത്തിന്റെ ചരിത്രത്തെയും സംസ്കാരത്തെ യും ഭാവി തലമുറകൾക്ക് വേണ്ടി സൂക്ഷിക്കാനായി ഒരു മ്യൂസിയം ഉ ണ്ടാക്കണമെന്ന ഉദ്ദേശവും ഇതിന്റെ പുറകിൽ ഉണ്ടായിരുന്നിരിക്കാം. അങ്ങനെ ഇവിടെ എത്തിയ വസ്തുക്കളെല്ലാം കൂടിച്ചേർത്താണ് ഇ വിടുത്തെ ജൂത മ്യൂസിയം നിർമ്മിച്ചിരിയ്ക്കുന്നത്.

ഓൾഡ്ന്യൂ സിനഗോഗ്, പേര് സൂചിപ്പിയ്ക്കുന്നതു പോലെ പഴ യതും പുതിയതുമാണ്. 1270ൽ നിർമ്മിക്കപ്പെട്ട ഇത് യൂറോപ്പിലെ ഏ

ഓൾഡ് സിനഗോഗ്

റ്റവും പഴയ സിനഗോഗാണ്. തീ പിടിത്തം, ചേരിനിർമ്മാർജന പദ്ധ തികൾ തുടങ്ങിയവയെ അതിജീവിച്ച ഈ മന്ദിരം പിന്നീട് പുതുക്കി പണിയുകയുണ്ടായി. പലപ്പോഴും ചുറ്റു പാടുമുള്ള പലരും ഇതിനെ അഭയകേന്ദ്രമായും ഉപയോഗിക്കാറുണ്ടായിരുന്നു. ഇത്രയും വർഷം പഴക്കമുള്ള ഇവിടെ ഇന്നും ആരാധന നടക്കുന്നുണ്ട് എന്നുള്ളത് ഒ രു അത്ഭുതമാണ്.

യഹൂദ മത പണ്ഡിതനും പ്രത്യേക മന്ത്രശക്തി വശമുള്ള ആളുമാ യിരുന്ന റാബി ലോവ് (മഹറാൽ) നിർമ്മിച്ച 'ഗോല'ത്തിന്റെ കഥ കേൾ ക്കാതെ ആരും ഇവിടെ നിന്ന് മടങ്ങാറില്ല. പതിനാറാം നൂറ്റാണ്ടിൽ ജീ വിച്ചിരുന്ന ഇദ്ദേഹം ചളി കൊണ്ട് ഒരു 'മനുഷ്യ രൂപം ഉണ്ടാക്കിയശേ ഷം, ചില പ്രാർത്ഥനകൾ എഴുതിയ ഒരു ചെറിയ കല്ലിൻ കഷണം അ തിന്റെ വായിൽ വച്ചതോടെ അതിന് ജീവൻ വച്ചു. ഗോലം എന്നാണ് ഇതിനു അദ്ദേഹം നൽകിയ പേര്. ഗോലം ആഴ്ചയിൽ 6 ദിവസവും

അദ്ദേഹത്തിന്റെ പരിചാരകനായി ജോലി ചെയ്യും. വെള്ളിയാഴ്ച രാ ത്രി ഈ കല്ലിൻ കഷ്ണം വായിൽ നിന്ന് മാറ്റുന്നതോടെ അതിന്റെ ജീ വൻ നഷ്ടപ്പെടും. ഗോലം ഉൾപ്പടെ എല്ലാവരും ശനിയാഴ്ച വിശ്രമിക്കും. ഇങ്ങനെ കാര്യങ്ങൾ നന്നായി മുന്നോട്ട് പൊയ്ക്കൊണ്ടിരിക്കുമ്പോൾ ഗോലം വളരെ അസാധാരണമായി പെരുമാറാൻ തുടങ്ങി. വളരെ പ ണിപ്പെട്ടു അതിന്റെ വായിൽ നിന്ന് കല്ല് നീക്കം ചെയ്തതോടെ അത് നിശ്ചലമായി. ഇന്നും അതിന്റെ ഭൗതിക ശരീരം ഓൾഡ്ന്യൂ സിനഗോ ഗിന്റെ മുകൾത്തട്ടിൽ ഉണ്ടെന്നാണ് കഥ. പക്ഷേ പുനർനിർമ്മാണ സ മയത്ത് അവിടെ ഇത്തരമൊരു വസ്തുവിനെ ആരും കണ്ടിട്ടില്ല എന്ന് അവിടെ ജോലി ചെയ്തവർ രേഖപ്പെടുത്തിയിട്ടുണ്ട്.

മറ്റൊരു ജൂതപ്രാർത്ഥനാമന്ദിരമായ 'സ്പാനിഷ് സിനഗോഗ്' നി ല്ക്കുന്ന സ്ഥാനത്ത് പതിനൊന്നാം നൂറ്റാണ്ടിൽ ഒരു സ്കൂൾ കെട്ടിടം ആയിരുന്നു. ഇന്ന് കാണുന്ന മന്ദിരം പത്തൊൻപതാം നൂറ്റാണ്ടിലാ ണ് നിർമ്മിച്ചത്. മൂറിഷ് കെട്ടിട നിർമാണ ശൈലിയുടെ പ്രകടമായ സ്വാധീനം അകത്തും പുറത്തും കാണാം. വളരെ നിറപ്പകിട്ടോട് കൂടി യ ഭിത്തിയിലെയും മുകൾത്തട്ടിലേയും അലങ്കാരങ്ങൾ സ്പെയിനി ലെ അൽ ഹംറ പാലസിന്റെ ഓർമ്മിപ്പിക്കുന്നു. സ്പാനിഷ് സിനഗോ ഗ് എന്ന് പേരു വരാൻ കാരണം ഇതാണ്. പിങ്കാസ് സിനഗോഗ് 1479 ൽ സ്ഥാപിച്ചു. ഇപ്പോൾ ഇത് ടെറെസിൻ കോൺസെൻട്രേഷൻ ക്യാ മ്പിൽ കൊല്ലപ്പെട്ട ചെക്കോസ്ലവാക്കിയൻ ജൂതന്മാരുടെ സ്മാരകമാ ണ്. ഇത്തരത്തിൽ മൃത്യുവിനെ പുൽകിയ എല്ലാവരുടെയും പേരു കൾ ഇവിടെ രേഖപ്പെടുത്തിയിട്ടുണ്ട്.

ടെറസിൻ, പ്രാഗിൽ നിന്ന് 70 കിലോ മീറ്റർ ദൂരയുള്ള ഒരു പട്ടണ മാണ്. ഈ സ്ഥലവും ക്യാമ്പും നാസികൾ അവരുടെ പ്രചാരണ ആ യുധമായി ഉപയോഗിച്ചു. ഇവിടെ താമസിയ്ക്കുന്ന ആളുകൾ എല്ലാ ത്തരം സൗകര്യങ്ങളോടെയും സന്തുഷ്ടരായാണ് ജീവിക്കുന്നത് എ ന്ന് തെളിയിയ്ക്കാനായി, അത്തരം സന്ദേശങ്ങൾ നൽകുന്ന ചെറിയ ഡോക്കുമെന്ററികൾ നിർമ്മിച്ചു. പിന്നീട് ഇവ റെഡ്ക്രോസിനെ തെറ്റി ദ്ധരിപ്പിക്കാനും അവരിൽ നിന്ന് നല്ല റിപ്പോർട്ടുകൾ ലഭിക്കാനും വേ ണ്ടി ഉപയോഗിച്ചു.

പക്ഷേ സത്യം വളരെ വ്യത്യസ്തമായിരുന്നു. കുപ്രസിദ്ധമായ ഓ ഷ്വിറ്റ്സിലെ ഗ്യാസ് ചേംബറിലേക്ക് ഇരകളെ മാറ്റുന്നതിന് മുൻപു ള്ള ഇടത്താവളമായാണ് ഇതു ഉപയോഗിച്ചത്. 1917ൽ ഒന്നാം ലോക മഹായുദ്ധത്തിന്റെ ആരംഭത്തിന് കാരണമായ ആസ്ട്രിയൻ ആർച്ച് ഡ്യൂക്ക് ഫെർഡിനിനന്റിന്റെയും ഭാര്യയുടെയും കൊല നടത്തിയ ഗവ്

റിലോ പ്രിൻസിപ് എന്ന സെർബിയൻ വിദ്യാർത്ഥിയെ ഇവിടെയാണ് പാർപ്പിച്ചത്. അയാൾക്ക് അന്നത്തെ നിയമം അനുസരിച്ച് പ്രായപൂർ ത്തിയെത്താത്തത് കാരണം മരണശിക്ഷ നൽകാൻ കഴിഞ്ഞില്ല. ജീവ പര്യന്തത്തിന് കാത്ത് കിടന്ന അയാൾ ക്ഷയരോഗം മൂലം മരണമട യുകയായിരുന്നു. അവിടുത്തെ പീഡനങ്ങൾ സഹിക്കാനാവാതെ അ യാൾ സയനൈഡ് ഗുളിക കഴിച്ച് ആത്മഹത്യ ചെയ്യുകയായിരുന്നു എന്നും പറഞ്ഞു കേട്ടു. ഇയാൾ താമസിച്ചിരുന്ന മുറി പിന്നീട് ഡെ ത്ത് ചേമ്പറായി മാറ്റി. ഈ മുറി പ്രത്യേകം അടയാളപ്പെടുത്തിയിട്ടു ണ്ട്. 157000 മനുഷ്യർ ഇവിടേക്ക് കൊണ്ടു വരപ്പെട്ടു; ഇവരിൽ ജൂത ന്മാർ, കമ്മ്യൂണിസ്റ്റുകാർ, ജിപ്സികൾ തുടങ്ങി നാസികൾക്ക് അനഭി മതരായ പലരും ഉൾപ്പെട്ടിരുന്നു.

ടെറെസിനിലേക്ക് പ്രാഗിൽ നിന്നും ഒരു ദിവസത്തേക്കുള്ള ടൂർ ഉണ്ട്. ഇവിടെ നമുക്ക് ഒരു സ്വന്തം ഗൈഡ് ഉൾപെട്ട ബസ്ട്രിപ്പ് ബു ക്ക് ചെയ്യാം. ഒരാൾ അവിടെ അന്തേവാസിയായി എത്തി കഴിഞ്ഞാൽ എന്തൊക്കെ ചിട്ടവട്ടങ്ങളിലൂടെ കടന്ന് പോകണമെന്ന് അവർ പോയ വഴികളിലൂടെ എല്ലാം നടന്ന് വിശദീകരിക്കും. ആദ്യം തന്നെ പുതു തായി വരുന്ന ആളുകളുടെ റെജിസ്ട്രേഷന് വേണ്ടിയുള്ള ക്യൂ ആ ണ്. ഇത് ചിലപ്പോൾ 23 മണിക്കൂർ നീളും. ഇതോടൊപ്പം കയ്യിലുള്ള എല്ലാ വില പിടിച്ച വസ്തുക്കളും അധികാരികളെ ഏൽപ്പിക്കണം. അ തിന് ശേഷം ഇവരെ 'വൃത്തിയാക്കുന്ന'തിനായി ഒരു ഹാളിലേക്ക് കൊണ്ട് പോകും. വസ്ത്രങ്ങളഴിച്ച് ഒരു വലിയ സ്റ്റീമറിന് അകത്തേ ക്ക് എറിയണം. പേനിനെയും മുട്ടയേയും നശിപ്പിക്കാനാണ് ഇതെ ന്നാണ് ഉദ്ദേശം. പക്ഷേ കെമിക്കലുകൾ ഒന്നും ഉപയോഗിക്കാത്തതി നാൽ വെറും ആവി കൊണ്ടു മാത്രം ഉദ്ദേശിക്കുന്ന കാര്യം നടക്കാറി ല്ല. അടുത്തത് കുളിയാണ്. ഒരു ഷവർ അഞ്ചു പേർ ചേർന്ന് ഉപയോ ഗിക്കണം. അഞ്ച് മിനിറ്റ് ഈ ഷവർ ഉപയോഗിക്കാം. ആദ്യം സ്ത്രീക ളും കുട്ടികളും, പിന്നെ പുരുഷന്മാർ, ഏറ്റവും അവസാനം ജൂതന്മാർ അവർ വരുമ്പോഴേയ്ക്കും ചൂട് വെള്ളം ഉണ്ടാവില്ല. പച്ച വെള്ളം പോ ലും കഴിയാറായിട്ടുണ്ടാവും! ഇത് കഴിഞ്ഞാൽ 1.6 മീറ്റർ നീളത്തിലു ള്ള അള പോലെ ഒരു ചെറിയ സ്ഥലം താമസിക്കാനായി നൽകും. സന്ദർശകന് ഇത്തരം മുറികളും ടെറെസിനിലെ അവരുടെ സെമിത്തേ രികളും ഒക്കെ നടന്ന് കാണാം, ആ ദുരിതത്തിന്റെ ചരിത്രം കേൾക്കു കയും ആവാം.

4. സിസിയും ചക്രവർത്തിയും

ഇന്ന് ബസിൽ നഗരം ചുറ്റിക്കാണണമെന്നാണ് പ്ലാൻ. വിയന്ന സൈ റ്റ് സീയിംഗ് എന്ന കമ്പനിയുടെ ബസ് ടൂറാണ് തിരഞ്ഞെടുത്തത്. ഓ രോരുത്തരുടെ താല്പര്യം പോലെ മാപ്പ് നോക്കി റൂട്ട് തിരഞ്ഞെടു ക്കാം. വൈ ഫൈയും ഓഡിയോ ഗൈഡുമുള്ള ടൂറുകളാണ് എല്ലാം. മഞ്ഞ, നീല, പച്ച, ചുവപ്പ് ചാരനിറം എന്നിങ്ങനെ അഞ്ച് തരം റൂട്ടു കൾ ഉണ്ട്. ഒരിക്കൽ ടിക്കറ്റ് എടുത്താൽ ഏത് സ്റ്റോപ്പിൽ നിന്നും എ പ്പോൾ വേണമെങ്കിലും കയറുകയും ഇറങ്ങുകയും ചെയ്യാം. മിക്കവാ റും എല്ലാ ബസ് ടൂറുകളും തുടങ്ങുന്നത്, വിയന്ന ഓപ്പറ ഹൗസിന്റെ മുന്നിൽ നിന്നാണ്. പക്ഷേ, എവിടെ നിന്ന് വേണമെങ്കിലും ബസ് ടി ക്കറ്റ് വാങ്ങാം. എല്ലാം ബസ് സ്റ്റോപ്പിലും ഒരാൾ ചെറിയ ഒരു മൊ ബൈൽ ബൂത്തുമായി നിൽക്കുന്നുണ്ടാവും. മുകൾത്തട്ടാണ് കാഴ്ച കൾ കാണാൻ നല്ലത്. ഹെഡ് സെറ്റ് എത്ര വേണമെങ്കിലും ഫ്രീയാ യി എടുക്കാം. അധികം ചൂടില്ലാത്ത നല്ല തെളിഞ്ഞ ദിവസം! ഞങ്ങൾ മഞ്ഞറൂട്ടിൽ കറങ്ങാനായി ബസ്സിന്റെ മുകളിലേക്ക് കയറി.

ആദ്യം ഹീറോസ് സ്ക്വയർ (ജർമൻ പേര് ഹെൽഡൻ പ്ലാറ്റ്സ്) എന്ന സ്റ്റോപ്പാണ്. ഹോഫ്സ്ബർഗ് പാലസിന് മുന്നിലുള്ള വളരെ വ ലിയ സ്ക്വയറാണിത്. വളരെ വിശാലമായ ചത്വരത്തിൽ ആസ്ത്രിയ യുടെ സുപ്രസിദ്ധ യുദ്ധവീരന്മാരായ പ്രിൻസ് യൂജീൻ ഒഫ് സവോ യ് (Prince Eugene of Savoy), ആർച്ച് ഡ്യൂക്ക് ചാൾസ് എന്നിവരുടെ പ്രതിമകൾ കാണാം. യുദ്ധ സന്നദ്ധരായി, അശ്വാരൂഢരായി മുന്നോട്ട് കുതിക്കുന്ന രീതിയിലാണ് ഇതിന്റെ നിർമ്മാണം. യൂജിൻ 1700 നൂറ്റാ ണ്ടിൽ തുർക്കികളെ പരാജയപ്പെടുത്തി. 1809ൽ ചാൾസ്, നെപ്പോളിയ നെതിരെയുള്ള ആസ്ത്രിയയുടെ വിജയത്തിന്റെ ശില്പിയായിരുന്നു. നെപ്പോളിയനെ 1813ൽ തോൽപ്പിച്ചതിന്റെ സ്മാരകമായി നിർമ്മിച്ച ആർ ച്ച് ഇതിനടുത്ത് കാണാം.

പതിമൂന്നാം നൂറ്റാണ്ടിൽ നിർമ്മിക്കപ്പെട്ട ഈ കൊട്ടാരം ഇന്നും പ ലതരം ആവശ്യങ്ങൾക്കായി ഉപയോഗിക്കപ്പെടുന്നുണ്ട്. 18 ഭാഗങ്ങ ളിലായി 2000ൽ പരം മുറികളുള്ള ഈ മന്ദിരം 60 ഏക്കർ സ്ഥലത്താ

ണ് സ്ഥിതി ചെയ്യുന്നത്. പല പ്രാവശ്യം പുതിക്കപ്പണിയപ്പെട്ടത് കൊ
ണ്ടു പലതരം കെട്ടിട നിർമ്മാണം ശൈലികളുടെ ഒരു സഞ്ചയം ആ
യിട്ടാണ് ഇത് കാണപ്പെടുന്നത്. ഹോപ്സ്ബർഗ് കൊട്ടാരത്തിന്റെ
ബാൽക്കണിയിൽ വച്ചാണ് ഹിറ്റ്ലർ 1938ൽ ആസ്ത്രിയയെ ജർമ്മനി
യോട് കൂട്ടിച്ചേർക്കുന്ന വിവരം പ്രഖ്യാപിച്ചത്. ആസ്ത്രിയയുടെ പ്ര
സിഡന്റ് ഇതിന്റെ ഒരു ഭാഗത്താണ് താമസം.

ഹാപ്സ്ബർഗ് രാജകുടുംബം ദൈവദത്തമായ അധികാരത്തോ
ടെയാണ് ഭരിക്കുന്നതെന്ന് അക്കാലത്ത് ആളുകൾ വിശ്വസിച്ചു പോ
ന്നു. ഹോളി റോമൻ എമ്പയർ എന്നാണ് ആദ്യകാലത്ത് ഇവർ അറി
യപ്പെട്ടത്. "ഹോളി"എന്നാൽ ദൈവദത്തമായ അധികാരത്തോടെ ഭ
രിയ്ക്കുന്നു എന്നും, "റോമൻ" എന്നാൽ പുരാതനറോമാസാമ്രാജ്യ
ത്തിന്റെ പാരമ്പര്യമുള്ളവരാണ് എന്നും, "എംപയർ" എന്നാൽ പല
രാജ്യങ്ങളെ ഒന്നിച്ച് ഭരിക്കുന്നവരെന്നും അർത്ഥം. പോപ്പുമാരുടെ അ
നുഗ്രഹത്തോടെ ചക്രവർത്തിയായ ചാർളിമെയ്ൻ (എ.ഡി. 747-814)
ആയിരുന്നു ഈ രാജവംശത്തിന് തുടക്കം കുറിച്ചത്. പലപ്പോഴും പര
മ്പര്യമായിട്ടല്ല പില്ക്കാലത്ത് ഇവർ അധികാരം കൈമാറിപ്പോന്നത്,
ഭരണാധികാരികളെ തിരഞ്ഞെടുക്കലായിരുന്നു റോമാക്കാരുടെ പാര
മ്പര്യം.

വോൾട്ടെയർ ആണ് ആദ്യമായി ഇവരുടെ പരമ്പര 'neither Holy,
nor Roman, not an Empire' (പരിശുദ്ധവുമല്ല, റോമനുമല്ല, സാമ്രാ
ജ്യവുമല്ല) എന്നാദ്യമായി വിളിച്ചു പറഞ്ഞത്. നെപ്പോളിയനുമായി ഉ
ള്ള യുദ്ധത്തിന് ശേഷം 1806ൽ, അദ്ദേഹമാണ് ഈ പേര് എടുത്ത് ക
ളഞ്ഞത്. അതിന് ശേഷം ഇവർ 'എംപയർ ഓഫ് ആസ്ത്രിയ' എന്ന്
അറിയപ്പെട്ടു. കൊട്ടാരത്തിന് മുൻപിൽ മധ്യകാലത്തു് അവിടെ നില
നിന്നിരുന്ന പുരാതന റോമൻ മന്ദിരങ്ങളുടെ അവശിഷ്ടങ്ങൾ ഒരു ഭാ
ഗത്ത് ഇന്നും സൂക്ഷിച്ചിട്ടുണ്ട്; 'ഹോളി റോമൻ എംപയർ' എന്ന നാ
മം സാർത്ഥകമാക്കാനെന്ന പോലെ.

ടിക്കറ്റെടുത്ത് അകത്ത് കടന്ന് കഴിഞ്ഞാൽ ഒന്നാം നിലയിൽ ആ
ദ്യത്തെ കുറെ മുറികളിൽ രാജകുടുംബത്തിന്റെതായ പലതരം വില
പിടിച്ച സെറാമിക് പാത്രങ്ങളും ഗൃഹാലങ്കാരവസ്തുക്കളും പ്രദർശി
പ്പിച്ചിരിക്കുന്നത് കാണാം. സാധാരണ ദിവസങ്ങളിൽ വെള്ളി, സെറാ
മിക്സ് പാത്രങ്ങളും, അതിഥികൾ ഉള്ളപ്പോൾ സ്വർണപ്പാത്രങ്ങളുമാ
ണ് ഉപയോഗിച്ചിരുന്നത്.

4000 പേർക്ക് ഒരേ സമയം ഭക്ഷണം പാചകം ചെയ്യാനുള്ള സം

വിധാനങ്ങൾ അവരുടെ അടുക്കളയിലുണ്ടായിരുന്നു. 50കോഴികളെ
യോ താറാവിനെയോ ഒരേ സമയം പാകം ചെയ്യാൻ കഴിയുമായിരു
ന്നു. ഭക്ഷണ സമയത്ത് ആരും സംസാരിക്കാൻ പാടില്ല എന്നും ചക്ര
വർത്തി ഭക്ഷണം അവസാനിപ്പിച്ചാൽ മേശയിലുള്ള എല്ലാവരും ഭ
ക്ഷണം അവസാനിപ്പിക്കണമെന്നും അലിഖിത നിയമമുണ്ടായിരുന്നു.
സ്ത്രീകളുടെയും   പുരുഷന്മാരുടെയും ഇരിപ്പിടങ്ങൾ ഇടകലർന്നാ
ണ്. യൂറോപ്പിന്റെ മററു ഭാഗങ്ങൾ വ്യക്തിസ്വാതന്ത്ര്യത്തിനും ജനായ
ത്തഭരണത്തിനും പ്രധാന്യം കൊടുത്തിരുന്ന കാലത്താണ് ഇത് എ
ന്നോർക്കണം. കൊട്ടാരത്തിലെ ഭിത്തികൾക്കത്ത് കൂടി പുറമേ കാണ
പ്പെടാതെ പരിചാരകർക്ക് സഞ്ചരിക്കാനുള്ള വഴികളുണ്ട്. മുറികളു
ടെ മൂലയിൽ സെറാമിക് ഹീറ്റർ ഘടിപ്പിച്ചിട്ടുണ്ട്. ഇത് ഉള്ളിൽ നി
ന്നും തീ കൊടുത്ത് ചൂടാക്കും.

വിശാലമായ ഗോവണി വഴിയാണ് മുകളിലേക്ക് കയറേണ്ടത്. ച
ക്രവർത്തിയായ ഫ്രാൻസ് ജോസഫും ചക്രവർത്തിനിയായ ”സിസി”
എന്ന് വിളിക്കപ്പെടുന്ന ഏലിസബത്തും നടന്ന് കയറിയ പടിക്കെട്ടു
കളാണിവ എന്ന് ഓഡിയോ ഗൈഡ് ഓർമ്മിപ്പിക്കുന്നുണ്ടായിരുന്നു.

മുകളിലത്തെ നിലയിൽ ആദ്യ ഭാഗം ”സിസി”മ്യൂസിയമാണ്. ബ
വേറിയയിലെ ഡച്ചസ് ആയിരുന്ന എലിസബത്തിനെ ആണ് ഫ്രാൻ
സ് ജോസഫ് വിവാഹം ചെയ്തത്. ”സിസി” എന്ന ഓമനപ്പേരിലാ
ണ് അവർ അറിയപ്പെട്ടത്. സിസിയുടെ പതിനാറാം വയസ്സിലായിരു
ന്നു ഈ വിവാഹം നടക്കുന്നത്. അദ്ദേഹം സിസിയുടെ മൂത്ത സ
ഹോദരിയെയായിരുന്നു വിവാഹത്തിനായി തിരഞ്ഞെടുക്കേണ്ടിയിരു
ന്നത്. എന്നാൽ   പ്രഥമദർശനത്തിലുണ്ടായ അനുരാഗത്തിന്റെ പേ
രിൽ അതിസുന്ദരിയായ സിസിയാണ് തന്റെ വധുവാകേണ്ടത് എന്ന്
അദ്ദേഹം തീരുമാനിക്കുകയായിരുന്നു. നാർസിസിസ്റ്റിന്റെ (അവനവ
ന്റെ ഗുണങ്ങളിൽ മുഴുകിയിരിയ്ക്കുന്ന) സ്വഭാവമായിരുന്നു അവർ
ക്ക്! പാദം വരെ നീണ്ടു കിടന്നിരുന്ന ചോക്കലേറ്റ് നിറമുള്ള മുടിയു
ടെ സംരക്ഷണത്തിനായി അവരുടെ സ്റ്റാഫ് ദിവസവും രണ്ടു മണി
ക്കൂർ ജോലി ചെയ്തിരുന്നു. ഈ സമയം അവർ എന്തെങ്കിലും വായി
ക്കുയോ, തന്റെ പ്രിയപ്പെട്ട ഹംഗേറിയൻ ഭാഷ പഠിക്കുകയോ ചെയ്
തിരുന്നു. അവരുടെ മുടിയുടെ നിറത്തിലും നീളത്തിലുമുള്ള ഒരു വി
ഗ് അവിടെ പ്രദർശിപ്പിച്ചിട്ടുണ്ട്.

ഫ്രാൻസ് ജോസഫ്

തടിയിൽ നിർമ്മിച്ച പല തരത്തിൽ ഉള്ള വ്യായാമത്തിനായുള്ള ഉ പകരണങ്ങൾ അവരുടെ മുറിയിൽ കാണാം. വിയന്നയിൽ ആദ്യമാ യി കുളിമുറിയിൽ പൈപ്പും വെള്ളവും വന്നത് സിസിയുടെ മുറിയി ലായിരുന്നു. യൂറോപ്പിലെ ആദ്യത്തെ ലിനോളിയം ടൈലുകൾ അവ രുടെ മുറിയിലാണ് പതിച്ചത്. അവരുടെ ബാത്ത് ടബ്ബും ഈ മുറി യിൽ കാണാം. സിസി പണ്ട് ഉപയോഗിച്ച ആഭരണങ്ങളും ഗൗണുക ളും കിരീടവും മറ്റും ഇന്നും അവിടെ സൂക്ഷിച്ചിട്ടുണ്ട്. ആകാര ഭംഗി യും ശരീര വടിവും നിലനിർത്തുകയായിരുന്നു അവരുടെ ജീവിത ത്തിലെ പ്രധാന ലക്ഷ്യം. വളരെ കഠിനമായ ഡയറ്റിംഗും വ്യായാമ വും ചെയ്തിട്ട് പോലും പതുക്കെപ്പതുക്കെ പ്രായം അതിന്റെ അട യാളങ്ങൾ കാണിച്ചു തുടങ്ങി. മുപ്പത് വയസ്സിന് ശേഷം അവർ സ്വ ന്തം ഫോട്ടോകൾക്കോ പോർട്രെയിറ്റിനോ അനുവാദം നൽകിയില്ല. പൊതു സ്ഥലങ്ങളിൽ പ്രത്യക്ഷപ്പെട്ടുമ്പോൾ ചലിയ്ക്കുന്ന ഒരു ചെ റിയ വിശറി കൊണ്ടു മുഖം മറയ്ക്കുകയും ചെയ്തു.

രാജകൊട്ടാരത്തിലെ അന്തരീക്ഷവുമായി ഒരു തരത്തിലും ഒത്തു പോകാൻ അവർക്ക് കഴിഞ്ഞില്ല. അമ്മായി അമ്മയായ സോഫിരാജ്ഞി സ്വന്തം കുട്ടികളെ വളർത്താനുള്ള അവകാശം പോലും അവർക്ക് നൽ കിയില്ല. വിഷാദവതിയായ അവർ സ്വാസ്ഥ്യം തേടി യാത്രചെയ്യാൻ ആരംഭിച്ചു. മരുന്നു പെട്ടികളും പരിചാരകവൃന്ദവുമായിട്ടാണ് അവർ സഞ്ചരിച്ചിരുന്നത്. അവരുടെ സ്പെഷ്യൽ കോച്ചിന്റെ മാതൃകയും അ വിടെ കാണാം. ഇത് മൂലം ഭാര്യയും ഭർത്താവും തമ്മിലുള്ള അകലം വർദ്ധിച്ചു വന്നു. നായാട്ട് മാത്രമേ ഫ്രാൻസ് ജോസഫിന് ഉല്ലാസത്തി നായി ആവശ്യമുണ്ടായിരുന്നുള്ളൂ. ഭാര്യയുടെ ഓർമ്മയ്ക്കായി അദ്ദേ ഹത്തിന്റെ എല്ലാ മുറിയിലും സിസിയുടെ ഓരോ പ്രതിമ സ്ഥാപിച്ചി രുന്നു. അവസാനത്തെ കുട്ടിയുടെ ജനന ശേഷം ഭാര്യാഭർത്താക്ക ന്മാർ തമ്മിൽ കാണൽ തന്നെ വളരെ വിരളമായി. എന്നാൽ ഭാര്യയെ വളരെയധികം സ്നേഹിച്ചിരുന്ന അദ്ദേഹം ഭാര്യയ്ക്ക് എന്നും കത്തു കൾ എഴുതിയിരുന്നു. ഈ കത്തുകൾ ഇന്നും ആർക്കേവ്സിൽ ഉണ്ട്. നന്നായി ഹംഗേറിയൻ ഭാഷ സംസാരിക്കുമായിരുന്ന അവരോട് ആ നാട്ടുകാർക്ക് ഉണ്ടായിരുന്ന സ്നേഹവും തുടരെത്തുടരെയുള്ള സ ന്ദർശനങ്ങളും ഹംഗറിയുടെ സ്വാതന്ത്ര്യലബ്ധിക്ക് ഒരു പ്രധാന കാര ണമായിട്ടുണ്ട്. 1898ൽ ജനീവയിൽ വച്ച് ഒരു ഇറ്റലിക്കാരനായ വിപ്ലവ കാരിയുടെ കുത്തേറ്റ് സിസി മരിയ്ക്കുകയായിരുന്നു. മൂന്ന് കുട്ടികളു ടെ മാതാവായ അവർ 50 വയസ്സിലും 21 ഇഞ്ച് അരക്കെട്ടിന്റെ ഉടമയാ യിരുന്നു എന്ന് ഗൈഡ് പറയുന്നുണ്ടായിരുന്നു.

സ്വപ്നജീവിയായിരുന്ന അവർ എഴുതിയ കവിതകൾ മ്യൂസിയ ത്തിൽ പ്രദർശിപ്പിച്ചിട്ടുണ്ട്. ഔദ്യോഗികമായ ചടങ്ങുകൾ അവർ വെ റുത്തു; അവ കഴിയുന്നത്ര ഒഴിവാക്കിയിരുന്നു. അവരുടെ പ്രത്യേക റെസിപ്പികളും സൗന്ദര്യസംവർദ്ധകരീതികളും അവിടെ എഴുതി വ ച്ചിട്ടുണ്ട്. പച്ചമാംസത്തിന്റെ പേസ്റ്റ് അവർ രാത്രി മുഖത്ത് പുരട്ടി ഉറ ങ്ങുമായിരുന്നു. അണുക്കളെപ്പറ്റി വളരെ ഭയമുണ്ടായിരുന്ന അവർ ത ണുപ്പ് കാലത്ത് പോലും രണ്ട് നേരം കുളിക്കുകയും എപ്പോഴും വെ ളുത്ത കൈയുറകൾ അണിഞ്ഞ് നടക്കുകയും ചെയ്തിരുന്നു. ആന ക്കൊമ്പിൽ തീർത്ത വിശറിയും അവർ സ്ഥിരമായി ഉപയോഗിച്ചിരു ന്നു.

1898 സെപ്റ്റംബർ 10ന് ലൂയിജി ലുചെനി എന്ന ഒരു ഇറ്റലിക്കാ രനാണ് സ്വിറ്റ്സർലാൻഡിലെ ജനീവയിൽ വച്ച് ഇവരെ നെഞ്ചിൽ കഠാര കുത്തിയിറക്കി കൊലപ്പെടുത്തുന്നത്. അവരുടെ ശവശരീരത്തി

ലണിഞ്ഞിരുന്ന മാസ്ക്, ശവശരീരവും വഹിച്ചു കൊണ്ടുള്ള ഘോഷ യാത്രയുടെ ചിത്രങ്ങൾ എന്നിവയും ഇവിടെ കാണാം. അവർ ജീവി ച്ചിരുന്ന കാലത്തുണ്ടായിരുന്ന സെൻസർഷിപ്പു മൂലം അവരെപ്പറ്റി പൊതുജനത്തിന് വലിയ അറിവൊന്നുമുണ്ടായിരുന്നില്ല. കഠിനമായ ഡയറ്റിംഗിലാണെങ്കിലും ഇടക്കിടെ അവർ തൊട്ടടുത്തുള്ള ഡമെൽ എന്ന പേസ്ട്രിഷോപ്പിൽ നിന്ന് ചോക്കലേറ്റ് കേക്കും ഐസ്ക്രീമും മറ്റു മധുപലഹാരങ്ങളും മറ്റും വരുത്തി കഴിച്ചിരുന്നു. ഇതിന്റ ബില്ലു കളും ഇവിടെ പ്രദർശിപ്പിച്ചിട്ടുണ്ട്. മരിക്കുമ്പോൾ 100 പൗണ്ടായിരു ന്നു അവരുടെ തൂക്കം.

ഒരു മകൻ കാമുകിയോടൊപ്പം ആത്മഹത്യ ചെയ്തത് അവരു ടെ വിഷാദരോഗം മൂർച്ഛിക്കാൻ ഇടയാക്കി. യാത്രകളാണ് അവർക്ക് മരുന്നായതു്. യൂറോപ്പ് മുഴുവൻ അവർ സഞ്ചരിച്ചു. ഗ്രീസായിരുന്നു അവരുടെ ഏറ്റവും പ്രിയപ്പെട്ട രാജ്യം. മരണശേഷമാണ് അവരുടെ

സിസി

ജീവിതവും അവരെ പറ്റിയുള്ള കഥകളും വിൽപ്പനച്ചരക്കായി മാറി യത്. അതിന് ശേഷം അവരുടെ ചിത്രം ബിയർക്യാനുകളിലും ബിസ് കററ് ടിന്നുകളിലും വരെ പ്രത്യക്ഷപ്പെട്ടു തുടങ്ങി. ഇവരുടെ ജീവിത കഥയെ അടിസ്ഥാനമാക്കി നിരവധി സിനിമകളും മ്യൂസിക്കലുകളും നിർമ്മിക്കപ്പെട്ടിട്ടുണ്ട്.

എമ്പററുടെ മുറികളിലേക്കാണ് ഇനി പോകുന്നത്. ഫ്രാൻസ് ജോ സഫ് 68 വർഷം തുടർച്ചയായി രാജ്യം ഭരിച്ചു. ചെറുപ്പകാലത്തെ പരി ശീലനത്തിന്റെ പ്രത്യേകത കൊണ്ടായിരിക്കാം വളരെ കൃത്യനിഷ്ഠയും ചുമതലാബോധവും ഉള്ള വ്യക്തിയായിരുന്നു അദ്ദേഹം. ഭാര്യയുണ്ടാ യിരുന്നെങ്കിലും ഒറ്റയാനായി ജീവിക്കേണ്ടി വന്ന അദ്ദേഹത്തിന്, സ ഹോദരൻ, കിരീടാവകാശിയായ മകൻ, ഭാര്യ, അനന്തരവനായ ആർ ച്ച് ഡ്യൂക്ക് ഫെർഡിനന്റ് എന്നിവർ കൊല ചെയ്യപ്പെടുന്നത് കാണേ ണ്ടി വന്നു. ഇതിൽ അവസാനത്തെയാളിന്റെയും ഭാര്യയുടെയും കൊ ലപാതകമാണ് ലോകചരിത്രത്തിലെ തന്നെ ഏറ്റവും ദുരിതം വിതച്ച ഒന്നാം ലോകമഹായുദ്ധത്തിനു കാരണമായത്. ഇതോടെ ഈ രാജ വംശത്തിന് അവസാനമായി.

അദ്ദേഹത്തിന്റെ ചെറിയ ഇരുമ്പ് കട്ടിലും എഴുത്തു മേശയും ഭാ ര്യയുടെയും കുട്ടികളുടെയും ചിത്രങ്ങളോട് കൂടിയ ഫ്രെയിമുകളും ഈ മുറികളിൽ കാണാം. ചക്രവർത്തിക്ക് ബെൽ അടിച്ച ശേഷം അ നുവാദത്തോടെ മാത്രമേ ഭാര്യയുടെ മുറിയിൽ കടക്കാൻ സാധിച്ചിരു ന്നുള്ളു. അത് ഇന്നും അവിടെ കാണാം. ജനാധിപത്യത്തെപ്പറ്റി അദ്ദേ ഹത്തിന് വലിയ മതിപ്പുണ്ടായിരുന്നില്ല. തന്റെ ഭരണകാലത്തു നിർ മ്മിച്ച പാർലമെന്റിൽ അദ്ദേഹം ഒരിക്കൽ പോലും കാലെടുത്ത് കു ത്തിയിട്ടില്ല. അവസാന ദിനങ്ങളിൽ പോലും തന്റെ മിലിറ്ററി യൂണി ഫോം അണിഞ്ഞിരുന്നു. തന്റെ സൈനിക സംബന്ധിയായ കഴിവുക ളെപ്പറ്റിയും നയതന്ത്രജ്ഞതയെപ്പറ്റിയും അദ്ദേഹത്തിന് വലിയ മതി പ്പായിരുന്നു. ഇത് മൂലം, ലോകം മാറിക്കൊണ്ടിരിക്കുന്നതറിയാതെ പ ഴയ അളവ് കോലുകൾ ഉപയോഗിച്ച് പലകാര്യങ്ങളിലും തീരുമാന മെടുത്തു. അതിനാശകാരിയായ ഒന്നാം ലോകമഹായുദ്ധത്തിനും തു ടർന്ന് ഈ രാജവാഴ്ചയുടെ അവസാനത്തിനും ഇത് കാരണമായി. ഒന്നാം ലോകമഹായുദ്ധം അവസാനിക്കുന്നതിന് മുൻപ് തന്നെ 1916ൽ ന്യൂമോണിയ ബാധിച്ച് അദ്ദേഹം മരണമടഞ്ഞു.

ചക്രവർത്തിയെ കാണാൻ വരുന്ന പുരുഷന്മാർ ടെയിൽകോട്ട് (Tailcoat) ധരിച്ചിരിക്കണം, സ്ത്രീകൾ ഗൗണും; പറയാനുള്ള കാര്യ

ങ്ങൾക്കായി രണ്ടര മിനിറ്റ് ലഭിക്കും. അത് കഴിഞ്ഞാൽ രാജാവിനെ കുനിഞ്ഞു വന്ദിച്ച് പുറത്ത് കടക്കാം. അദ്ദേഹത്തിന്റെ കാര്യങ്ങൾ ശ്ര ദ്ധിക്കാനായി 14 പേർ അടങ്ങിയ പേർസണൽ സ്റ്റാഫ് ഉണ്ടായിരുന്നു.

ഇതിന് ശേഷം പ്രത്യേക ടിക്കറ്റെടുത്താൻ ഹാപ്സ്ബർഗ് ട്രഷറി കാണാം. നൂറ് കണക്കിന് വർഷങ്ങൾ പഴക്കമുള്ള രാജവംശത്തിന്റെ പാരമ്പര്യ സ്വത്തുക്കൾ, വാളുകൾ, കിരീടങ്ങൾ, കിരീടധാരണ സമ യത്തും വിവാഹവസരത്തിലും ധരിച്ച വസ്ത്രങ്ങൾ, പുരാത പെയിന്റിം ഗുകൾ എന്നിവ ഇവിടെ കാണാം. ഒരിടത്ത് നെപ്പോളിയന്റെ മകന്റെ തൊട്ടിലും പ്രദർശിപ്പിച്ചിട്ടുണ്ട്.

നെപ്പോളിയൻ ബോണപ്പാർട്ട് (1769-1821) ഒരു സാധാരണ ഫ്ര ഞ്ചുപൗരൻ എന്ന നിലയിൽ നിന്നും ഉയർന്ന് വന്ന്, വിപ്ലവത്തിന് ശേ ഷം ജനായത്തഭരണം വാഗ്ദാനം ചെയ്ത അധികാരത്തിൽ വന്ന ആ ളാണ്. എന്നാൽ സ്വയം "എംമ്പറർ ഒഫ് ഫ്രാൻസ" എന്ന് വിളിച്ചു കൊണ്ടാണ് അദ്ദേഹം അധികാരത്തിലേറിയത്. ആദ്യഭാര്യയായ ജോ സഫീന് ആൺകുട്ടികളുണ്ടാകാതെയായപ്പോൾ നെപ്പോളിയൻ അവ രുമായുള്ള വിവാഹബന്ധം വേർപെടുത്തി, ഹാപ്സ്ബർഗ് രാജകു ടുംബത്തിൽ നിന്ന് മേരി ലുയിസിനെ വിവാഹം ചെയ്തു. അദ്ദേഹം അക്കാലത്തെ യൂറോപ്പിലെ രാജകുടുംബങ്ങളുമായി നല്ല ചങ്ങാത്ത ത്തിലായി. ഇവർക്ക് ജനിച്ച രാജകുമാരന് 'King of Rome'(റോമി ലെ രാജാവ്) എന്ന സ്ഥാനപ്പേര് നൽകി. അങ്ങനെ പുതിയ ഒരു യൂ റോപ്യൻ രാജവംശത്തിന് തുടക്കമിടാൻ ഒരുങ്ങിയ നെപ്പോളിയൻ വാ ട്ടർ ലുവിൽ വച്ച് പരാജിതനായതോടെ സ്വപ്നങ്ങളെല്ലാം ചാരമായി. നെപ്പോളിയന്റെ പ്രക്ഷുബ്ധമായ അവസാന വർഷങ്ങളിൽ മേരി ലുയി സും മകനും മാതാമഹന്റെ സംരക്ഷണയിൽ വിയന്നയിലെ കൊട്ടാര ത്തിലാണ് ജീവിച്ചത്. ഇരുപത്തി ഒന്നാമത്തെ വയസ്സിൽ ക്ഷയരോഗം മൂലം അവിടെ വച്ച് തന്നെ മകൻ മരണപ്പെട്ടു,

കടലിന്റെ ശക്തി (Power of Sea), കരയുടെ ശക്തി (Power of Land) എന്നീ പേരുകളോട് കൂടിയ രണ്ട് ജലധാരായന്ത്രങ്ങൾ കൊ ട്ടാരത്തിന്റെ ഇരുവശത്തുമായി കാണാം. 1895ൽ റഡോൾഫ് വെയർ ആണ് ആസ്ത്രിയൻ നാവിക ശക്തിയെ പ്രകീർത്തിച്ചു കൊണ്ടു് ആ ദ്യത്തേത് നിർമ്മിച്ചത്. വെളുത്ത മാർബിളിൽ നിർമ്മിച്ച ഈ ജീവസ്സു റ്റ കലാസൃഷ്ടിയിൽ കടലിലൂടെ കപ്പലിൽ സഞ്ചരിയ്ക്കുന്ന ഒരു സു ന്ദരിയായ സ്ത്രീയുടെ രൂപത്തിൽ ആസ്ത്രിയയെ ചിത്രീകരിച്ചിരി ക്കുന്നു. അകമ്പടിയായി കടലിന്റെ ദേവനായ നെപ്റ്റ്യൂണും കടൽ

വ്യാളി എന്നിവരെയും കാണാം. മറ്റൊരു ഭാഗത്തുള്ള Power of Land എന്ന ഫൗണ്ടൻ ഇവരുടെ കരസേനയുടെ ശക്തിയെ പ്രകീർത്തിക്കു ന്നതാണ്. രണ്ടും ഒന്നിനൊന്ന് മനോഹരമാണ്.

5. വിയന്നയിലേക്ക്

ഇന്ന് വിയന്നയിലേക്ക് പോകുകയാണ്. ചെക്ക് റിപ്പബ്ലിക്കിന്റെ ആ യൽരാജ്യമായ ആസ്ട്രിയയുടെ തലസ്ഥാനമാണ് വിയന്ന. കുറച്ചുദി വസം വിയന്നയിൽ താമസിച്ച ശേഷം വീണ്ടും പ്രാഗിലേക്കു മടങ്ങി വരണമെന്നായിരുന്നു പ്ലാൻ. പത്തുമണിയോടു കൂടി ഹോട്ടലിൽ നി ന്ന് ചെക്ക് ഔട്ട് ചെയ്ത ശേഷം റെയിൽവേ സ്റ്റേഷനിലെത്തി. പൗ രാണികമായ ഈ സ്റ്റേഷന്റെ കുംഭഗോപുരം മനോഹരമാണ്.

പ്രാഗ് – വിയന്ന ട്രെയിൻ യാത്രയ്ക്ക് ഏകദേശം നാലു മണിക്കൂർ വേണ്ടി വരും എന്നാണ് ടിക്കറ്റിൽ. RQ77 നമ്പർ ട്രെയിനിൽ അധികം തിരക്കുണ്ടായിരുന്നില്ല. യാത്രക്കാരിൽ അധികവും ടൂറിസ്റ്റുകളായിരു ന്നു. 'നിശബ്ദമായ കമ്പാർട്ട്മെന്റ് (quiet compartment) ആയിരുന്നു ഞങ്ങൾ തിരഞ്ഞെടുത്ത്. ഇവിടെ അങ്ങനെയുള്ള ഒരു തിരഞ്ഞെ ടുപ്പിനുള്ള സംവിധാനം ഉണ്ട്. അതുകൊണ്ട് എല്ലാവരും വളരെ പതി ഞ്ഞ ശബ്ദത്തിൽ ആയിരുന്നു സംസാരിച്ചിരുന്നത്. അതിനിടയിൽ കുറേ ചെറുപ്പക്കാർ വന്നു കയറി. അവരിൽ ഒരാൾ ഉച്ചത്തിൽ ചിരിക്കുയും വർത്തമാനം പറയുകയും ചെയ്തു. യാത്രക്കാരിയായ പ്രായമായ ഒ രു സ്ത്രീ ആദ്യം അവരോട് നിശബ്ദമായിരിക്കാൻ ആവശ്യപ്പെട്ടു. പി ന്നെയും അവർ ബഹളമുണ്ടാക്കിക്കൊണ്ടേയിരുന്നു. അല്പ സമയം കഴിഞ്ഞപ്പോൾ അവർ പോയി കണ്ടക്ടറെ വിളിച്ചു കൊണ്ട് വന്നു. ക ണ്ടക്ടർ ഒരു സ്ത്രീയായിരുന്നു. മുഖം കറുപ്പിക്കാതെ, എന്നാൽ ഉറച്ച സ്വരത്തിൽ തന്നെ ഇത് നിയമത്തിന് എതിരാണെന്നും ശബ്ദം ഉണ്ടാ ക്കണമെങ്കിൽ വേറെ കമ്പാർട്ട്മെന്റിലേക്ക് മാറി പോകണമെന്ന് ആ വശ്യപ്പെട്ടു. അവർക്ക് അതല്ലാതെ വേറെ വഴിയുണ്ടായിരുന്നില്ല. അ തോടെ ആ യുവാക്കൾ അവിടെ നിന്നു പോയി.

ട്രെയിന്റെ ജനാലയിൽ കൂടി നോക്കുമ്പോൾ പുറത്ത് ശരത്കാല (fall season)ത്തിന്റെ ചായക്കൂട്ടുകൾ കാണാം. മഞ്ഞു കാലത്തിന് മുൻപായി താപനില കുറഞ്ഞു വരുമ്പോൾ ഇലകൾ പഴുത്ത്, വീണു തുടങ്ങുന്ന കാലമാണിത്. ഇലകൾ മഞ്ഞയും ഓറഞ്ചും ആയി മാറി, ശീതക്കാറ്റിൽ കൊഴിഞ്ഞു വീണു കൊണ്ടിരിക്കുന്നു. ആൾ താമസമി

ല്ലാതെ വെറും പുൽമേടുകളും ചെറിയ മരങ്ങളും മാത്രമുള്ള പ്രദേ ശങ്ങളിൽ കൂടിയാണ് അധികവും ട്രെയിൻ കടന്നുപോയത്. പഴയ ഫാക്ടറികളും ചെറിയ വീടുകളും ചില പുരാതന പള്ളികളുടെ ഗോ പുരങ്ങളും ദൂരെ കണ്ടു. പ്രാഗിലെ ഇത്തരം കാഴ്ചകൾ നിറപ്പകിട്ട് കുറഞ്ഞതാണ്. പ്രത്യേകമായി അടയാളപ്പെടുത്തിയിട്ടില്ലെങ്കിലും ആ സ്ട്രിയൻ ബോർഡർ എത്തുമ്പോൾ തന്നെ കാഴ്ചകളുടെ വ്യത്യാ സം കൊണ്ട് നമുക്ക് അത് വെളിവാകും. പ്രാഗിലെ നാട്ടിൻപുറങ്ങളി ലെ വീടുകളും മറ്റു കെട്ടിടങ്ങളും പുറമേ തീരെ അലങ്കാരങ്ങളൊ ന്നുമില്ലാത്ത നിർമ്മിതികളാണ്. സോവിയറ്റ് ഭരണ കാലത്തെ നിർമ്മി തികളായത് കൊണ്ടാവാം. ഇവയും ആസ്ട്രിയൻ ഭൂപ്രദേശത്തെ കെ ട്ടിട നിർമ്മാണ ശൈലികളുമായി പ്രകടമായ വ്യത്യാസങ്ങൾ ഉണ്ട്.

വിയന്ന ഓപ്പെറാ തീയേറ്റർ

വിയന്ന സ്റ്റേഷൻ വളരെ വിശാലമാണ്. ഇന്ത്യയിലെ ടാക്സിക്കാ രുടെ പോലെ തന്നെ അവിടെയും പുറത്തിറങ്ങി കഴിഞ്ഞാൽ അവർ ഓടിവന്നു നമ്മളെ പൊതിയും. കൂടുതലും അറബി വംശജരാണ് ഇ വർ എന്ന് അവരുടെ ഇംഗ്ലീഷ് സംസാര ശൈലിയിൽ നിന്ന് മനസ്സി ലായി. അവസാനം ഒരു ഈജിപ്ഷ്യൻ ഡ്രൈവർ ഞങ്ങളെ 12 യൂറോ യ്ക്ക് എയർ ബി &ബിയിൽ എത്തിക്കാമെന്ന് ഏറ്റു. ടിപ് ഉൾപ്പെടെ പതിനഞ്ചു യൂറോയ്ക്ക് താമസസ്ഥലത്ത് എത്തി.

അവിടുത്തെ ചുമതലക്കാരനായ മിസ്റ്റർ തോമസ് ഞങ്ങളെ കാ ത്തു നിന്നിരുന്നു. നല്ല പൊക്കത്തിൽ മെലിഞ്ഞ ഒരു സരസനാണ് തോമസ്. നാലാം നിലയിലാണ് ഫ്ളാറ്റ്. ഒരു ചെറിയ ലിഫ്റ്റിൽ മുക ളിലേക്ക് പോകാം. രണ്ടു പെട്ടിയും രണ്ടാളും കയറും, അത്രതന്നെ. പുള്ളി വീടൊക്കെ കൊണ്ടു നടന്നു എന്തൊക്കെയാണ് ചെയ്യേണ്ട തെന്നും ഏതെല്ലാം സാധനങ്ങൾ എവിടെയൊക്കെയാണ് ഇരിക്കുന്ന ത് എന്നും കാണിച്ചു തന്നു. കൂടാതെ വിയന്ന പട്ടണത്തിൽ കാണേ ണ്ട കാഴ്ചകൾ, അറിഞ്ഞിരിക്കേണ്ട വിവരങ്ങൾ എന്നിവയെപ്പറ്റി അ രമണിക്കൂർ ക്ലാസ്സും തന്നു. വീട് നല്ല സൗകര്യമുള്ളതായിരുന്നു. ഒരു പ്രത്യേകത ജനാലകൾക്ക് 3 തരം കർട്ടനുകൾ ഉണ്ടായിരുന്നു എന്ന താണ്. ഒരു ബട്ടൻ അമർത്തിയാൽ ഏറ്റവും പുറമേ ഉള്ള കർട്ടൻ താ ഴേക്ക് വന്നു കൊള്ളും. കാറ്റും മഴയും തടുക്കാനാണിത് എന്ന് തോ മസ് പറഞ്ഞു. സൈക്കിളുകൾ ധാരാളമായി ഉപയോഗിക്കപ്പെടുന്ന ഇവിടെ അവർക്കായി എല്ലാ റോഡുകളിലും പ്രത്യേക ലെയിൻ ഉ ണ്ട്.

തൊട്ടടുത്തു തന്നെയാണ് മൃഗശാല. പക്ഷേ ഞങ്ങളുടെ കൂട്ട ത്തിൽ ആർക്കും അത് കാണാൻ താല്പര്യം ഇല്ല. അല്പം കഴിഞ്ഞു ഞങ്ങൾ പട്ടണം കാണാനിറങ്ങി. കുറച്ചു ദൂരം നടന്നപ്പോൾ വിയന്ന യിലെ ഏറ്റവും പ്രസിദ്ധമായ മരിയൻ ഹിൽഫർ സ്ട്രോസ്സെ എന്ന പേരിലുള്ള ഫാഷൻ സ്ട്രീറ്റ് കണ്ടു. മിക്കവാറും പ്രസിദ്ധമായ എല്ലാ ബ്രാൻഡുകളുടെയും ഷോപ്പുകൾ ഇവിടെയുണ്ട്. കുറേ നേരം അ തൊക്കെ നോക്കി നടന്നു. ഡിന്നറിന് സമയമായപ്പോൾ അവിടെ ക ണ്ട ഒരു ടർക്കിഷ് റസ്റ്റോറന്റിൽ നിന്ന് ഷവർമ കഴിച്ചു. അത് കഴി ഞ്ഞു പട്ടണഹൃദയ ഭാഗത്തേക്ക് പതുക്കെ നടന്നു. അവിടെയാണ് ഓപ്പറ ഹൗസ്. അപ്പോഴേക്കും രാത്രി 8.15ന് ഉള്ള ഷോയ്ക്ക് ആളു കൾ കയറാൻ തുടങ്ങിയിരുന്നു. സാധാരണ ഓപ്പറയ്ക്ക് പോകുമ്പോൾ സ്ത്രീകൾ പ്രത്യേകിച്ചും നന്നായി അണിഞ്ഞൊരുങ്ങിയാണ് പോവു

ക, പക്ഷേ ടൂറിസ്റ്റുകൾക്ക് അങ്ങനെ നിയമങ്ങളൊന്നുമില്ല. ആ തിര ക്കും ബഹളവും തെരുവ് പാട്ടുകാരുടെ കാഴ്ചകളും സംഗീതവും ഒ ക്കെ ആസ്വദിച്ച് കുറെ ദൂരം അലഞ്ഞു നടന്നു. സംഗീതം രക്തത്തിൽ അലിഞ്ഞു ചേർന്ന ഇവരുടെ നഗരത്തിൽ സന്ധ്യയായിക്കഴിഞ്ഞാൽ പാതയോരത്ത് തന്നെ ചെറിയ സംഗീത പരിപാടികൾ ഉണ്ടാവും. ഉ പകരണ സംഗീതമോ വായ്പ്പാട്ടോ ആകാം. കാഴ്ചക്കാർ പണവും കയ്യടിയും കൊണ്ട് ഇവരെ നന്നായി പ്രോത്സാഹിപ്പിക്കുന്നുണ്ടായിരു ന്നു.

സുന്ദരമായ സെന്റ്.സ്റ്റീഫൻസ് കത്തീഡ്രലിന്റെ രാത്രികാല ദൃ ശ്യം ഞങ്ങൾക്ക് ഗോചരമായി. തെരുവു വിളക്കുകളുടെ മങ്ങിയ പ്ര കാശത്തിൽ പള്ളിയുടെ ഗോപുരവും കൊത്തുപണികളുള്ള പ്രധാന മന്ദിരവും മറ്റും അലൗകികമായ കാഴ്ചകളായി തോന്നി. ആധുനിക സൗകര്യങ്ങളും, നിർമ്മാണ വിദ്യകളും ടെക്നോളജിയും ഒക്കെ ലഭ്യ മായിട്ടുള്ള ഈ കാലത്തുപോലും അത്തരത്തിലുള്ള ഒരു മന്ദിരം ഉ ണ്ടാക്കിയെടുക്കാൻ എത്രത്തോളം സാദ്ധ്യമാണെന്ന് ഇത് കാണുന്ന ആരും ചിന്തിച്ചു പോകും. രണ്ടാം ലോകമഹായുദ്ധകാലത്ത് ഇതിന് വളരെയധികം കേടുപാടുകൾ സംഭവിച്ചു. യുദ്ധത്തിന്റെ അവസാന ദിനങ്ങളിൽ ഇതിന്റെ മേൽക്കൂര തീ പിടിച്ചു നശിച്ചു.

എന്നാൽ പിന്നീട് പഴയത് പോലെ തന്നെ പുനർനിർമ്മിക്കുകയാ യിരുന്നു. പള്ളിയുടെ മേൽക്കൂര തിളക്കമുള്ളതും പലനിറത്തിലുള്ള തുമായ ഏകദേശം 200000 ടൈലുകൾ കൊണ്ടു് പൊതിഞ്ഞിരിയ്ക്കു ന്നു. നിറമുള്ള ടൈലുകൾ കൊണ്ട് പ്രത്യേക തരം ഡിസൈനുകൾ സൃഷ്ടിച്ചിരിക്കുന്നു. ദൂരെക്കാഴ്ചയിൽ ഇവ വ്യക്തമായി കാണാം. ര ണ്ടാം ലോകമഹായുദ്ധകാലത്ത് ജർമ്മൻ പട്ടാളം ഇത് മനപൂർവ്വം ബോംബിട്ട് നശിപ്പിക്കുകയായിരുന്നു. കലാപരമായ പ്രധാന്യമുള്ള പ ല ഭാഗങ്ങളും അന്ന് സംഭവിച്ച നാശത്തിൽ നിന്ന് രക്ഷപ്പെട്ടു.

1853ൽ ചക്രവർത്തി ജോസഫ് ഒരു കൊലപാതകശ്രമത്തിൽ നി ന്ന് രക്ഷപ്പെട്ടതിന്റെ നന്ദി സൂചകമായാണ്, സംഭവം നടന്ന ഇടത്ത് തന്നെ ഇന്ന് കാണുന്ന നിലയിലുള്ള സെന്റ് സ്റ്റീഫൻസ് പള്ളി നിർ മ്മിച്ചത്. ഇതിന്റെ ആദിമരൂപം 1137 ലാണ് നിർമ്മിച്ചത്. രാജാവിന്റെ മേലുള്ള ദൈവികമായ കവചത്തെപ്പറ്റി പ്രതിലോമ ശക്തികളെ ഓർ മ്മപ്പെടുത്തിക്കൊണ്ടിരിക്കാനും കൂടിയായിരുന്നു ഈ നിർമ്മിതി. ഇ തിന്റെ പ്രധാന ഗേറ്റിന് 'Giants Door' എന്നാണ് പേർ. ഒരു മസ്റ്റഡോ ണിന്റെ (അന്യം നിന്ന് പോയ, ആനയുടെ ആകൃതിയും വലിപ്പവു

മുള്ള സസ്തനിയായ ഒരു ജീവി) തുടയെല്ല് വർഷങ്ങളോളം ഇവിടെ തൂക്കിയിട്ടുണ്ടായിരുന്നു. ഇത് ഇന്നും ഇവിടെ സൂക്ഷിച്ചിട്ടുണ്ട്. 1443ൽ ഇതിന്റെ ഏറ്റവും ഉയരം കൂടിയ വടക്കൻ ടവർ നിർമ്മിക്കാൻ വേണ്ടി മണ്ണു മാറ്റുന്ന അവസരത്തിൽ ലഭിച്ചതാണ് ഈ എല്ല്. 446 അടി പൊക്കമുണ്ട് മേൽ പറഞ്ഞ വടക്കൻ ഗോപുരത്തിന്. ബിഥോവൻ ആ ദ്യമായി സ്വന്തം ബധിരത തിരിച്ചറിഞ്ഞതിനെപ്പറ്റി ഈ പള്ളിയുമായി ബന്ധപ്പെട്ട ഒരു കഥയുണ്ട്. ഒരു നാൾ ഈ പള്ളി മണിയടിച്ചപ്പോൾ ആ ഗോപുരത്തിലിരുന്ന പക്ഷികൾ പറന്ന് പോവുകയും ശബ്ദമൊ ന്നും കേൾക്കാതിരിയ്ക്കുകയും ചെയ്തപ്പോഴാണ് അദ്ദേഹം സ്വന്തം അവസ്ഥയെ പറ്റി ബോധവാനായതത്രേ. ഇന്ന് പള്ളിയുടെ പല ഭാഗ ങ്ങളും അന്തരീക്ഷ മലിനീകരണം മൂലം ചാര നിറത്തിലാണ് കാണ പ്പെടുന്നത്. അടുത്തകാലത്തു് ഓരോ ഭാഗങ്ങളായി വൃത്തിയാക്കി എ ടുക്കുന്നതിനുള്ള ശ്രമങ്ങൾ നടക്കുന്നുണ്ട്. വൃത്തിയാക്കിയ ഭാഗങ്ങൾ നല്ല തൂവെള്ള നിറത്തിൽ വേറിട്ട് കാണാം. ഈ പള്ളിയിലെ 1000 പൈപ്പുകൾ ഉള്ള ഓർഗൻ യൂറോപ്പിലെ ഏറ്റവും വലുതാണ്. മൊ സാർട്ട് 1782ൽ വിവാഹിതനായതും ഇവിടെ വച്ചായിരുന്നു. നവോ ത്ഥാനകാലത്തിന് മുൻപ് പള്ളിയും അതിനുള്ളിലെ പ്രതിമകളും ദൈ വത്തിന്റെത് മാത്രമായിരുന്നു. സാധാരണ മനുഷ്യർക്കും അവിടെ സ്ഥാനം കിട്ടിയത് പിന്നീടാണ്. ഒരാൾ ഉളിയുമായി ഒരു ജനാലയി ലൂടെ എത്തിനോക്കുന്ന ഒരു രൂപം ഗോവണിയുടെ അടിയിൽ കൊ ത്തി വച്ചിട്ടുണ്ട്. ഇത് പള്ളി നിർമ്മിച്ചയാളിന്റെ രൂപം ആണെന്ന് കരു തപ്പെടുന്നു.

വിയന്നയിലെ ഇമ്പിരിയൽ ക്രിപ്റ്റിലാണ് ഹാപ്സ് ബർഗ് രാജകു ടുംബത്തിലെ അംഗങ്ങളെ അടക്കം ചെയ്യുന്നത്. മൃതശരീരം മൂന്ന് ഭാഗങ്ങളായാണ് അടക്കം ചെയ്യുക. ഹൃദയം ഒരു വെള്ളി പാത്രത്തിൽ പ്രത്യേകമായി കൊട്ടാരത്തിനടുത്ത് ഒരു പള്ളിയിലും, കുടലും ആ മാശയവും മറ്റും ഒരു ചെമ്പു പാത്രത്തിൽ സെന്റ് സ്റ്റീഫൻസ് ക ത്തീഡ്രലിലെ ഒരു പ്രത്യേക ഭാഗത്തും, ശരീരം പ്രത്യേകമായുണ്ടാ ക്കിയ ശവപ്പെട്ടിയിലുമാണ് സൂക്ഷിക്കുക. ഈ ശവപേടകങ്ങൾ രാജ കടുംബാംഗങ്ങൾക്ക് പ്രത്യേകമായുള്ള അറയിലാണ് സൂക്ഷിക്കുക. ചില പ്രത്യേക ദിവസങ്ങളിൽ ഇവിടെ സന്ദർശകരെ അനുവദിക്കും. ഞങ്ങൾ അവിടെ എത്തിയ സമയത്ത് മാസ്സ് നടക്കുകയായിരുന്നു; അത് നിമിത്തം അൾത്താരയും മറ്റും അടുത്ത് പോയി കാണാൻ സാ ധിച്ചില്ല. ഇനിയൊരിക്കൽ ആകാമെന്നു കരുതി അവിടെനിന്ന് പുറ

ത്തേക്ക് നടന്നു.

താമസസ്ഥലത്തേക്ക് മടങ്ങുന്ന വഴിയിൽ മൊസാർട്ടിന്റെ പ്രതിമ കണ്ടു. ചില മ്യൂസിക് നോട്ടുകൾ(music notes)അടുത്തുള്ള പുൽത്ത കിടിയിൽ ചുവന്ന പുഷ്പതടങ്ങൾ കൊണ്ടു നിർമ്മിച്ചു വച്ചിട്ടുണ്ട്. പ തിനെട്ടാം നൂറ്റാണ്ടിൽ (1749-1832) ജീവിച്ചിരുന്ന പ്രശസ്തജർമ്മൻ എഴുത്തുകാരനായ ഗോയ്ഥേയുടെ പ്രതിമ മറ്റൊരിടത്തു കണ്ടു.

6. വിയന്ന സ്വപ്നങ്ങളുടെ നഗരം

ആൽപ്സിന്റെ താഴ്വാരത്തിൽ സ്ഥിതിചെയ്യുന്ന വിയന്ന നഗരം നൂറ്റാണ്ടുകളായി ഒരു ഊർജ്ജസ്വല മിശ്രണ സ്ഥലം (melting pot) ആയിരുന്നു. കരിങ്കടലിലേക്ക് ഒഴുകിയെത്തുന്ന ഡാന്യൂബ് ആയിരുന്നു ഈ നഗരത്തിന്റെ ജീവനാഡി. കലയിലും സാഹിത്യത്തിലും തച്ചശാസ്ത്രത്തിലും മനഃശാസ്ത്രത്തിലും മൗലികമായ പല പുതിയ ആശയങ്ങളും ലോകത്തിനു സമ്മാനിച്ച നഗരമാണ് വിയന്ന. ഫ്രോയിഡ്, മൊസാർട്ട്, ബീഥോവൻ, ഗുസ്റ്റാവ് ക്ലിംറ്റ്, ഷീലൻ, ഓട്ടോ വാഗ്നർ തുടങ്ങിയവർ ഇത്തരം സംഭാവനകൾ നൽകിയവരുടെ ഗണത്തിൽ പ്പെടുന്നു. 2000 വർഷങ്ങൾ പഴക്കമുള്ള വിയന്ന നഗരത്തിന്റെ ചരിത്രം ഏറ്റവും പുഷ്കലമായത് ഹാപ്സ്ബർഗുകളുടെ കാലത്താണ്. 700 വർഷം നീണ്ടുനിന്ന അവരുടെ ഭരണകാലം ഒന്നാം ലോകമഹായുദ്ധത്തോടെ അവസാനിച്ചു. ആധുനികവൽക്കരണത്തിന് ചുക്കാൻ പിടിച്ച ഫ്രാൻസ് ജോസഫ് രണ്ടാമൻ ചക്രവർത്തിക്ക് രാജവാഴ്ചയുടെ കാലം അവസാനിച്ചു കൊണ്ടിരിക്കുകയാണെന്ന വസ്തുതയെ പറ്റി നല്ല ബോധ്യം ഉണ്ടായിരുന്നു. പക്ഷേ അത് സംഭവിക്കുന്നതിനു മുൻപ് തന്നെ അദ്ദേഹം മരണപ്പെട്ടു.

മധ്യകാലത്ത് നിർമ്മിക്കപ്പെട്ട ചുറ്റുമതിലുകളെ ഏറ്റവും കൂടുതൽ കാലം കാത്തുവച്ച ഒരു നഗരമാണിത്. എന്നാൽ പത്തൊൻപതാം നൂറ്റാണ്ടിൽ അവ നീക്കം ചെയ്ത് നഗരത്തിലെ ചുറ്റും റിങ് റോഡ് നിർമ്മിക്കുന്നതിന് ഫ്രാൻസ് ജോസഫ് ചക്രവർത്തി തീരുമാനിച്ചു.

ഈ റിങ് റോഡിന് ഇരുവശത്തുമായാണ് മ്യൂസിയങ്ങളും തീയേറ്ററുകളും ഓപ്പെറയും പാർലമെന്റും മറ്റും നിർമ്മിച്ചത്. റിങ് സ്ട്രാസ്സെ (Ring Strausse) എന്നറിയപ്പെടുന്ന ഈ റോഡ് ആധുനിക വിയന്നയുടെ ജീവനാഡിയാണ്. ഏകദേശം മുപ്പത് വർഷമെടുത്തു ഇതുമായി ബന്ധപ്പെട്ട ജോലികൾ പൂർത്തീകരിക്കാൻ. റോഡിന് ചുററുമുള്ള പല നിർമ്മിതികളും ഈ നാട്ടിലെ കലാകാരന്മാരെയും ശിൽപികളെയും തിരക്കുള്ളവരാക്കി. 1692ൽ സ്ഥാപിക്കപ്പെട്ട വിയന്നയിലെ ഫൈൻ ആർട്ട്സ് അക്കാദമി പലതരം പുരാതന ശൈലികളിൽ ചി

ത്രം വരക്കാനും കെട്ടിടനിർമ്മാണത്തിനും ഉള്ള പരിശീലനം നൽകി വന്നു.

വിയന്നക്കാർക്ക് കെട്ടിടങ്ങളുടെ നിർമ്മാണവുമായി ബന്ധപ്പെട്ട കലകളും അവയുടെ പുറം കാഴ്ചകളും മറ്റും വളരെ പ്രാധാന്യമുള്ളതാണ്. വിയന്ന ഓപ്പറ കെട്ടിടം നിർമ്മാണം പൂർത്തിയായപ്പോൾ ധാരാളം വിമർശനങ്ങൾക്ക് വിധേയമായി; അത് 'കുടലിൽ കുടുങ്ങിയ ആന പോലെയാണ്' എന്നായിരുന്നു വിമർശനങ്ങളിൽ ഒന്ന്. ചക്രവർത്തി പോലും ഈ അഭിപ്രായക്കാരനായിരുന്നു. ഇതിന്റെ ആർക്കിടെക്റ്ററുകളിൽ ഒരാൾ ഇതിൽ മനംനൊന്ത് ആത്മഹത്യ ചെയ്തു. ഇതിന്റെ ഭിത്തികളും കോണുകളും തൂണുകളും മുഖപ്പുകളും രാജ്യത്തിന്റെയും രാജകുടുംബത്തിന്റെയും ചരിത്രം പറയുന്ന പലതരം ചിഹ്നങ്ങൾ കൊണ്ട് നിറച്ചിരിക്കയാണ്. ധാരാളം നിർമ്മിതികൾ ഇക്കാലത്ത് ഉണ്ടായെങ്കിലും പട്ടണത്തിന്റെ 50%ൽ കൂടുതൽ ഇന്നും പൂന്തോട്ടങ്ങളും കൃഷി സ്ഥലങ്ങളും മരങ്ങളും നിറഞ്ഞ പ്രദേശങ്ങളാ

ക്ലിംറ്റിന്റെ 'ബെർഗ് തീയേറ്റർ ഇൻ വിയന്ന' എന്ന സുപ്രസിദ്ധ പെയിന്റിംഗ്

ണ്. അക്കാലത്ത് തന്നെ ഇത്തരം ഇടങ്ങൾ സംരക്ഷിക്കപ്പെടേണ്ടതി ന്റെ പ്രാധാന്യത്തെപ്പറ്റി അവർക്ക് ബോദ്ധ്യമുണ്ടായിരുന്നു എന്ന് വേ ണം അനുമാനിക്കാൻ. 1850ൽ നെപ്പോളിയന്റെ തോൽവിക്ക് ശേഷം വിയന്ന ലോകത്തിലെ പ്രധാന നേതാക്കന്മാരെയും നയതന്ത്രജ്ഞ ന്മാരെയും ഉൾപ്പെടുത്തിക്കൊണ്ട് ഒരു സമ്മേളനം നടത്തി. ഈ സ മ്മേളനത്തിൽ ഉരുത്തിരിഞ്ഞു വന്ന നിർദ്ദേശങ്ങളാണ് വർഷങ്ങൾ നീ ണ്ടു നിന്ന പലതരം യുദ്ധങ്ങൾ കൊണ്ടു വലഞ്ഞ യൂറോപ്പിനെ കുറ ച്ചെങ്കിലും സുസ്ഥിരമാക്കിയത്.

ഫ്രോയിഡിന്റെ പുതിയ മനോരോഗചികിത്സാ പദ്ധതികളും, ഉപ ബോധ മനസ്സിന്റെ പ്രവർത്തനവും മറ്റും വിശദീകരിയ്ക്കുന്ന പുതിയ ആശയസംഹിതകളും ഇരുപതാം നൂറ്റാണ്ടിൽ ജീവിച്ച ഓരോ മനു ഷ്യനെയും അറിഞ്ഞോ അറിയാതെയോ സ്പർശിച്ചിട്ടുണ്ട്. അദ്ദേഹ ത്തിന്റെ രോഗികളിൽ പലരും, ശാരീരികമായ അസുഖങ്ങളൊന്നുമി ല്ലാത്ത, എന്നാൽ ഉൽക്കണ്ഠ മൂലം ദുരിതപ്പെട്ടുകൊണ്ടിരുന്ന, സ്ത്രീ കളായിരുന്നു. തന്റെ നിത്യേനയുള്ള നീണ്ട നടത്തങ്ങൾക്കിടയിൽ ഫ്രോയ്ഡ് ഈ പട്ടണത്തിന്റെ മനസ്സിലേക്ക് യാത്ര ചെയ്തു. ഓരോ മനുഷ്യനും തന്റെ ഭൂതകാലവും വഹിച്ചുകൊണ്ടാണ് സഞ്ചരിക്കുന്ന തെന്നും അത് അയാളുടെ വർത്തമാനവും ഭാവിയും തീരുമാനിക്കു ന്നുവെന്നും അദ്ദേഹം വിശ്വസിച്ചു. ഓരോ വ്യക്തിയുടെയും ഓർമ്മ യിൽ ഇടം പിടിക്കാത്ത തെറ്റുകൾ വീണ്ടും ആവർത്തിക്കാനുള്ള സാ ദ്ധ്യതയെപ്പറ്റിയും അദ്ദേഹം സൂചിപ്പിച്ചിട്ടുണ്ട്.

വിയന്ന യൂണിവേഴ്സിറ്റിയ്ക്ക് വേണ്ടി കുറേ പെയിന്റിംഗുകൾ ചെ യ്യാൻ അക്കാലത്തെ ഏറ്റവും പ്രസിദ്ധനായ ചിത്രകാരനായ ക്ലിംന്റി നോട് നിർദ്ദേശിക്കപ്പെട്ടു. അദ്ദേഹം വരച്ച ചിത്രങ്ങളിൽ ധാരാളം നഗ് നരൂപങ്ങൾ ഉണ്ടായിരുന്നു. പണി പൂർത്തിയായപ്പോൾ അദ്ദേഹം ചെ യ്ത പെയിന്റിംഗുകൾ വൃത്തികെട്ടതും ജൂതന്മാരെ അനുകൂലിയ്ക്കു ന്നതും ആണെന്നുള്ള ആരോപണം ഉയർന്നു. കൂടാതെ 'ആ സൃഷ്ടി കൾ ഒരു യൂണിവേഴ്സിറ്റിയുടെ അന്തസ്സിന് ചേർന്നതല്ല' എന്നിങ്ങ നെ വളരെയധികം വിമർശനങ്ങൾക്ക് വിധേയമായി. അവസാനം അ വ യൂണിവേഴ്സിറ്റിയിലെ ഫാക്കൽറ്റിയിൽ പ്രദർശിപ്പിക്കാതെ മാറ്റി വച്ചു. ഇതിന് ശേഷം അദ്ദേഹം ഇത്തരം ജോലികളൊന്നും ഏറ്റെടു ത്തിട്ടില്ല. മറ്റുള്ളവരുടെ അളവുകോലുകൾക്കും നിർദ്ദേശങ്ങൾക്കും അ നുസരിച്ച് സ്വന്തം സൃഷ്ടികളിൽ മാറ്റം വരുത്താൻ അദ്ദേഹം തയാറ ല്ലായിരുന്നു. സസ്സെഷൻ (succession)എന്ന പേരിൽ ഒരു ആർട്ട് സൊ

സൈറ്റിയും ആ സൊസൈറ്റിയുടേതായി ഒരു മ്യൂസിയവും ക്ലിംന്റി ന്റെ നേതൃത്വത്തിൽ ഉയർന്ന് വന്നു. കലയുടെ ക്ഷേത്രമായി അദ്ദേ ഹം സങ്കല്പിച്ച ഈ തൂവെള്ള മന്ദിരത്തിന് ജനാലകളില്ല! മുകളിൽ സ്വർണ്ണ നിറത്തിലുള്ള ഇലകൾ കൊണ്ടു ഒരു ഗോളം ഉണ്ടാക്കിയിട്ടു ണ്ട്. ഇതിനെ ഇവിടുത്തുകാർ 'കാബേജ് ബിൽഡിംഗ്' എന്നാണ് വി ളിയ്ക്കുന്നത്. അദ്ദേഹത്തിന്റെ വ്യഖ്യാതമായ പല പെയിന്റിംഗുകളും ഇവിടെ പ്രദർശിപ്പിച്ചിട്ടുണ്ട്. 'To each age of art, to art and its freedom' എന്ന് ഇതിനു മുന്നിൽ എഴുതി വച്ചിട്ടുണ്ട്. പാരമ്പര്യത്തിനു മീതെ കലയിലെ പുതിയ പരീക്ഷണങ്ങളുടെ വിജയത്തിന്റെ സ്മാരകമായി ഈ മന്ദിരം കണക്കാക്കപ്പെടുന്നു.

ഇതിന് സമീപം തന്നെ വിയന്നയുടെ ഏറ്റവും വൃത്തികെട്ടതും ദ രിദ്രവുമായ ഭാഗത്തേള്ള ഒരു വഴി കാണാം. ഭൂമിയ്ക്കടിയിൽ ഉള്ള ചില അഴക്കു ചാലുകളിലേക്കാണ് ഈ കൽപ്പടവുകൾ സന്ദർശക നെ നയിക്കുന്നത്. ഇവിടെ മനുഷ്യർ ജീവിച്ചിരുന്നു എന്നത് അത്ഭു തമാണ്. 1856ൽ അരമില്യൻ ആയിരുന്ന വിയന്നയിലെ ജനസംഖ്യ 1900 ആയപ്പോൾ 2 മില്യൻ ആയി. വളരെപ്പെട്ടെന്നുള്ള ഈ ജനസം ഖ്യാവർദ്ധനവു മൂലം സ്വാഭാവികമായും താമസസൗകര്യം വളരെ വി ല പിടിച്ചതും ദുർലഭവുമായി. താഴേക്കിടയിലുള്ള മനുഷ്യർക്ക് താ ങ്ങാൻ പറ്റാത്ത അവസ്ഥയിലേക്ക് കാര്യങ്ങൾ എത്തിച്ചേർന്നു. അ ക്കാലത്ത് ആയിരക്കണക്കിന് ആളുകൾ ഭൂമിക്കടിയിലുള്ള ഇത്തരം ഇടങ്ങളിൽ താമസിച്ചിരുന്നു. ദുർഗന്ധ പൂരിതവും അനാരോഗ്യകര വുമായ ഈ പരിസരങ്ങളിൽ ധാരാളം എലികളോടൊപ്പം മനുഷ്യരും ജീവിച്ചു. ഇവിടെ പോലും മൂന്ന് ജാതിയിലുള്ളവർ (Caste) ഉണ്ടായി രുന്നു. ഇവർ ഈ അഴുക്ക് ചാലുകളിൽ നിന്ന് ശേഖരിക്കുന്ന വസ്തു ക്കളുടെ സ്വഭാവം അനുസരിച്ചാണ് ജാതി നിർണ്ണയിക്കപ്പെട്ടിരുന്നത്. ഏറ്റവും ഉയർന്ന ജാതിയിൽപ്പെട്ടവർ, ലോഹങ്ങൾ സ്പൂണുകൾ,ഫോർ ക്കുകൾ, ആഭരണങ്ങളുടെ കഷണങ്ങൾ തുടങ്ങിയവയ പോലുള്ള ലോ ഹ വസ്തുക്കൾ പെറുക്കിയെടുത്ത് വിറ്റു പണമുണ്ടാക്കുന്നു; സ്വഭാ വികമായും ഇവരായിരുന്നു കൂട്ടത്തിൽ ധനികർ. രണ്ടാമത്തെ കൂട്ടർ എല്ലിൻ കഷണങ്ങൾ പെറുക്കിയെടുത്ത് പശയുണ്ടാക്കുന്ന ഫാക്ടറി കൾക്ക് വിറ്റിരുന്നു. ഏറ്റവും താഴെക്കിടയിലുള്ള മൂന്നാമത്തെ കൂട്ടർ ഈ അഴുക്കുവെള്ളത്തിന്റെ മുകളിലുള്ള കൊഴുപ്പ് (Grease) ബക്കറ്റു കളിൽ കോരിയെടുത്തു സോപ്പുണ്ടാക്കുന്ന ഫാക്ടറികൾക്ക് വിറ്റു വ ന്നു. 3 ജാതിയിൽപ്പെട്ടവരും ഈ പണം വില കുറഞ്ഞ മദ്യം വാങ്ങാ നാണ് പ്രധാനമായും ഉപയോഗിച്ചു വന്നത്.

ഒരു കൂട്ടർ ഭൂമിക്കടിയിൽ താമസക്കാരായപ്പോൾ വരേണ്യവർഗ്ഗം താമസസ്ഥലത്തിനായി ആകാശത്തേക്കാണ് സഞ്ചരിച്ചത്. അങ്ങനെ യാണ് അംബര ചുംബികളുടെ ഉദയം. ഇത്തരം ഭവനങ്ങളിൽ മദ്ധ്യ വർഗ കുടുംബങ്ങൾ രാജകുടുംബാംഗങ്ങളുടെയും പ്രഭു കുടുംബങ്ങ ളുടെയും ജീവിതശൈലി അനുകരിക്കാൻ ശ്രമിച്ചു കൊണ്ട് ജീവിച്ചു. അവരുടെ പരിചാരകർ ചെറിയ മുറികളിൽ ഒതുങ്ങിക്കൂടി. കാലക്ര മേണ ഏറ്റവും താഴെയുള്ള നിലകൾ വാണിജ്യാവശ്യത്തിനും, മുക ളിലുള്ളവ താമസത്തിനുമായി ഉപയോഗിക്കാൻ തുടങ്ങി. പാരമ്പര്യം അവകാശപ്പെടാൻ കഴിവുള്ള കുടുംബങ്ങൾ തങ്ങളുടെ കുടുംബ ചി ഹ്നങ്ങളും മറ്റും കെട്ടിടത്തിന് പുറത്ത് അലങ്കാരങ്ങളായി ചേർത്തു. എന്നാൽ അത്തരം പാരമ്പര്യമൊന്നും അവകാശപ്പെടാനില്ലാത്തവർ താമസിയ്ക്കുന്ന കെട്ടിടങ്ങൾക്ക് ഒരു പ്രത്യേകഗണത്തിലും പെടുത്താ നാവാത്ത തരം അലങ്കാരങ്ങളായിരുന്നു നൽകിയത്. ഇങ്ങനെ അംബ രചുംബികളിലെ താമസക്കാർക്കിടയിലെ യോഗ്യതാശ്രേണി പോലും പുറമേ നിന്ന് മനസ്സിലാക്കാൻ പറ്റും വിധമായിരുന്നു നിർമ്മാണം.

ഇതിനെ പിൻതുടർന്നു വന്നത് പ്രസിദ്ധ ആർക്കിടെക്ട് ആയ ഓ ട്ടോവാഗ്നറുടെ നിർമ്മിതികളാണ്. ഇത് പലനിലകളിൽ താമസിച്ചി രുന്നവർ തമ്മിലുള്ള വ്യത്യാസം ഒഴിവാക്കി കെട്ടിടത്തിനാകെ ഒറ്റ രീ തിയിലുള്ള അലങ്കാരവും ചിത്രപ്പണികളും നൽകി. കൈവരികളും പുറമേയുള്ള പെയിന്റിംഗുകളും ഒക്കെ കൂടി ഒരു പൂന്തോട്ടത്തിന്റെ അന്തരീക്ഷത്തെ സൃഷ്ടിച്ചു. അത് പോലെ അദ്ദേഹം നിർമ്മിച്ച റെ യിൽവേ സ്റ്റേഷനുകൾ പോലും സൗന്ദര്യത്തിനാണ് പ്രാധാന്യം കൊ ടുത്തിരിയ്ക്കുന്നത്. നിത്യജീവിതയാത്രകളിലെ കുഞ്ഞുകുഞ്ഞു ദു രിതങ്ങളുടെ പേരൽ ഇവ കുറേക്കൂടി എളുപ്പമുള്ളതാക്കി.

ജനാധിപത്യത്തിൽ പാരമ്പര്യവും വേരുകളും ഇല്ലാത്ത ഈ നാ ട്ടിൽ പാർലമെന്റ് കെട്ടിടം ഏത് രീതിയലായിരിക്കണമെന്നുള്ളതി നുള്ള ഉത്തരം എളുപ്പമല്ലായിരുന്നു. അങ്ങനെയാണ് ജനാധിപത്യത്തി ന്റെ ഈറ്റില്ലമായ ആഥൻസിൽ ഉണ്ടായിരുന്ന മന്ദിരത്തിന്റെ മാതൃക യിൽ പാർലമെന്റ് നിർമ്മിച്ചത്. അക്കാലത്ത് ആസ്ത്രിയൻ സാമ്രാ ജ്യത്തിനകത്ത് 11 വ്യത്യസ്ത ഭാഷകൾ സംസാരിയ്ക്കുന്ന ആളുകൾ ജീവിച്ചിരുന്നു. പരിഭാഷയില്ലാതെ 11 ഭാഷകൾ സംസാരിക്കുന്നവർ ഈ മന്ദിരത്തിനുള്ളിൽ മണിക്കൂറുകൾ നീണ്ട പ്രസംഗങ്ങൾ നടത്തി. പലർക്കും ഒന്നും മനസ്സിലായിരുന്നില്ല. അതിനകത്ത് നടന്ന കലാപ ങ്ങൾക്ക് അവസാനമുണ്ടായിരുന്നില്ല. ഒരു പക്ഷേ ഈ സമ്രാജ്യത്തി

ന്റെ പതനത്തിന് വേഗത കൂട്ടിയത് ഈ മന്ദിരമാണോ എന്ന് സംശ യിയ്ക്കുന്നവരും ഉണ്ട്. ജനാധിപത്യം ഒരു പുതുമയായിരുന്ന ഈ നാ ട്ടിൽ അക്കാലത്ത് അതിനകത്തെ നടപടികൾ കാണാനായി ധാരാളം ആളുകൾ ടിക്കറ്റെടുത്ത് വന്നിരുന്നു. ഇങ്ങനെ എത്തിയവരിൽ ഒരാ ളായിരുന്നു അക്കാലത്തു വിയന്നയിൽ ഒരു പെയിന്ററായി ജോലി ചെയ്തിരുന്ന യുവാവായ അഡോൾഫ് ഹിറ്റ്‌ലർ. കാൾ ലുയേഗർ വി യന്നയുടെ ഏറ്റവും പ്രിയപ്പെട്ട മേയർ ആയിരുന്നു. 'ആന്റിസെമറ്റിസം' (ജൂത വിരോധം) ആയിരുന്നു അദ്ദേഹത്തിന്റെ പ്രവർത്തനത്തിന്റെ മു ഖമുദ്ര. വളരെക്കാലം ഈ സ്ഥാനത്തിരുന്ന അദ്ദേഹത്തിന്റെ പ്രതിമ കൾ പലയിടത്തും കാണാം.

സ്വിറ്റ്‌സർലണ്ടിലെ ഒരു ചെറിയ കാസിലിൽ നിന്ന് ആരംഭിച്ച ഹാ പ്സ്ബർഗ് പരമ്പരയിൽ, മാക്സ് മില്യൻ ഒന്നാമൻ (1459-1519)ന്റെ പേരാണ് ആദ്യം രേഖപ്പെടുത്തിയിരിയുന്നത്. അവിടെ നിന്ന് യൂറോ പ്പ് മുഴുവൻ അവരുടെ ഭരണം വ്യാപിക്കയായയിരുന്നു. അധികാര വും, കിരീടവും ദൈവം നേരിട്ട് അവർക്ക് ഏൽപ്പിച്ചു കൊടുത്തതാ യാണ് അവർ തന്നെ എഴുതിയ ചരിത്രപുസ്തകങ്ങളിൽ പറയുന്നത്. പത്താം നൂറ്റാണ്ടു മുതൽ ഈ രാജവംശത്തിന്റെ അധികാര ചിഹ്ന ങ്ങളായിരുന്ന കിരീടം, ചെങ്കോൽ, വാളുകൾ തുടങ്ങിയവ ഹാപ്സ് ബർഗ് കൊട്ടാരത്തിലെ റോയൽ ട്രഷറിയിൽ സൂക്ഷിച്ചിട്ടുണ്ട്. യേ ശുക്രിസ്തുവിനെ കുരിശിലേറ്റിയ ശേഷം അദ്ദേഹം മരിച്ചോ എന്ന റിയാനായി ഒരു പട്ടാളക്കാരൻ അദ്ദേഹത്തിന്റെ വാരിയെല്ലുകളിൽ കുന്തം കൊണ്ട് കുത്തി നോക്കി എന്നും ആ മുറിവിൽ നിന്നും ചോ രയും വെള്ളവും ഒഴുകി വന്നു എന്നും പറയപ്പെടുന്നു. വിശ്വാസി കൾ വിശുദ്ധമാണെന്ന് കരുതുന്ന രക്തം പുരണ്ട ആ കുന്തം ഈ ശേഖരത്തിൽ ഉണ്ടത്രെ!

മറിയ തെരേസ ചക്രവർത്തിനി (1717-1780) രാജ്യം ഭരിച്ചിരുന്ന കാലഘട്ടം ഈ പരമ്പരയുടെ സുവർണ്ണകാലമായി അറിയപ്പെടുന്നു. മറിയ തെരേസയുടെ മകളായ മേരി ആന്റൊണൈറ്റ് ഫ്രെഞ്ചുവിപ്ലവ ത്തെ തുടർന്ന് പാരീസിൽ വധിക്കപ്പെടുകയുണ്ടായി. ഇത് രാജകൊ ട്ടാരത്തിനുള്ളിൽ സാധാരണ പൗരന്റെ അവകാശങ്ങളെയും ശക്തി യെയും പറ്റി നല്ല അവബോധമുണ്ടാക്കാനിടയാക്കി. പിന്നീട് ഈ സാമ്രാജ്യത്തിന്റെ പല ഭാഗങ്ങളും നെപ്പോളിയന്റെ കീഴിലായി. ഇതി ന് ശേഷം ബാക്കിയുള്ള ഭാഗങ്ങളെല്ലാം കൂടിച്ചേർത്ത് 'ആസ്ട്രിയൻ സാമ്രാജ്യം' എന്ന് പുനർനാമകരണം ചെയ്തു.

ലൂസ് ഹൌസ്

68 കൊല്ലം ചക്രവർത്തി ആയിരുന്ന ഫ്രാൻസ് ജോസഫ് രണ്ടാമ
ന്റെ ജനനം പിന്നീടായിരുന്നു. ഇദ്ദേഹം പതിനെട്ടാം വയസ്സിൽ ഭരണ
മേറ്റെടുത്തു. ഫ്രെഞ്ചു വിപ്ലവത്തിന്റെ അലയൊലികൾ യൂറോപ്പിലെ
ങ്ങും വ്യാപിച്ച കാലമായിരുന്നു ഇത്. ഈ സാമ്രാജ്യത്തിന്റെ കീഴി
ലായിരുന്ന ഇറ്റലിയും ഹംഗറിയും ചെക്കൊസ്ലൊവാക്കിയയും രാജഭ
രണത്തിൽ നിന്ന് സ്വാതന്ത്ര്യം പ്രാപിക്കാനായി ആഭ്യന്തര യുദ്ധം
തുടങ്ങിയത് ഈ കാലത്തായിരുന്നു. ഇത്തരം ലഹളകളെയൊക്കെ
ഒതുക്കേണ്ട ഭാരം ആദ്യം തന്നെ അദ്ദേഹത്തിൽ വന്ന് ചേർന്നു. വള
രെ ചിട്ടയുള്ളതും ആർഭാടരഹിതവുമായ ജീവിതമാണ് അദ്ദേഹം ന

യിച്ചത്. എല്ലാ ദിവസം 4 മണിക്ക് ഉണർന്ന് പട്ടാള യൂണിഫോം അ
ണിഞ്ഞ് ഓഫീസ് ജോലികൾ തുടങ്ങുന്ന അദ്ദേഹം ദിവസം പത്തു
മണിക്കൂർ വരെ ജോലി ചെയ്തു. തന്റെ ഓഫീസ് മുറിയിൽ തന്നെ
ആയിരുന്നു അദ്ദേഹത്തിന്റെ ചെറിയ ഇരുമ്പ്കിടക്കയും. ഓരോ പൗ
രനും ആവശ്യമെങ്കിൽ മുൻകൂട്ടി അനുവാദത്തോടെ ചക്രവർത്തിയെ
നേരിട്ട് കാണാനുള്ള അവകാശം ഉണ്ടായിരുന്നു. അദ്ദേഹം ഇത്തര
ത്തിൽ കണ്ട സാധാരണക്കാരുടെ വിവരങ്ങളും മറ്റും അടങ്ങിയ ലോ
ഗ് ബുക്ക് ഇന്നും അവിടെ കാണാം. 1910 ജനുവരി 6ന് അദ്ദേഹം ഇ
ത്തരത്തിൽ 56പേരെ കണ്ടതായി പറയുന്നു. 1848ൽ   ഹംഗറി സ്വാത
ന്ത്ര്യം പ്രഖ്യാപിച്ചു. റഷ്യ ഇതിനെ അടിച്ചമർത്താനായി ചക്രവർത്തി
യെ സഹായിച്ചു. എന്നാൽ പിന്നീട്   ഇതിൽ പങ്കെടുത്ത ഹംഗേറി
യൻ നേതാക്കളോട് കാരുണ്യ പൂർവ്വം പെരുമാറണമെന്നുള്ള റഷ്യ
യുടെ അഭ്യർത്ഥന അദ്ദേഹം തള്ളിക്കളഞ്ഞു. അവരിൽപ്പെട്ട നൂറിൽ
പരം പേരെ വധശിക്ഷക്ക് വിധേയരാക്കി. ഇത് ഹംഗറി ഉൾക്കൊള്ളു
ന്ന ഭാഗത്തുള്ളവരുടെ കടുത്ത   പ്രതിഷേധത്തിന് കാരണമായി. 5
വർഷത്തിനു ശേഷം അവിടെ വച്ച് അദ്ദേഹം വധശ്രമത്തിൽ നിന്ന് ക
ഷ്ടിച്ച് രക്ഷപെട്ടു. കർശനമായ സെൻസർഷിപ്പ് നിലവിലിരുന്ന അ
ക്കാലങ്ങളിൽ രാജകുടുംബത്തെ സംബന്ധിച്ച വാർത്തകൾ ഒന്നും
പത്രങ്ങളിൽ   പ്രസിദ്ധീകരിക്കപ്പെട്ടില്ല.

1857 ൽ വിയന്നയുടെ നഗരഹൃദയത്തെ ചുറ്റി പോകുന്ന റിംഗ് റോ
ഡിന്റെ നിർമ്മാണം ആരംഭിച്ചു. ധനികന്മാരായ ജൂതന്മാരായിരുന്നു
ഇതിന്റെ സാമ്പത്തിക സ്രോതസ്സ്. റിംഗ്റോഡിന് സമീപമുള്ള ബി
സിനസ് സ്ഥാപനങ്ങളുടെ ഉടമസ്ഥാവകാശം വിറ്റ് അദ്ദേഹം ഈ സം
രംഭത്തിന്   പണം കണ്ടെത്തി. നാഷണൽ തിയേറ്റർ, ഗ്രീക്ക് ടെമ്പിളി
ന്റെ മാതൃകയിൽ നിർമ്മിച്ച പാർലമെന്റ്, വോൽക്ക് തീയേറ്റർ, സാ
ധാരണക്കാർക്കായുള്ള വോൾക്ക് ഓപ്പറ എന്നിവ ഈ റിംഗ്റോഡി
ന്റെ ഇരുവശവുമായിസ്ഥിതി ചെയ്യുന്ന ചരിത്ര മന്ദിരങ്ങളാണ്.

കാലം മുന്നോട്ട് പോയപ്പോൾ സെൻസർഷിപ്പ് നാമമാത്രമായി.
ഫ്രാൻസ്   കാഫ്ക, ഫ്രോയ്ഡ്, ക്ലിംറ്റ് എന്നിവരുടെ സൃഷ്ടികൾ, ഈ
സംവത്സരങ്ങളെ യൂറോപ്പിന്റെ രണ്ടാം നവോത്ഥാനകാലമാക്കി മാറ്റി.
ഗുസ്താവ് ക്ലിംറ്റിന്റെ 'ബർഗ് തിയേറ്റർ ഇൻ വിയന്ന'എന്ന പെയിന്റിം
ഗിന് ഇന്നും ലോകമെമ്പാടുമുള്ള ആരാധകരുടെ പ്രശംസ ലഭിച്ചു
പോരുന്നു. പഴയ തിയറ്ററിലെ ഒരു കൂട്ടം കാഴ്ചക്കാരുടെ ദൃശ്യമാ
ണ് ഇതിൽ ചിത്രീകരിക്കപ്പെട്ടിരിയ്ക്കുന്നത്. അക്കാലത്തു വിയന്ന

യിൽ ജീവിച്ചിരുന്ന ഇരുന്നൂറോളം പ്രമുഖ വ്യക്തികളുടെ മുഖങ്ങൾ ഇതിൽ ഉൾപ്പെടുത്തിയിട്ടുണ്ട്. ഒരു ഫോട്ടോ ഗ്രാഫ് പോലെ കൃത്യത യും വ്യക്തതയും ഉള്ള ഈ സൃഷ്ടിയിൽ അതിലെ ഓരോ വ്യക്തിയു ടെയും മുഖഭാവം വ്യക്തമായി കാണാം. പെയിന്റിംഗ് പൂർത്തിയായ പ്പോൾ മേയറെ അതിൽ ഉൾപ്പെടുത്താൻ വിട്ടു പോയി. അദ്ദേഹത്തെ പിന്നീട് ചിത്രകാരൻ വരച്ചു ചേർക്കുകയായിരുന്നു. അത്ഭുതകരമായ രീതിയിൽ ധാരാളം വിശദാംശങ്ങൾ ഇണക്കിച്ചേർത്തു കൊണ്ടു വര യ്ക്കപ്പെട്ട ഈ ക്ലാസ്സിക്ക് പെയിന്റിംഗിൽ അക്കാലത്തെ വിയന്നയു ടെ സമൃദ്ധിയും, ഫാഷനും, തീയറ്ററിന്റെ ഭംഗിയും കാണാൻ സാധി ക്കും. ഇക്കാലത്താണ് വോട്ട് ചെയ്യാനുള്ള അവകാശം ആദ്യമായി നൽകപ്പെട്ടത്.

ഫ്രാൻസ് ജോസഫിന്റെ രണ്ടു സഹോദരന്മാരിൽ ഒരാളെ (ആർച്ച് ഡ്യൂക്ക് മാക്സ് മില്യൻ)ഇക്കാലത്ത് ആസ്ത്രിയൻ സാമ്രാജ്യത്തിന്റെ കീഴിൽ ഇറ്റലിയിലുള്ള പ്രദേശങ്ങളുടെ ഗവർണർ ആയി നിയമിച്ചു. വിയന്നയിൽ നിന്ന് ഇറ്റലിയിലേക്ക് റെയിൽവേ ഉണ്ടാക്കിയത് ഇദ്ദേ ഹമാണ്. ആൽപ്സിനിടയിലൂടെ നടത്തിയ ഈ നിർമ്മാണം വളരെ ശ്രമകരമായിരുന്നു. മാക്സ് മില്യൻ ഇറ്റലിക്ക് സ്വാതന്ത്ര്യം നൽകണ മെന്ന് ആവശ്യപ്പെട്ടു. ചക്രവർത്തി ഇതിന് അനുകൂലമായിരുന്നില്ല. ഇത് മൂലം അദ്ദേഹം തിരിച്ച് വിളിക്കപ്പെട്ടു. മാക്സ് മില്യൻ പിന്നെ വിയന്നയിലേക്ക് മടങ്ങിവന്നില്ല; വളരെ ദൂരെ ഒരു കൊട്ടാരത്തിൽ കു ടുംബത്തോടൊപ്പം ഒറ്റയ്ക്ക് താമസിച്ചു. കുറേ വർഷങ്ങൾക്ക് ശേ ഷം കലാപം നിലനിന്നിരുന്ന മെക്സിക്കോയുടെ അധികാരം പിടി ച്ചെടുക്കാനായി അദ്ദേഹത്തെ അവിടേക്ക് അയച്ചു. പക്ഷേ അവിടെ വച്ച് മാക്സ് മില്യൻ ഭാര്യയോടൊപ്പം വധിക്കപ്പെട്ടു. പിന്നീടുണ്ടായ ആസ്ട്രോപ്രഷ്യൻ യുദ്ധത്തിന്റെ അവസാനത്തിൽ പ്രഷ്യ ജർമ്മനി യുമായി ചേർന്നതോടെ ഈ സാമ്രാജ്യം പിന്നെയും ചെറുതായി. അ ങ്ങനെ വളരെ അസംതൃപ്തവും സംഘർഷഭരിതവുമായ ഒരു കാല ത്തിലൂടെയാണ് ഈ നാട് കടന്നു പോയിക്കൊണ്ടിരുന്നത്. ഇക്കാല ത്ത് സാധാരണ ജനങ്ങൾക്ക് മനോവീര്യം പകരാനായിട്ടാണ് ജോ ഹാൻ സ്ട്രാസ് രണ്ടാമൻ 'ദി ബ്ലൂ ഡാന്യൂബ്' എന്ന ഗാനത്തിന്റെ സൃ ഷ്ടി നടത്തിയത്. നിത്യജിവിതത്തിലെ സുന്ദരനിമിഷങ്ങളിൽ സന്തോ ഷം കണ്ടെത്താനും, യുദ്ധപരാജയങ്ങളിൽ നിരാശരാകേണ്ടതില്ല എ ന്ന് ജനങ്ങളെ ഉദ്ബോധിപ്പിക്കുന്നതിനും ഉതകുന്ന വരികളും അക്കാ ലത്ത് ഇതോടൊപ്പം പാടി വന്നിരുന്നു. ഈ സംഗീത ശകലം പിന്നീ

ട് ദേശീയഗാനം പോലെ ആസ്ട്രിയയുടെ അഭിമാനരാഗമായി.

ഫ്രാൻസ്ജോസഫിന്റെ ഭാര്യ എലിസബത്ത് (സിസി) കൂടതൽ സ മയവും വിയന്നയ്ക്ക് വെളിയിലാണ് താമസിച്ചത്. അവർക്ക് ബുഡാ പെസ്റ്റിൽ ഒരു കൊട്ടാരവും പരിചാരക വൃന്ദവും ഉണ്ടായിരുന്നു. ഹം ഗേറിയൻ ഭാഷ പഠിക്കുകയും അവരുടെ പ്രിയപ്പെട്ടവളാകുകയും ചെ യ്തു. ഫ്രാൻസ് ജോസഫ് സിസിയെ കാണാനായി ട്രെയിനിൽ ഇട ക്കിടെ ബുഡാപെസ്റ്റിലേക്ക് സഞ്ചരിച്ചു. ഇക്കാലത്താണ് അദ്ദേഹം ഹംഗറിയ്ക്ക് സ്വതന്ത്ര രാജ്യപദവി കൊടുക്കാൻ തീരുമാനിക്കുന്നത്. എന്നാൽ അദ്ദേഹം രണ്ടു രാജ്യങ്ങളുടെയും ചക്രവർത്തിയായി തുട രും എന്നായിരുന്നു തീരുമാനം. ഹംഗറിയിലെ മാത്തിയാസ് പള്ളി യിൽ എലിസബത്ത് ചക്രവർത്തിനിയുടെ പേരിൽ ഒരു ബാൽക്കണി യും അവരുടെ പ്രതിമയും കിരീടധാരണത്തിന്റെ ചിത്രങ്ങളും കാണാം. സിസി ആ നാട്ടുകാർക്ക് എത്ര പ്രിയപ്പെട്ടവളായിരുന്നു എന്ന് ഇതിൽ നിന്നും മനസ്സിലാക്കാം. പണ്ട് ഫ്രാൻസ് ജോസഫ് അടിച്ചമത്തിയ സമരത്തിന്റെ കയ്പ് നിറഞ്ഞ ഓർമ്മയിൽ ഹംഗേറിയൻ പ്രധാനമ ന്ത്രി ചക്രവർത്തിക്ക് നന്ദി പറയാൻ പോലും മടി കാണിച്ചു. എന്നാൽ സിസിയോട് പ്രത്യേക സ്നേഹവും നന്ദിയും പ്രകടിപ്പിക്കുകയും ചെ യ്തു. അധികം താമസിയാതെ ചെക്കോസ്ലാവാക്കിയയും സ്വാതന്ത്ര്യം ആവശ്യപ്പെട്ടു.

ഇക്കാലത്താണ് സസ്സഷനിസ്റ്റ് മൂവ്മെന്റ് ആരംഭിച്ചത്. പാരമ്പര്യ ത്തെ മുഴുവൻ തള്ളിക്കളഞ്ഞു കൊണ്ടു് ഒതു തരത്തിലുള്ള അലങ്കാ രങ്ങളുമില്ലാത്ത ഒരു കെട്ടിടം കൊട്ടാരത്തിന്റെ മുൻപിൽ 1911ൽ ഉയർ ന്ന് വന്നു. ലൂസ് ഹൗസ് (Loose House) എന്ന പേരുള്ള ഈ കെട്ടി ടം, ധാരാളം പുറമോടികളോടെയുള്ള ബറോക്ക് ശൈലി പ്രബലമാ യിരുന്ന ആസ്ത്രിയക്ക് ഒരു ഷോക്ക് ആയിരുന്നു. പാരമ്പര്യത്തെ ത ള്ളിക്കളഞ്ഞു കൊണ്ടു് നിർമ്മിച്ച ഈ കെട്ടിടം അതിന്റെ ആർക്കിടെ ക്റ്റ് തന്റെ അമേരിക്കയിലെ ജീവിതത്തിൽ നിന്ന് പ്രചോദനം ഉൾ ക്കൊണ്ട് പരീക്ഷണാർത്ഥം പകർത്തിയതാണ്. പലരുടെയും എതിര ഭിപ്രായം മൂലം പണി ഇടയ്ക്കു നിർത്തി വയ്ക്കേണ്ടി വന്നു. ദൈവി കമായ അധികാരം അവകാശപ്പെട്ടു കൊണ്ടു് രാജ്യം ഭരിച്ചവരിൽ നി ന്നും ആധുനിക ചിന്താപദ്ധതികളും ജീവിത ശൈലികളുമുള്ള ഒരു ആധുനിക യൂറോപ്പിലേക്കുള്ള ഒരു ചുവടു മാറ്റമായിരുന്നു ഈ മന്ദി രത്തിന്റെ നിർമ്മാണം. ജനാലകൾക്ക് അക്കാലത്ത് സാധാരണയാ യിരുന്ന മുകളിലെ അലങ്കാരപ്പണികളൊന്നുമില്ല. 'HOUSE WITHOUT

EYEBROWS' (പുരികമില്ലാത്ത വീട്) എന്നാണ് രാജാവ് ഇതിനെ ക
ളിയാക്കി വിളിച്ചത്. പത്ത് ജനാലകളിലും താഴെ പൂച്ചെടികൾ നിറച്ച
ദീർഘ ചതുരാകൃതിയിലുള്ള പെട്ടികൾ കൂടി ചേർത്തുകൊണ്ടാണ്
(MUSTACHES) ആർക്കിടെക്റ്റ് ഇതിന് മറുപടി നൽകിയത്. പണി
പൂർത്തിയായ ശേഷം ഈ മന്ദിരം കാണുന്നത് ഒഴിവാക്കാനായി ഫ്രാൻ
സ് ജോസഫ് തന്റെ മുറിയുടെ ആ ഭാഗത്തെ കർട്ടനുകൾ ഒരിക്കലും
തുറക്കാറില്ലായിരുന്നുവത്രേ. സ്റ്റാലിനും, ട്രോട്സ്കിയും ഫ്രോയിഡും
അവരുടെ എഴുത്തും ചിന്താപദ്ധതികളും കൊണ്ടു ലോകത്തിന്റെ രീ
തികളെ മാറ്റി മറിച്ചു കൊണ്ടിരുന്ന കാലമായിരുന്നു അത്. അങ്ങനെ
യൂറോപ്പ് സമൂലമായ മാറ്റങ്ങൾക്ക് പാകപ്പെടുത്തിയെടുക്കപ്പെട്ടു. ഇ
ങ്ങനെ പല കാര്യങ്ങൾ കൊണ്ടും ഈ മന്ദിരം ഒരു നാഴികക്കല്ലാ
ണ്.!. യൂറോപ്പിൽ അധുനിക കെട്ടിടനിർമ്മാണ രീതികൾക്ക് നാന്ദി
കുറിച്ച ഒരു നിർമ്മിതി ആയി ഇന്ന് ലൂസ് ഹൗസ് കൊണ്ടാടപ്പെടു
ന്നു. ഇപ്പോൾ അവിടെ ഒരു ബാങ്ക് പ്രവർത്തിക്കുന്നുണ്ട്.

കൊട്ടാരത്തിന്റെ ചുറ്റുപാടും ധാരാളം കുതിരവണ്ടികൾ കാണാം.
ആവശ്യപ്പെടുന്ന തുക കൊടുത്താൽ സഞ്ചാരികളെയും കൊണ്ട് പട്ട
ണം ചുറ്റി വരും. രാജ ഭരണകാലത്തെ ശൈലിയിൽ തന്നെയാണ് വ
ണ്ടികളുടെ നിർമ്മിതി, ഓടിക്കുന്ന ആളുടെ യൂണിഫോം തുടങ്ങിയ
വ. ഇവയുടെ പ്രവർത്തനത്തിൽ സിറ്റി കൗൺസിലിന്റെ വക കൃത്യ
മായ നിയന്ത്രണങ്ങൾ ഉണ്ട്.

ഫ്രാൻസ് ജോസഫിന്റെ ഏകമകൻ കാമുകിയുമൊത്ത് ആത്മഹ
ത്യ ചെയ്തത് കുടുംബത്തെയാകെ ദുഃഖത്തിൽ ആഴ്ത്തി. അവരുടെ
രണ്ടു പേരുടെയും ശരീരം വെടി വെച്ച് മരിച്ച നിലയിൽ പോലീസ് ക
ണ്ടെടുക്കുകയയിരുന്നു. തുടച്ചയായ മരണങ്ങൾ ചക്രവർത്തിയെ വ
ല്ലാതെ തളർത്തി. മകൻ അമ്മയ്ക്കും സുഹൃത്തുക്കൾക്കും കത്തു
കൾ എഴുതി വച്ചിരുന്നു എന്നാൽ അച്ഛന് സന്ദേശങ്ങൾ ഒന്നുമുണ്ടാ
യിരുന്നില്ല. കുറേ വർഷങ്ങൾക്ക് ശേഷമാണ് സിസി കൊല്ലപ്പെടുന്ന
ത്. ഇറ്റാലിയൻ സാമ്രാജ്യവിരോധി സ്വിറ്റ്സർലന്റിൽ വച്ച് കത്തി കൊ
ണ്ടു നെഞ്ചിൽ കുത്തിക്കൊല്ലുകയായിരുന്നു. തന്റെ സാമ്രാജ്യത്തിന്റെ
അസ്തമനം വിദൂരമല്ലെന്ന് അദ്ദേഹത്തിനു മുൻ കൂട്ടി കാണാൻ കഴി
ഞ്ഞു. ഫ്രാൻസ് ജോസഫിന്റ അനന്തരവൻ ആയ ഫ്രാൻസ് ഫെർഡി
നന്റ് വിയന്നയുടെ ആർച്ച് ഡ്യൂക്ക് ആയി സ്ഥാനമേറ്റു. അധികം താ
മസിയാതെ ഇദ്ദേഹവും ഭാര്യയും സാരിയേവോയിൽ വച്ച് കൊല ചെ
യ്യപ്പെട്ടു. ഒരു സെർബ് യുവാവായിരുന്നു കൊലയാളി. ഇതേത്തുടർ

ന്നു ഫ്രാൻസ് ജോസഫ് സെർബുകളോട് യുദ്ധം പ്രഖ്യപിച്ചു. ഒന്നാം ലോകമഹായുദ്ധത്തിന്റെ ആരംഭം ഇവിടെ നിന്നായിരുന്നു.

1916 നവംബർ മാസത്തിൽ അദ്ദേഹം ന്യൂമോണിയ പിടിപ്പെട്ട് മരി ക്കുകയായിരുന്നു. അവസാന രാത്രിയിൽ അദ്ദേഹം പറഞ്ഞ വാക്കു കൾ ഇങ്ങനെ 'എന്നെ നാളെ രാവിലെ 3.30ന് വിളിച്ചുണർത്തണം, ധാരാളം ജോലികൾ ബാക്കിയുണ്ട്'. രണ്ട് വർഷത്തിന് ശേഷം, ആ സ്ത്രിയയുടെ പട്ടാളം കീഴടങ്ങി. ആസ്ത്രിയ റിപ്പബ്ലിക് ആയി മാറി തോടെ അവസാനത്തെ രാജാവ് രാജ്യം വിട്ടു പോയി. ഇതോടെ ആ സ്ത്രിയൻ സാമ്രാജ്യം ചരിത്രത്തിൽ മാത്രം ബാക്കിയായി. സാമ്രാ ജ്യത്തിന്റെ ഭാഗമായിരുന്ന പോളണ്ട്, യുഗോസ്ലാവിയ എന്നിവ സ്വത ന്ത്രരാജ്യങ്ങളായി. 20കൊല്ലങ്ങൾക്ക് ശേഷം അവരുടെ കൊട്ടാരത്തി ന്റെ ബാൽക്കണിയിൽ നിന്ന് കൊണ്ടു ഹിറ്റ്ലർ ആസ്ത്രിയയെ ജർ മ്മനിയുമായി കൂട്ടിച്ചേർക്കുന്ന വിവരം ലോകത്തെ അറിയിച്ചു. ഫ്രാൻ സ് ജോസഫിന്റെ കാലത്തെ ആസ്ത്രിയയുടെ ദേശീയ ഗാനത്തിൽ ഡുച്ച്ലാൻഡ് (ജർമ്മനി) എന്ന വാക്ക് കൂട്ടിച്ചേർത്ത് ഹിറ്റ്ലർ ജർമ്മ നിയുടെ ദേശീയ ഗാനമാക്കി മാറ്റി.

37 മില്യൺ ആളുകളുടെ ജീവനെടുത്ത ഒന്നാം ലോക മഹായു ദ്ധം തുടങ്ങി വച്ചതിനു പകരമായി, ഫ്രാൻസ്ജോസഫിന് 700 വർ ഷത്തെ പാരമ്പര്യമുള്ള സ്വന്തം രാജവംശത്തെ തന്നെ ഹോമിക്കേ ണ്ടി വന്നു. ചരിത്രത്തിന്റെ ആവശ്യങ്ങൾ നിവർത്തിക്കപ്പെടാതെ വ യ്യല്ലോ!

7. മൊസാർട്ട് എന്ന അത്ഭുതം

വിയെന്നയുടെയും പ്രാഗിന്റെയും ചരിത്രം പറയുമ്പോൾ മൊസാർ ട്ടിന്റെ ജീവിതം കൂടി പറയേണ്ടതുണ്ട്. പാശ്ചാത്യ സംഗീതത്തിലെ അത്ഭുതപ്രതിഭയായ ഉൾഫ്ഗാങ് അമാഡിയോസ് മൊസാർട്ട് (Wolfgang Amadeus Mozart) 1756 ജനുവരി 27ന് ആസ്ട്രോ ഹങ്കേ റിയൻ സാമ്രാജ്യത്തിലെ സാലസ്ബർഗ് എന്ന ചെറുപട്ടണത്തിൽ ജ നിച്ചു. അദ്ദേഹത്തിൻറെ അച്ഛനായ ലിയോപോൾഡ് മൊസാർട്ട് സാ ലസ് ബർഗ് കോർട്ടിലെ സംഗീതജ്ഞനായിരുന്നു. മൂത്ത സഹോദരി യും കുട്ടിയായിരിക്കുമ്പോൾ തന്നെ സംഗീതത്തിൽ അപൂർവ്വമായ കഴിവു പ്രദർശിപ്പിച്ചിരുന്നു. ഇതുമൂലം അച്ഛൻ ഈ രണ്ടു കുട്ടികളെ യും ശ്രദ്ധയോടെ സംഗീതം അഭ്യസിപ്പിക്കാൻ പ്രത്യേകം ശ്രദ്ധിച്ചു. മൂന്നു വയസ്സുള്ളപ്പോൾ കുട്ടിയായ മൊസാർട്ട് മണിക്കൂറുകളോളം പിയാനോയിൽ കളിക്കുകയും ആ സംഗീതത്തിൽ ആകൃഷ്ടനായി വീ ണ്ടും വീണ്ടും അത് മെച്ചപ്പെടുത്തുകയും ചെയ്തു. വളരെ അസാധാ രണമായ ഈ കുട്ടിയുടെ കഴിവു കണ്ടു അച്ഛനും മറ്റുള്ളവരും അ ത്ഭുതപരതന്ത്രരായി. അഞ്ചുവയസ്സുള്ളപ്പോൾ അദ്ദേഹം സ്വന്തമായി സംഗീതരചന നിർവ്വഹിച്ചു.

1762ൽ ചക്രവർത്തിനിയായിരുന്ന മറിയ തെരേസയുടെയും കുടും ബത്തിന്റെയും മുൻപിൽ ആദ്യമായി ആ കുട്ടി തന്റെ സംഗീത പാടവം പ്രദർശിപ്പിച്ചു. ലാവൻഡർ നിറത്തിലുള്ള ഒരു വിലപിടിച്ച വസ്ത്ര വും 100 ഡക്കറ്റു (മദ്ധ്യകാലത്ത് ഉപയോഗത്തിലിരുന്ന സ്വർണ്ണത്തി ലോ വെള്ളിയിലോ നിർമ്മിച്ച നാണയം)മാണ് ആ കുട്ടിക്ക് ഇതിനു സമ്മാനമായി ലഭിച്ചത്. അക്കാലത്ത് യൂറോപ്പിൽ സംഗീതത്തിന് വള രെയധികം ആരാധകരുണ്ടായിരുന്നു. കുട്ടിയുടെ അപൂർവ്വമായ കഴി വുകൾ ഉപയോഗിച്ച് കുടുംബത്തിന് കുറച്ച് സാമ്പത്തിക നേട്ടം ഉണ്ടാ ക്കാമെന്ന് അച്ഛൻ കരുതി. അതിനുവേണ്ടി അവർ ജർമ്മനി, പാരീസ്, ലണ്ടൻ എന്നീ സ്ഥലങ്ങളിലേക്ക് യാത്ര ചെയ്തു. യാത്രകളിൽ കാഴ്ച ക്കാരെ അത്ഭുതപ്പെടുത്താനായി ഒരു വിരൽ കൊണ്ട് പിയാനോ വാ ദനം ചെയ്യുക, കണ്ണുകെട്ടി അല്ലെങ്കിൽ കീബോർഡ് തുണികൊണ്ട് മ

റച്ച് ശേഷം പ്രകടനം നടത്തുക എന്നിങ്ങനെ ചെറിയ സൂത്രപ്പണിക
ളും ആ കുട്ടി പ്രയോഗിച്ചു. പോയ ഇടങ്ങളിലെല്ലാം ഏഴുവയസ്സുകാര
നായ മൊസാർട്ടും സഹോദരിയും എല്ലാവരെയും അത്ഭുതപ്പെടുത്തി.
ലണ്ടനിലെ റോയൽ സൊസൈറ്റിയിലെ ആദരണീയരായ അംഗങ്ങ
ളിൽ ഒരാളായിരുന്ന ഡേവിസ് ബാരിംഗ്ടൺ ഈ ഏഴു വയസ്സുകാര
നെ ശാരീരികപരിശോധനയ്ക്ക് വിധേയനാക്കുകയും സംഗീതം പല
പ്രാവശ്യം കേൾക്കുകയും ചെയ്തശേഷം ഒരു റിപ്പോർട്ട് തയാറാക്കി
യതായി രേഖകളുണ്ട്.

ധാരാളം പണവും പ്രശസ്തിയും ഈ യാത്രകളിൽ അവർക്ക് ലഭി
ച്ചു. എന്നാൽ കൊടുംതണുപ്പിൽ തുറന്ന കുതിര വണ്ടിയിൽ ഇത്രയ
ധികം ദൂരം സഞ്ചരിച്ചത് ആരോഗ്യപ്രശ്നങ്ങളുണ്ടാക്കി. വുൾഫ്ഗാം
ങ്ങിന് റുമാറ്റിക് ഫീവർ എന്ന രോഗം പിടിപെട്ടു. ഈ കാലത്താണ്
അദ്ദേഹം കൂടുതലായി സംഗീത രചനയിൽ ശ്രദ്ധിക്കാൻ തുടങ്ങിയ
ത്. ഒരു കൊല്ലത്തിനുശേഷം അദ്ദേഹവും പിതാവും ഇറ്റലിയിലേക്ക്
യാത്രചെയ്യുകയും അവിടുത്തെ സംഗീതപ്രേമികളുടെ മുൻപിൽ പ
രിപാടികൾ നടത്തുകയും ചെയ്തു. ഈ കാലത്ത് പോപ്പിന്റെ മുൻ
പിൽ സംഗീതം അവതരിപ്പിക്കാനുള്ള അവസരം ഈ അത്ഭുതബാല
ന് ലഭിച്ചു. അതോടൊപ്പം അദ്ദേഹത്തിൽ നിന്നും 'ഓർഡർ ഓഫ്
ഗോൾഡൻ സ്പർ' എന്ന മെഡലും ലഭിച്ചു. പതിനാലാമത്തെ വയ
സ്സിൽ മൊസാർട്ട് ജർമ്മൻ ഭാഷയിൽ തന്റെ ആദ്യത്തെ ഓപ്പറ രചിച്ചു.

സാലസ്ബർഗിലേക്ക് മടങ്ങിയെത്തിയ അച്ഛനും മകനും ആർച്ച്
ബിഷപ്പിന്റെ കോർട്ടിലെ സാധാരണ ജോലിക്കാരുടെ പദവിയിൽ കൂ
ടുതൽ ബഹുമാനം ഒന്നും ലഭിച്ചില്ല. തീരെ ചെറിയ കുട്ടിയായിരുന്ന
കാലം മുതൽ പല രാജ്യങ്ങളിലെ ഏറ്റവും ഉന്നതരുമായി ഇടപഴകി
യ മൊസാർട്ടിന് ഇത് വളരെ അപമാനകരമായി തോന്നി. മകന് കൂടു
തൽ ശ്രദ്ധിക്കപ്പെടാനായി യൂറോപ്പിലെ വലിയ പട്ടണങ്ങളിൽ ഏതെ
ങ്കിലും ഒന്നിലേക്ക് താമസം മാറ്റുന്നതായിരിക്കും നല്ലത് എന്ന് അ
ച്ഛൻ തീരുമാനിച്ചു. എന്നാൽ 19 വയസ്സുള്ള മൊസാർട്ടിനെ ഒറ്റയ്ക്ക്
പറഞ്ഞയയ്ക്കാൻ പിതാവിന് സമ്മതമായിരുന്നില്ല. അങ്ങനെയാണ്
അമ്മയും ഒന്നിച്ചുള്ള യാത്ര തീരുമാനിക്കപ്പെടുന്നത്. അച്ഛൻ തന്റെ
മകന്റെ ഉയരങ്ങളിലേക്കുള്ള യാത്രയ്ക്കായുള്ള ഓരോ ചവിട്ടടിയി
ലും വിജയത്തിനാവശ്യമായ തന്ത്രങ്ങൾ മെനയുന്നതിൽ വളരെയധി
കം തൽപ്പരനായിരുന്നു. എന്നാൽ മകന് സ്വന്തം ചിറകുകൾ ഉപയോ
ഗിച്ച് പറക്കുന്നതിലായിരുന്നു താല്പര്യം. അച്ഛനും മകനും തമ്മിലു
ള്ള കത്തുകൾ, ഈ കാര്യത്തിൽ അവർ തമ്മിലുള്ള അഭിപ്രായ വ്യ

ത്യാസം വെളിവാക്കുന്നതാണ്. ഈ കത്തുകളെല്ലാം ഇന്നും സൂക്ഷി
ച്ചിട്ടുണ്ട്.

പാരീസിലും യൂറോപ്പിന്റെ മറ്റു പല ഭാഗത്തും നടത്തിയ സംഗീ
ത പരിപാടികൾ പ്രസിദ്ധിയും വളരെയധികം ആരാധകരെയും അ
ദ്ദേഹത്തിന് നൽകിയെങ്കിലും എവിടെയെങ്കിലും ഒരു പ്രധാന സ്ഥാ
നത്ത് ജോലി ചെയ്യാനുള്ള ക്ഷണം എവിടെ നിന്നും ലഭിച്ചില്ലെന്നത്
അദ്ദേഹത്തെ വല്ലാതെ വിഷമിപ്പിച്ചു. സാമ്പത്തിക പ്രശ്നങ്ങളും ഇ
ക്കാലത്ത് മൊസാർട്ടിനെ അലട്ടി. അദ്ദേഹത്തിന്റെ അമ്മ രോഗാതുര
യായയെങ്കിലും ഫ്രഞ്ച് ഡോക്ടർമാരിൽ ഉള്ള വിശ്വാസക്കുറവ് മൂലം
അവർ ആദ്യകാലത്ത് ചികിത്സ ചെയ്യാൻ മടി കാണിച്ചു. പിന്നീട് അ
തിനു തയ്യാറായപ്പോൾ രോഗം അതികഠിനമായിരുന്നു. മരണ വിവരം
അറിഞ്ഞു അച്ഛൻ അതീവ ദുഃഖിതനായി. മൊസാർട്ട് വേണ്ടവിധത്തിൽ
അമ്മയെ ചികിത്സിക്കാത്തതു കൊണ്ടാണ് ഈ വിധത്തിൽ അവർ മ
രണപ്പെട്ടതെന്ന് കുറ്റപ്പെടുത്തുകയും ചെയ്തു. 22 വയസ്സായതോടെ
പിതാവ് മൊസാർട്ടിനെ സാലിസ്ബറിയിലേക്ക് തിരികെ വിളിച്ചു. ചെ
റു പട്ടണത്തിലെ ജീവിതം മൊസാർട്ടിന് അസംതൃപ്തി മാത്രമേ സ
മ്മാനിച്ചുള്ളൂ. കൂടാതെ അച്ഛൻ ജോലി ചെയ്തിരുന്ന സാലിസ്ബർഗ്
കോർട്ടിലെ ആർച്ച് ബിഷപ്പിന്റെ നിന്ദാപൂർണ്ണമായ പെരുമാറ്റവും അ
ദ്ദേഹത്തിന് വളരെ വിഷമമുണ്ടാക്കി. അങ്ങനെ മൊസാർട്ട് വീണ്ടും
വിയന്നയിലേക്ക് മടങ്ങി.

ഓഗസ്റ്റ് നാലാം തീയതി 1782മൊസാർട്ട് തന്റെ മുൻകാല കാമുകി
യുടെ ഇളയ സഹോദരിയായ കോൺസ്റ്റാൻസ് എന്ന യുവതിയെ അ
ച്ഛന്റെ എതിരഭിപ്രായം അവഗണിച്ചു കൊണ്ടു വിവാഹം ചെയ്യുന്നു.
ഇതോടെ അച്ഛനും മകനും തമ്മിലുള്ള അകൽച്ച പൂർണ്ണമായി. ഒരു
വർഷത്തിനുശേഷം അവർക്ക് ഒരു മകൻ ജനിക്കുന്നു. തന്റെ കുടും
ബവുമായുള്ള ബന്ധം മെച്ചപ്പെടുത്താനായി മൊസാർട്ട് ഭാര്യയെയും
കൂട്ടി സാലസ്ബർഗിലേക്ക് യാത്ര ചെയ്തു. എന്നാൽ അച്ഛനും സ
ഹോദരിയും അവർക്ക് വളരെ തണുത്ത സ്വീകരണമാണ് നൽകിയ
ത്. വിയന്നയിൽ നാനിയുടെ സംരക്ഷണയിലിരുന്ന തങ്ങളുടെ മകന്റെ
മരണ വാർത്തയും ഈ സമയം അവർക്ക് ലഭിച്ചു. ഇങ്ങനെ പല കാ
രണങ്ങൾ കൊണ്ട് മാനസികമായി തകർന്നാണ് അദ്ദേഹവും ഭാര്യ
യും വിയന്നയിലേക്ക് മടങ്ങുന്നത്.

പിന്നീട് കാണുന്നത് അദ്ദേഹത്തിന്റെ പ്രതിഭ എല്ലാ തരം പ്രതികൂ
ല സാഹചര്യങ്ങളെയും തകർത്ത്, ചിറകുവിരിച്ചു പറന്നുയരുന്നതാ
ണ്. ഇതുമൂലം സാമ്പത്തികമായും സാമൂഹികമായും മൊസാർട്ടിന്റെ

നില വളരെ മെച്ചപ്പെട്ടു. വിയന്നയിലെ പ്രഭു കുടുംബാംഗങ്ങൾ ആ യിരുന്നു ഇക്കാലത്ത് അദ്ദേഹത്തിന്റെ ആരാധകരും സുഹൃത്തുക്ക ളും. ഇത്രത്തോളം എത്തി എങ്കിലും ചക്രവർത്തിയായ ഫ്രാൻസ് ജോ സഫ് രണ്ടാമൻ അദ്ദേഹത്തിന് കൊട്ടാരത്തിൽ എന്തെങ്കിലും ഒരു ഔ ദ്യോഗിക സ്ഥാനം നൽകിയില്ല. മാത്രമല്ല, അദ്ദേഹത്തിന്റെ രചനകൾ വളരെ സങ്കീർണം ആണെന്നും മറ്റുമുള്ള വിമർശനങ്ങൾ പലപ്പോ ഴും കേൾക്കേണ്ടി വരികയും ചെയ്തു. എന്നാലും തന്റെ രചനകളു ടെ കാര്യത്തിൽ ഒരു തരത്തിലുള്ള അനുരഞ്ജനത്തിനും അദ്ദേഹം തയ്യാറായില്ല. ഫിഗറോയുടെ വിവാഹം (The marriage of Figaro) എന്ന പ്രസിദ്ധമായ ഓപ്പറ ഇക്കാലത്താണ് രചിക്കപ്പെട്ടത്. ഒരു ബാർ ബർ, പ്രഭു   കുടുംബത്തോട് അയാളുടേതായ രീതിയിൽ പക വീട്ടു ന്നതാണ്   കഥ. ഫ്രെഞ്ച് വിപ്ളവത്തിൻറെ ബീജങ്ങൾ യൂറോപ്യൻ മ ണ്ണിൽ വേരുറപ്പിക്കാൻ തുടങ്ങുന്ന മുൻപുള്ള കാലത്താണ് ഇതെന്നോർ ക്കണം. സമൂഹത്തിന്റെ പല തട്ടിലുള്ള ആളുകൾ തമ്മിൽ സമഭാവന യോടെ ഇടപെടുന്ന ഒരു സമൂഹത്തെപ്പറ്റിയുള്ള ചിന്ത പോലും അ സംഭവ്യമായിരുന്ന ഒരു കാലമായിരുന്നു അത്.

1787ലാണ് മൊസാർട്ട് പ്രാഗിൽ എത്തുന്നത്. അദ്ദേഹത്തിന്റെ മേൽ പ്പറഞ്ഞ ഓപ്പറയ്ക്ക് പ്രാഗിൽ വളരെ വലിയ സ്വീകരണമാണ് ലഭിച്ച ത്. കുറേക്കാലത്തേക്ക് വിയന്നയിൽ ഉള്ളവർക്ക് ഫിഗറോ അല്ലാതൊ രു സംഭാഷണ വിഷയം ഉണ്ടായിരുന്നില്ല. അങ്ങനെ അദ്ദേഹത്തിന്റെ പ്രസിദ്ധിയും ജനസ്വീകാര്യതയും വർദ്ധിച്ചുകൊണ്ടിരുന്നു. അവസാ നം ചക്രവർത്തി അദ്ദേഹത്തിന് 'ചേമ്പർ കമ്പോസർ' എന്ന പദവി നൽകി. 800 ഗിൽഡൻ ആയിരുന്നു അദ്ദേഹത്തിന്റെ ശമ്പളം. അക്കാ ലത്തെ സ്ഥിതിയനുസരിച്ച് ഇത് നല്ലൊരു വരുമാനം ആയിരുന്നു. ഇ തിന് ശേഷവും അദ്ദേഹത്തിന് പ്രത്യേകമായ എന്തെങ്കിലും രചനയു ടെ ചുമതല നൽകപ്പെട്ടില്ല. ഇത് അദ്ദേഹത്തെ നിരാശനാക്കി.

ഈ കാലത്താണ് 16 വയസ്സുകാരനായ ബിഥോവൻ മൊസാർട്ടി നെ കാണാൻ ചെല്ലുന്നത്. അദ്ദേഹത്തിന്റെ പ്രതിഭ ആദ്യസന്ദർശന ത്തിൽ തന്നെ തിരിച്ചറിയുകയും തന്റെ കൂടെയുണ്ടായിരുന്നവരോട് 'ഇയാളെ ശ്രദ്ധിക്കൂ, ലോകം മുഴുവൻ അറിയപ്പെടാൻ പോകുന്നു ഒ രാളാണ് ഇദ്ദേഹം' എന്ന് ഒരു പ്രവചനം നടത്തിയതും അദ്ദേഹത്തി ന്റെ സുഹൃത്തുക്കൾ രേഖപ്പെടുത്തിയിട്ടുണ്ട്. മൊസാർട്ടിന്റെ പിതാവ് മരിക്കുന്നത് ഈ കാലത്താണ്. മകനു വേണ്ടിയുള്ള തന്റെ പരിശ്രമ ങ്ങൾ വിഫലമായില്ല എന്നും മകൻ കൂടുതൽ ഉയരങ്ങളിലേക്ക് സ ഞ്ചരിച്ചു കൊണ്ടിരിക്കുകയാണ്   എന്ന അറിവോടെയാണ് അച്ഛൻ മ

രിക്കുന്നത്. അച്ഛനും മകനും തമ്മിലുള്ള പ്രശ്നങ്ങൾ കാരണം അ
ദ്ദേഹം സ്വത്ത് മുഴുവൻ മകളുടെ പേരിൽ എഴുതി വച്ചു. മരണവിവര
മറിഞ്ഞു, എങ്കിലും മൊസാർട്ട് തന്റെ കുടുംബ വീട്ടിലേക്ക് പിന്നീട്
ഒരിക്കലും പോയില്ല. അദ്ദേഹത്തിന്റെ മനസ്സിലുണ്ടായിരുന്ന ദുഃഖം
അദ്ദേഹത്തിന്റെ അക്കാല രചനകളിൽ വളരെ വ്യക്തമാണ്. വ്യക്തി
ജീവിതം ഇത്തരത്തിൽ ആയിരുന്നെങ്കിലും സൃഷ്ടിപരമായി വളരെ
തിരക്കുള്ള കാലമായിരുന്നു ഇത്. 31 വയസുണ്ടായിരുന്ന മൊസാർട്ടി
ന്റെ 'ഡോൺ ജിയോവാനി' എന്ന സുപ്രസിദ്ധമായ ഓപ്പറ ഇക്കാല
ത്ത് രചിക്കപ്പെട്ടു.

തന്റെ ജീവിതകാലത്തിനിടയിൽ അദ്ദേഹം പലതരത്തിലുള്ള അ
റുന്നൂറോളം രചനകൾ നിർവഹിച്ചിട്ടുണ്ട്. ചരിത്രകാരന്മാർ രേഖപ്പെ
ടുത്തിയിരിക്കുന്ന ഏറ്റവും അത്ഭുതകരമായ കാര്യം, അദ്ദേഹത്തിന്
രചനകളെല്ലാം അല്പം പോലും തിരുത്തലുകൾ ഇല്ലാതെയാണ് എ
ഴുതിയിരിക്കുന്നത് എന്നതാണ്. ഓരോ വരിയും എഴുതുന്നതിനു മുൻ
പ് തന്റെ ഉള്ളിൽ സംഗീതം ആലപിച്ച് കേട്ട ശേഷം കൃത്യതയോടെ
എഴുതുകയായിരുന്നു. കഠിനമായ പരിശ്രമം അദ്ദേഹം ഇതിനുവേണ്ടി
നടത്തിയിട്ടുണ്ട്. മിക്ക ദിവസങ്ങളിലും അതിരാവിലെ മുതൽ പാതിര
വരെ ഇതിനുവേണ്ടി ബുദ്ധിമുട്ടിയിരുന്നു. അദ്ദേഹം മരിച്ചതിനുശേഷം
ഭാര്യ ആ രചനകളിൽ പലതും കത്തിച്ചുകളഞ്ഞു. പലപ്പോഴും അദ്ദേ
ഹത്തിന് തന്റെ ജോലി പറഞ്ഞ സമയത്ത് പൂർത്തിയാക്കാൻ കഴി
ഞ്ഞില്ല. അവസാന കാലത്ത് അദ്ദേഹത്തിന്റെ വിരലുകൾ വാതം കൊ
ണ്ട് വളഞ്ഞു പോയത് കാരണം ഭക്ഷണം മുറിച്ച് കഴിക്കാൻപോലും
വളരെ ബുദ്ധിമുട്ടി. ഈ കാലത്താണ് (1788) മൊസാർട്ടിന്റെ ഏറ്റവും
പ്രസിദ്ധമായ മൂന്ന് സിംഫണികൾ (Symphony 39 in e flat Major,
Symphony no 40 in g Minor,Symphony no 41 in c Major) രചിച്ച
ത്. പ്രസിദ്ധിയുടെ ഉത്തുംഗത്തിൽ ആയിരുന്നെങ്കിലും സാമ്പത്തിക
മായി അദ്ദേഹം വളരെ ദയനീയമായ അവസ്ഥയിലായിരുന്നു. പല
പ്പോഴും വീട്ടുചെലവുകൾ നടത്താനായി അദ്ദേഹത്തിന് പലതും പ
ണയം വയ്ക്കേണ്ടി വന്നിട്ടുണ്ട്. 1789 മൊസാർട്ട് പലരോടും പണം ക
ടം ചോദിച്ചു കൊണ്ട് കത്തുകൾ എഴുതി. സ്ഥിരമായ വരുമാനം ഇ
ല്ലായിരുന്നെങ്കിൽ പോലും, അദ്ദേഹം ചെയ്ത രചനകൾക്കും സംഗീ
തസദസ്സുകൾക്കും നല്ല പ്രതിഫലം ലഭിച്ചിരുന്നു. പക്ഷേ അദ്ദേഹം
ഇത് പന്തയം വയ്ക്കൽ, മദ്യം, സ്ത്രീ സുഹൃത്തുക്കൾ എന്നിവരിൽ
കണക്കില്ലാതെ ചിലവാക്കി. എന്നിരിക്കിലും അവസാനകാലം വരെ
അദ്ദേഹത്തിന്റെ ഭാര്യയുമായുള്ള ബന്ധം വളരെ ദൃഢമായിരുന്നു.

ഫ്രാൻസ് ജോസഫിന്റെ മരണത്തെത്തുടർന്ന് പിന്നീട് സ്ഥാനമേറ്റ ച
ക്രവർത്തിക്ക് കൊട്ടാരത്തിൽ ഒരു സ്ഥിര ജോലിക്കായി ഉള്ള അപേ
ക്ഷ സമർപ്പിച്ചു. എന്നാൽ അദ്ദേഹം അത് തിരസ്കരിക്കുകയും ഇറ്റാ
ലിയൻ കമ്പോസർ ആയ അന്തോണിയോ സെലേറിയെ കൊട്ടാരത്തി
ലെ പ്രധാന സംഗീതജ്ഞനായി നിയമിക്കുകയും ചെയ്തു. ഇദ്ദേഹം
മൊസാർട്ടിനെ എല്ലാവിധത്തിലും ഉപദ്രവിക്കാനും ചെറുതാക്കി കാ
ണിക്കാനും രഹസ്യമായി ശ്രമിച്ചുകൊണ്ടേയിരുന്നു. ധാരാളം പ്രശം
സ ലഭിച്ച മാജിക് ഫ്ളൂട്ട് എന്ന പ്രസിദ്ധമായ ഓപ്പറ ഇക്കാലത്ത് രചി
ച്ചതാണ്. സെലേറി പോലും ഇതിനെ അഭിനന്ദിച്ചുകൊണ്ട് സംസാരി
ച്ചു.

അവാർഡുകൾ വാരിക്കൂട്ടിയ അമാഡിയോസ് എന്ന ഹോളിവുഡ്
സിനിമയിൽ മൊസാർട്ടും സെലേറിയും തമ്മിലുള്ള ബന്ധവും വിദ്വേ
ഷവും ഒക്കെ വളരെ നാടകീയമായി ചിത്രീകരിച്ചിട്ടുണ്ട്. ഈ ബയോ
പിക്കിൽ അവസാന കാലത്ത് മുഖംമൂടി ധരിച്ച ഒരാൾ, സമൂഹത്തിൽ
വളരെ ധനികനായ ഒരാളിന്റെ സന്ദേശവാഹകനായി മൊസാർട്ടിനെ
കാണാനായി എത്തുന്നു. മുൻകൂറായി വലിയെരു തുക നൽകിയ
ശേഷം ഒരു ചരമഗീതം എഴുതി കൊടുക്കണം എന്ന് ആവശ്യപ്പെടു
ന്നു. പക്ഷേ അത് ധനികനായ ആ വ്യക്തിയുടെ പേരിൽ ആയിരി
ക്കും പ്രസിദ്ധപ്പെടുത്തുക എന്നും പറഞ്ഞിരുന്നു. പണത്തിന്റെ അ
ത്യാവശ്യം നിമിത്തം ആരോഗ്യം മോശമായിക്കൊണ്ടിരിക്കുന്നു അവ
സ്ഥയിലും മൊസാർട്ട് ആ ജോലി ഏറ്റെടുക്കുന്നു. കുറേ മാസങ്ങൾ
ക്കുശേഷം പൂർത്തീകരിച്ച രചന കൊണ്ടുപോകാനായി സന്ദേശവാ
ഹകൻ അവിടെ എത്തുന്നു. എന്നാൽ സംഗീതരചന കഴിഞ്ഞിട്ടുണ്ടാ
യിരുന്നില്ല. അപൂർണ്ണമായ സൃഷ്ടി കൊണ്ടു പോകണമെന്ന് അയാൾ
നിർബന്ധം പിടിക്കുന്നു. അസാധാരണമായ ഈ പെരുമാറ്റത്തെ പ
റ്റി മൊസാർട്ട് തന്റെ ഭാര്യയോട് സംസാരിക്കുന്നുണ്ട്. ഈ ദിവസങ്ങ
ളിൽ അദ്ദേഹത്തിന്റെ രോഗം മൂർദ്ധന്യാവസ്ഥയിലെത്തി, മതിഭ്രമത്തി
ന്റെ ലക്ഷണങ്ങൾ കാണിച്ചു തുടങ്ങി. ആരോ തനിക്ക് വിഷം തന്നി
ട്ടുണ്ട് എന്നും താൻ ഇനി അധികകാലം ജീവിച്ചിരിക്കില്ല എന്നും അ
ദ്ദേഹം പറഞ്ഞു. ഇതോടെ തനിക്ക് എഴുതേണ്ടിയിരിക്കുന്നു ചരമഗീ
തത്തെ പറ്റിയുള്ള ചിന്ത ഒഴിയാബാധപോലെ അദ്ദേഹത്തിന്റെ മന
സ്സിൽ കയറിക്കൂടി. ഒരുപക്ഷേ അത് തന്റെ തന്നെ ചരമഗീതം ആയി
രിക്കുമോ എന്ന് അദ്ദേഹം ശങ്കിക്കാൻ തുടങ്ങി. ഇതിന്റെ റിഹേഴ്സ
ലിനിടയിൽ അദ്ദേഹം നിലവിളിച്ചു കരഞ്ഞു എന്ന് അതിൽ പങ്കെടു
ത്ത ഒരാൾ രേഖപ്പെടുത്തിയിട്ടുണ്ട്. അദ്ദേഹത്തിന്റെ ഏറ്റവും സുന്ദര

മായ രചനകളിൽ ഒന്നാണിത്. ഇതു പൂർത്തിയാക്കുന്നതിനു മുമ്പാ
ണ് അദ്ദേഹം മരണപ്പെട്ടത്. എങ്കിലും ഇത് പൂർണ്ണമാക്കുന്നതിന് ആ
വശ്യമായ എല്ലാ നിർദ്ദേശങ്ങളും തന്റെ വിദ്യാർത്ഥിക്ക് നൽകിയശേ
ഷമാണ് അദ്ദേഹം വിടപറഞ്ഞത്.

36 വയസ്സ് പൂർത്തിയാകുന്നതിനു കുറച്ചു ദിവസങ്ങൾക്കു മുമ്പ്,
1791 ഡിസംബർ 5 ന് മൊസാർട്ട് ഈ ലോകത്തോട് യാത്ര പറഞ്ഞു.
അദ്ദേഹത്തെ പട്ടണത്തിനു വെളിയിൽ സാധാരണക്കാരെ മറവു ചെ
യ്യുന്ന ശവപ്പറമ്പിലാണ് അടക്കിയത്. വിരലിലെണ്ണാവുന്നവർ മാത്ര
മായിരുന്നു ചടങ്ങിൽ പങ്കെടുത്തത്. പിന്നീട് വർഷങ്ങൾക്കുശേഷം
അവിടെ അദ്ദേഹത്തിന്റെ പേരെഴുതിയ സുന്ദരമായ ഒരു സ്മാരകശി
ല സ്ഥാപിക്കുകയായിരുന്നു.

അദ്ദേഹം മരിച്ചു വർഷങ്ങൾ കഴിഞ്ഞ ശേഷം അന്തോണിയോ
സെലേറി, താൻ കാരണമാണ് മൊസാർട്ട് മരണപ്പെട്ടതെന്ന് ഏറ്റു പ
റയുകയുണ്ടായത്രേ!. മാനസികനില തെറ്റിയ സെലേറി ആത്മഹത്യ
ക്ക് ശ്രമിക്കുകയും ഉണ്ടായി. ഇത് അസത്യമാണ് എന്ന് കരുതുന്ന ജീ
വചരിത്രകാരന്മാരും ഉണ്ട്. മൊസാർട്ടിന് ജനിച്ച രണ്ടു കുട്ടികളും വി
വാഹിതരാകുന്നതിന് മുമ്പ് മരണപ്പെട്ടു. അങ്ങനെ അദ്ദേഹത്തിന്റെ
കുടുംബ വൃക്ഷം നാമാവശേഷമായി. മൊസാർട്ടിന്റെ മരണശേഷം
അദ്ദേഹത്തിന്റെ ഭാര്യ കോൺസ്റ്റാൻസ് ഭർത്താവിന്റെ രചനകൾ പല
തും വിറ്റു. അദ്ദേഹം ഉണ്ടാക്കി വച്ച സാമ്പത്തികബാധ്യതകൾ തീർ
ക്കാനും പിന്നീടുള്ള കാലത്ത് ആഡംബര ജീവിതം നയിക്കാനും അ
വർക്ക് ഈ പണം ഉപകാരപ്പെട്ടു.

അതെന്തു തന്നെയായാലും 36 വയസ്സിനിടയിൽ അദ്ദേഹം രചിച്ച
ക്ലാസിക് രചനകളെ കേൾക്കാനും പഠിക്കാനും സാധാരണക്കാരന് ഒ
രു മനുഷ്യായുസ്സ് മതിയാവില്ല. രചിച്ച് നൂറ്റാണ്ടുകൾക്ക് ശേഷവും
ഏതൊരു ഹൃദയതന്ത്രിയെയും മീട്ടാൻ പോന്ന വിധത്തിലുള്ള അ
പൂർവ്വ സൃഷ്ടികളായിരുന്നു അവ. ലോകമുള്ള കാലം വരെയും ദൈ
വത്തിന്റെ ഈ അപൂർവ്വസൃഷ്ടി മനഷ്യരിൽ ആനന്ദവും അത്ഭുതവും
നിറച്ചു കൊണ്ടേയിരിക്കും.

8. ഷോൺബ്രൺ കൊട്ടാരത്തിൽ

ഞങ്ങൾ താമസിച്ചിരുന്ന കെട്ടിടത്തിന് തൊട്ടടുത്തുള്ള ജംഗ്ഷ നിൽ ഒരു ചെറിയ ഗ്രോസറി ഷോപ്പുണ്ട്. അവിടെ നിന്ന് ബ്രഡും മു ട്ടയും മറ്റും വാങ്ങി. അത് രാവിലെ ഓംലെറ്റുണ്ടാക്കി കഴിച്ചു. ഇങ്ങ നെ എളുപ്പവഴി സ്വീകരിച്ചതിനാൽ സമയനഷ്ടവും ധനനഷ്ടവും കുറ ഞ്ഞു കിട്ടി. പ്രാതലിന് ശേഷം ഞങ്ങൾ പുറപ്പെട്ടു. മ്യൂസിയം ക്വാർ ട്ടർ എന്ന ഭാഗത്തു നിന്നാണ് യാത്ര ആരംഭിച്ചത്. ആർട്ട് ഹിസ്റ്ററി, നാ ച്ചുറൽ ഹിസ്റ്ററി മ്യൂസിയങ്ങൾ, നടുവിൽ ഒരു പൂന്തോട്ടം, അതിന് ന ടുവിൽ മറിയ തെരേസ ചക്രവർത്തിനിയുടെ വളരെ ഉയരത്തിലുള്ള ഒരു പ്രതിമ തുടങ്ങിയവയാണ് ഇവിടുത്തെ കാഴ്ചകൾ.

മറിയ തെരേസയുടെ ചുറ്റിലും അവരുടെ ഉപദേശകർ, ഡോക്ടർ എന്നിവർ ഉൾപ്പെട്ട കുറെ ചെറു പ്രതിമകളും കാണാം. 40 കൊല്ലം ഭരിക്കുകയും അതിനിടെ പതിനാറു പ്രാവശ്യം പ്രസവിക്കുകയും ചെ യ്ത അവരെ ആരോഗ്യവതിയായി ജീവിക്കാൻ സഹായിച്ചതിൽ അ വരുടെ ഡോക്ടർക്ക് ഒരു പ്രധാന പങ്കുണ്ടെന്ന് നിസ്സംശയം പറയാം. മറിയ തെരേസയുടെ ഭരണകാലം സാമ്രാജ്യത്തിന്റെ ഏറ്റവും തിളക്ക മാർന്ന കാലം ആയിരുന്നു. ഈ രാജ പരമ്പരയിലെ ഒരേ ഒരു വനി താ ഭരണാധികാരി ഇവരാണ്. നിർബന്ധിത പ്രാഥമിക വിദ്യാഭ്യാസം, സോഷ്യൽ വെൽ ഫെയർ സ്കീമുകൾ തുടങ്ങി പലതും ഇവർ നട പ്പിലാക്കി. തോമസ് ആൽവ എഡിസനെ വിളിച്ചു വരുത്തി ഇലക്ട്രി സിറ്റി ആദ്യമായി ഈ നാട്ടിൽ പ്രയോഗത്തിലാക്കി. ഇവരുടെ ഭർത്താ വായ ഫ്രാൻസിസ് ഒന്നാമൻ ചക്രവർത്തിയും അവരെ ഭരണത്തിൽ സഹായിച്ചു. അദ്ദേഹം ഒരു പ്രകൃതി സ്നേഹിയും പണ്ഡിതനുമായി രുന്നു. സാമ്പത്തിക കാര്യങ്ങളിൽ വിദഗ്ദ്ധനായിരുന്ന അദ്ദേഹത്തി ന് ഭരണകാര്യങ്ങളിൽ തീരുമാനമെടുക്കുന്നതിന് ഇത് സഹായകമാ യി. ഇവിടെയുള്ള ആർട്ട് മ്യൂസിയത്തിലെ ഇറ്റാലിയൻ ചെയിന്റിംഗു കളുടെ ശേഖരം വളരെ വലുതാണ്. റഫേൽ, കരവാജിയോ, റെംബ്രാൻ ഡ്, ബ്രൂഗ്യൽ എന്നിവരുടെ പ്രധാന സൃഷ്ടികൾ ഇവിടെക്കാണാം. ഇ റ്റാലിയൻ നവോത്ഥാനത്തിന് മുൻപു രാജകുടുംബാംഗങ്ങളും ധനി

കരും സുന്ദരികളും മതമേലധ്യക്ഷന്മാരും ആത്മീയനേതാക്കളും മാ
ത്രമാണ് പെയിന്റിങ്ങുകളിൽ പ്രത്യക്ഷപ്പെട്ടിരുന്നത്. നവോത്ഥാനത്തി
ന് ശേഷം സാധാരണക്കാരുടെ ചിത്രങ്ങളും പെയിന്റിംഗിന് വിഷയ
മായി. കർഷകരും വയലുകളും ഭക്ഷണവും സാധാരണക്കാരന്റെ നി
ത്യജീവിതത്തിലെ പല രംഗങ്ങളും വിഷയമായ പെയിന്റിംങ്ങുകൾ
കൂടുതലായി വരയ്ക്കപ്പെട്ടു തുടങ്ങി.

ഇവിടെയുള്ള നാച്ചുറൽ ഹിസ്റ്ററി മ്യൂസിയത്തിൽ പല ഇനത്തിൽ
പ്പെട്ട 30 മില്യൺ വസ്തുക്കൾ പ്രദർശിപ്പിച്ചിട്ടുണ്ട് ചന്ദ്രനിൽ നിന്നു
ള്ള കല്ലുകൾ, ദിനോസറുകളുടെ ശരീരഭാഗങ്ങൾ, ഉൽക്കകൾ, പലത
രത്തിലുള്ള അപൂർവ മൃഗങ്ങളും ചെടികളും തുടങ്ങിയവ ഇവിടെ
കാണാം. മറിയ തെരേസയാണ് ഇത് ആദ്യമായി സാധാരണജനങ്ങൾ
ക്കായി തുറന്നു കൊടുത്തത്.

ടൂർ ബസിന്റെ അടുത്ത സ്റ്റോപ്പ് നാഷ് മാർക്കറ്റ് (Nasch market)
ആണ്. വിയന്നയിലെ ഏറ്റവും പഴയതും പ്രസിദ്ധവുമായ ചന്ത ആ
ണിത്. വിയന്ന നദിയുടെ മുകൾ ഭാഗം അടച്ചു കെട്ടി അതിന് മുകളി
ലാണ് ഇന്ന് ഈ മാർക്കറ്റ് പ്രധാനമായും പ്രവർത്തിക്കുന്നത്. പതി
നാറാം നൂറ്റാണ്ട് മുതൽ ഇത് നിലവിലുണ്ട്. അക്കാലത്ത് 'ആഷ്' മര
ത്തിന്റെ തടി കൊണ്ടുണ്ടാക്കിയ പാൽക്കുപ്പികൾ ഇവിടെ വിറ്റിരുന്നു.
ഇതിൽ നിന്നാണ് നാഷ് മാർക്കറ്റ് എന്ന പേരുണ്ടായത്. 1970 മുതൽ
പഴവർഗങ്ങൾക്കും പച്ചക്കറികൾക്കുമുള്ള പ്രധാന മാർക്കറ്റായി മാറി.
പല രാജ്യങ്ങളിൽ നിന്നുള്ള പച്ചക്കറികൾ, പഴവർഗങ്ങൾ കൂടാതെ
കരകൗശലവസ്തുക്കൾ, മീൻ, ഇറച്ചി, ബേക്കറി സാധനങ്ങൾ, സുഗ
ന്ധവ്യഞ്ജനങ്ങൾ എന്നിവ ഇവിടെ ലഭിക്കും. പലതരം ഭക്ഷണ സാ
ധനങ്ങൾ വില്ക്കുന്ന റസ്റ്റോറന്റുകളും ഇവിടെ ഉണ്ട്. ശനിയാഴ്ചക
ളിൽ ഇവിടെ നടക്കുന്ന സെക്കന്റ് ഹാന്റ് സാധനങ്ങളുടെ ചന്തയി
ലേക്ക് ടൂറിസ്റ്റുകളെക്കൂടാതെ ധാരാളം ആളുകൾ യൂറോപ്പിന്റെ പല
ഭാഗങ്ങളിൽ നിന്നായി വരാറുണ്ട്. എന്തായാലും ഇന്ന് വൈകുന്നേര
ത്തെ ഭക്ഷണം ഇവിടെ നിന്നു തന്നെ എന്ന് മനസ്സിലുറപ്പിച്ച് ഞ
ങ്ങൾ മുൻപോട്ട് പോയി. വെസ്റ്ബാൻഹോഫ് (Westbahbhof) റെ
യിൽവേ സ്റ്റേഷൻ ആയിരുന്നു അടുത്ത കാഴ്ച. എല്ലാ അന്താരാഷ്ട്ര
റെയിവേ ലൈനുകളും ഇവിടെ നിന്നായിരുന്നു ആദ്യ കാലത്ത് ആ
രംഭിച്ചിരുന്നത്. എന്നാൽ പിൽക്കാലത്ത് ഇത് ലോക്കൽ ട്രെയിനുകൾ
ക്ക് മാത്രമാക്കി മാറ്റി

ഷോൺ ബ്രൺ പാലസ്

ഹാപ്സ് ബർഗ് രാജുകുംബത്തിന്റെ വേനൽക്കാല വസതിയായി രുന്ന ഷോൺ ബ്രൺ പാലസ് ആണ് അടുത്ത സ്റ്റോപ്പ്. ഞങ്ങൾ അ വിടെ ഇറങ്ങി. മുന്നൂറ് മുറികളുള്ള ഈ കെട്ടിടത്തിലെ നാല്പതോ ളം മുറികളിൽ സന്ദർശകർക്ക് പ്രവേശനമുണ്ട്. 17.30 യൂറോയാണ് ടി ക്കറ്റ് വില. വളരെ വിശാലമായ ഒരു പ്രദേശത്താണ് ബറോക് ശൈ ലിയിലുള്ള ഈ കൊട്ടാര സമുച്ചയം സ്ഥിതി ചെയ്യുന്നത്. ഷോൺ ബ്രൺ എന്നാൽ സുന്ദരമായ അരുവി എന്നാണ് അർത്ഥം. അക്കാല ത്ത് ഈ അരുവിയിൽ നിന്നായിരുന്നു രാജകുടുംബത്തിന്റെ ആവശ്യ ത്തിനുള്ള വെള്ളം ശേഖരിച്ചിരുന്നത്. 1533 അന്നത്തെ രാജാവായിരു ന്ന മാക്സ്മില്യൻ രണ്ടാമനാണ് കൊട്ടാരം നിർമ്മിക്കാനുള്ള സ്ഥലം വാങ്ങിയതും പ്രാരംഭ നടപടികൾ ആരംഭിയ്ക്കുന്നതും. ഇന്നും മധ്യ കാലത്തെ ചില പഴയ കൊട്ടാരഭാഗങ്ങളുടെ അവശിഷ്ടങ്ങൾ അവി ടെ കാണാം. പിന്നീട് വന്ന പല രാജ കുടുംബാംഗങ്ങളും ഇതിനെ ഇ ന്നു കാണുന്ന അവസ്ഥയിലെത്തിക്കാനുള്ള പുനർനിമ്മാണത്തിൽ ഭാ ഗഭാക്കായിട്ടുണ്ട്. ഈ വംശത്തിലെ ഏറ്റവും പ്രശസ്തയായ ഭരണാ ധികാരിയായിരുന്ന മറിയതെരേസ തന്റെ 16 കുഞ്ഞുങ്ങളെ പ്രസവിച്ച തും വളർത്തിയതും ഇവിടെയാണ്. ഭരണതന്ത്രജ്ഞയായ അവർ ത ങ്ങളുടെ കുട്ടികൾക്കെല്ലാം യൂറോപ്പിലെ പ്രധാനപ്പെട്ട പല രാജകു ടുംബങ്ങളുമായി വിവാഹ ബന്ധങ്ങളുണ്ടാക്കി. ഏറ്റവും കൂടുതൽ കാ

ലം രാജാവായിരുന്ന ഫ്രാൻസ് ജോസഫ് ഇവിടെയാണ് ജനിച്ചതും മ
രിച്ചതും. 1918 ൽ രാജവംശത്തിന്റെ ഭരണം അവസാനിച്ച ശേഷം ഇത്
ആസ്ത്രിയൻ ഗവണ്മെന്റിന്റെ ഉടമസ്ഥതയിൽ ആയി. അവരാണ്
ഇപ്പോൾ ഇതിനെ മ്യൂസിയമായി നിലനിർത്തിയിരിക്കുന്നത്. രണ്ടാം
ലോക മഹായുദ്ധകാലത്ത് ഇത് ബ്രീട്ടിഷുകാരുടെ ഹെഡ്ക്വാർട്ടേർ
സ് ആയി ഉപയോഗിച്ചു. ഇന്നും പല പ്രധാന ചടങ്ങുകൾക്കും ഇത്
വേദിയാവാറുണ്ട്. ശീതയുദ്ധകാലത്ത് 1961ൽ സോവിയറ്റ് റഷ്യയുടെ
പ്രധാന മന്ത്രിയായിരുന്ന ക്രുഷ്ചേവും അമേരിക്കൻ പ്രസിഡന്റ് കെ
ന്നഡിയും ഇവിടെ വച്ചാണ് ആദ്യമായി കൂടിക്കാഴ്ച നടത്തിയത്.

കൊട്ടാരത്തിനകത്ത് ഫോട്ടോഗ്രാഫി അനുവദിച്ചിട്ടില്ല. വെള്ളിയി
ലും സ്വർണത്തിലുമുള്ള പാത്രങ്ങൾ, രാജകുടുംബത്തിന്റെതായ സ
വിശേഷ രൂപത്തിലുള്ള സെറാമിക് പാത്രങ്ങൾ, കട്ട്ലറി സെററുകൾ(
കത്തി, ഫോർക്ക്, സ്പൂൺ എന്നിവയുടെ സെറ്റ്) എന്നിവ ആദ്യത്തെ
മൂന്ന് മുറികളിൽ പ്രദർശനത്തിന് വച്ചിട്ടുണ്ട്. അക്കാലത്ത് 72 മെഴുകു
തിരികൾ കത്തിച്ച് തെളിയിച്ചിരുന്ന ഒരു ഷാൻഡ് ലിയർ ഇന്ന് കാഴ്ച
യിൽ അത് പോലെ തന്നെ തോന്നുന്ന ബൾബുകൾ കൊണ്ട് പ്രകാ
ശിപ്പിച്ചിരിക്കുന്നത് കാണാം. കൊട്ടാരത്തിലെ ചുവർചിത്രങ്ങൾ അ
വിടെ താമസക്കാരായിരുന്നവരുടെ ആഡംബര ജീവിതത്തിന്റെ വിളം
ബരമാണ്. പ്രൊട്ടസ്റ്റന്റ് മതഗ്രന്ഥങ്ങൾ കത്തിക്കുന്ന രംഗങ്ങൾ ഉൾ
പ്പെട്ട ചില പെയിന്റിംങ്ങുകൾ ഇക്കൂട്ടത്തിൽ കാണാം. ഇത് വെറും
അലങ്കാരത്തിന് മാത്രമല്ലെന്നും ആശയ പ്രചരണത്തിനും കൂടി ഉദ്ദേ
ശിച്ചുള്ളതാണെന്ന് വ്യക്തമാണ്. മുറികളുടെ കൊത്തുപണികളും എ
ടുപ്പുകളും മേൽത്തട്ടിലെ അലങ്കാരങ്ങളും അതിശയകരമാണ്. നെ
പ്പോളിയൻ ആസ്ത്രിയ ഭരിച്ചിരുന്ന കാലത്ത് ഈ കൊട്ടാരത്തിൽ ത
ന്റെ ഓഫീസും താമസസ്ഥലവുമായി ഉപയോഗിച്ച മുറി കണ്ടു. 'ഹാൾ
ഒഫ് മിറേഴ്സ്' എന്ന മുറിയിൽ വച്ചാണ് ആറു വയസുള്ള മൊസാർ
ട്ട് മറിയ തെരേസയ്ക്ക് വേണ്ടി സംഗീതപരിപാടി നടത്തിയത്. പിയാ
നോയുടെ കട്ടകൾ ഒരു ടവൽ കൊണ്ട് മറച്ചശേഷം നടത്തിയ പ്രകട
നം കണ്ട് അവരെല്ലാം അത്ഭുത പരതന്ത്രരായി. ആ കുട്ടി അന്ന് ചക്ര
വർത്തിനിയുടെ മടിയിൽ കയറി ഇരിയ്ക്കുകയും അവരുടെ മകളും
അന്ന് ആറു വയസ്സുകാരിയുമായിരുന്ന മേരിആന്റെണ്ണെറ്റിനോട് വി
വാഹാഭ്യർത്ഥന നടത്തുകയും ചെയ്തു എന്നും പറയപ്പെടുന്നു. ഈ
മേരി ആന്റൊണെറ്റാണ് പിന്നിട് ഫ്രാൻസിലെ രാജാവായ ലുയി പതി
നാലാമന്റെ ഭാര്യയായിത്തീരുന്നതും വിപ്ലവകാലത്ത് ഗളഛ്ചേദം ചെ

യ്യപ്പെട്ടതും!

കൊട്ടാരത്തിന്റെ പിറകിലായി വളരെ വിശാലമായ പൂന്തോട്ടം കാ
ണാം, ചെടികൾ വെട്ടിയുണ്ടാക്കിയ 'maze' (അനേകം ചുറ്റുകളുള്ള
വഴി), ഓറഞ്ചറി എന്നിവ കാണാം. തണുപ്പ് കാലത്ത് ഓറഞ്ചു ചെടി
കളെ സംരക്ഷിക്കാനായി ഉള്ള ഗ്രീൻ ഹൗസ് ആണിത്. യൂറോപ്പിൽ
സാധാരണമല്ലാത്ത ഓറഞ്ചും നാരങ്ങയും ഇത്തരത്തിൽ വളർത്തു
ന്നത് അക്കാലത്തെ ഉന്നതകുലജാതരുടെ ഫാഷനായിരുന്നു. ഇപ്പോൾ
ഇവിടെ പല സംഗീത പരിപാടികളും അരങ്ങേറാറുണ്ട്. ഗ്രീൻ ഹൗ
സ് എന്നത് ചൂടുള്ള കാലാവസ്ഥയിൽ വളരുന്ന ഫലവൃക്ഷങ്ങളും
ചെടികളും വളർത്തുന്ന വലിയ ഒരു ഗ്ലാസ് മുറിയാണ്. വൃക്ഷങ്ങളു
ടെ കൊമ്പുകൾ വളർന്ന് കമാനം തീർത്ത സുന്ദരമായ ഒരു നടവഴി
യും ഇവിടെയുണ്ട്. ഇത് രാജകുടുംബത്തിന്റെ ഉപയോഗത്തിനു മാ
ത്രമായുള്ളതാണ്. കുതിരവണ്ടി പോകാൻ പാകത്തിന് വലിപ്പമുള്ള
ഈ വഴിയിൽ അവിടവിടെ ബഞ്ചുകളും കാണാം. ഏകാകിനിയായ
സിസി കൊട്ടാരത്തിലുള്ള അവസരത്തിൽ ധാരാളം സമയം ഇവിടെ
ചിലവഴിക്കാറുയിരുന്നുവത്രേ.

ഇതിന്റെ ഒരു ഭാഗത്ത് 1776ൽ നിർമ്മിച്ച നെപ്റ്റ്യൂൺ ഫൗണ്ടൻ
കാണാം. കടലിന്റെ ദേവനായ നെപ്റ്റ്യൂൺ തന്റെ പരിവാരങ്ങളോ
ടൊപ്പം സഞ്ചരിയ്ക്കുന്ന ദശ്യം ഇതിൽ ചിത്രീകരിച്ചിരിക്കുന്നു. പല
തരം വെള്ളച്ചാട്ടങ്ങളും ശില്പങ്ങളും ഒക്കെ ചേർന്ന് വളരെ മനോഹ
രമായ പൂന്തോട്ടമാണിത്. നടന്ന് ക്ഷീണിച്ച ഞങ്ങൾ വെള്ളച്ചാട്ടത്തി
ന്റെ ശബ്ദവും ശ്രവിച്ച് കുറേനേരം അവിടെയിരുന്നു. 200 അടി പൊ
ക്കമുള്ള ഒരു ചെറിയ കുന്നിന്റെ ചുവട്ടിലാണ് ഈ ഫൗണ്ടൻ. ഈ
കുന്നിന്റെ മുകളിൽ ഗ്ലോറിയറ്റെ എന്ന ഒരു മന്ദിരം കാണാം. ഇത് രാ
ജ കുടുംബത്തിന് അതിഥികളെ സ്വീകരിക്കാനും വൈകുന്നേരങ്ങൾ
ചില വഴിക്കാനും വേണ്ടി നിർമ്മിച്ചതാണ്. ഫ്രാൻസ് ജോസഫ് ഒന്നാ
മൻ ഇവിടെ. പ്രഭാത ഭക്ഷണം കഴിക്കാൻ ഇഷ്ടപ്പെട്ടിരുന്നു. 1775ൽ
നിർമ്മിച്ച ഗ്ലോറിയറ്റെ മറിയ തെരേസ ചക്രവർത്തിനിയുടെ നിർദേശ
പ്രകാരം പഴയ മന്ദിരങ്ങൾ പൊളിച്ച കല്ലുകൾ പുനരുപയോഗിച്ചാണ്
(Recycle) നിർമ്മിച്ചത്. രണ്ടാം ലോക മഹായുദ്ധത്തിൽ തകർന്ന് പോ
യ ഇതു് രണ്ട് പ്രാവശ്യം പുനർനിർമ്മിക്കപ്പെട്ടിട്ടുണ്ട്. ഇന്ന് അവിടെ
ഒരു കഫേ പ്രവർത്തിക്കുന്നു. കൂടാതെ നഗരത്തിന്റെ സുന്ദരമായ ആ
കാശക്കാഴ്ച കാണാനുള്ള ഒരു സ്ഥലം കൂടിയാണിത്.

ഗ്ലോറിയയെറ്റ താഴെ നിന്നുള്ള കാഴ്ച

അതിനിടയിൽ ഞാൻ കൂട്ടം തെറ്റി. മറ്റ് മൂന്ന് പേരെയും കാണാനി ല്ല! സാധാരണ ഗതിയിൽ അവർ ഗ്ലോറിയെറ്റ കാണാൻ കുന്നിൻ മുക ളിലേക്ക് പോയിട്ടുണ്ടാവുമെന്ന് കരുതി ഞാൻ ആ വഴിക്ക് നടന്നു. എ ങ്ങും അവരെ കാണാനില്ല. എങ്ങനെയെങ്കിലും കുന്നിന്റെ മുക്കാൽ ഭാഗം കയറി അപ്പോഴാണ് കയ്യിലുള്ള ഫോണിന്റെ സെറ്റിംഗ് റോമിം ഗ് ആക്കി അവരെ വിളിക്കാനുള്ള ബുദ്ധി തോന്നിയത്. അവർ താഴെ യാണെന്ന കാര്യം മനസ്സിലായി.പിന്നീട് ഒറ്റക്ക് മുകളിലേക്ക് പോ കാൻ തോന്നിയില്ല, ഗ്ലോറിയെറ്റ കാണാതെ താഴേക്ക് മടങ്ങി.

 | ഡോ. സലീമ ഹമീദ്

9. ഡെമൽ ബേക്കറിയും പ്ലേഗ് സ്മാരകവും

ഷോൺബ്രൺ കൊട്ടാരത്തിനടുത്ത് തന്നെയാണ് 1786ൽ സ്ഥാപി ക്കപ്പെട്ട ഡെമൽ (DEMEL)എന്ന പുരാതനമായ ബേക്കറി. കൊട്ടാര ക്കാഴ്ചകൾ കഴിയുമ്പോഴേക്കും ചായയ്ക്ക് സമയമായി. രാജകുടും ബത്തിന് ഭക്ഷണ സാധനങ്ങൾ എത്തിയ്ക്കുന്നതിനുള്ള പ്രത്യേക ലൈസൻസ് അക്കാലത്ത് ഇവർക്ക് നൽകപ്പെട്ടിരുന്നു. ഇവിടെ വിൽ ക്കപ്പെടുന്ന 'സക്കർ ടാർട്ട്' എന്നു പേരുള്ള ചോക്കലേറ്റ് കേക്ക് 9 കൊല്ലം നീണ്ട് നിന്ന 'കേക്ക് വാർ' എന്ന പേരിൽ പ്രസിദ്ധമായ ഒരു നിയമ യുദ്ധത്തിലെ പ്രധാന കഥാപാത്രമാണ്. ആരുടെതാണ് 'യഥാർ ത്ഥ'മായ പാചകക്കുറിപ്പ് എന്നതായിരുന്നു, വിഷയം. ചോക്കലേറ്റ് ഐ സിങ്ങ് കൊണ്ട് പൊതിഞ്ഞ ചോക്കലേറ്റ് കേക്കിനിടയിൽ ഒന്നോ ര ണ്ടോ ലെയർ ആയി ആപ്രിക്കോട്ട് ജാം ഉണ്ടാവും. ഒരു കഷണം കേ ക്കിനും ഒരു കാപ്പിയ്ക്കും കൂടി ഏകദേശം 10 യൂറോ ആണ് വില. പ ലതരം കേക്കുകൾ പലയിടങ്ങളിലായി പ്രദർശിപ്പിച്ചിരിക്കുന്നു അക ത്ത് പുരാതന ശൈലിയിലുള്ള സോഫയും കസേരകളുമാണ്. ഓർ ഡർ കൊടുത്തു കഴിഞ്ഞാൽ അവിടെ ഇരിക്കാം. ഒരു സീറ്റ് കിട്ടാൻ വേണ്ടി കുറേനേരം ക്യുവിൽ കാത്തു നിൽക്കേണ്ടി വന്നു. മുകളില ത്തെ നിലയിൽ അധികം തിരക്കില്ല. ഏറ്റവും ഉള്ളിലായാണ് ഈ പേ സ്ട്രികൾ നിർമ്മിക്കുന്ന മുറികൾ. അവയും സന്ദർശകർക്ക് കാണ ത്തക്ക വിധത്തിൽ തുറന്ന് വച്ചിട്ടുണ്ട്. ആപ്പിൾ സ്ട്രൂടൽ, ചീസ് കേ ക്ക്, സക്കർ ടാർട്ട് എന്നിവയും കോഫിയും ഓർഡർ ചെയ്തു. കാപ്പി കുടിച്ച ശേഷം കുറേനേരം അവിടുത്തെ കാഴ്ചകൾ കണ്ടു നടന്നു. കേക്കുകൾ നിറച്ച ഗിഫ്റ്റ് പാക്കറ്റുകളും ഇവിടെ വില്പനയ്ക്ക് വച്ചി ട്ടുണ്ട്. വൈകുന്നേരം ഏഴ് മണി വരെ ഇത് തുറന്നിരിയ്ക്കും. ഏഴ് മ ണിക്ക് ശേഷം അന്ന് വിറ്റ് പോകാത്ത പേസ്റ്റികൾ എല്ലാം ജോലി ക്കാർ എടുത്ത് കളയും എന്നുള്ളതാണ് ഏറ്റവും സങ്കടകരമായ കാ ര്യം. എല്ലാ ദിവസവും അവിടെ വില്ക്കുന്ന എല്ലാ സാധനങ്ങളും പു

തിയതായി ഉണ്ടാക്കുകയാണ് ചെയ്യുന്നത്. രാജ കുടുംബാംഗങ്ങൾ മുതൽ സിനിമാതാരങ്ങൾ വരെ ഇവരുടെ സ്ഥിരം കസ്റ്റമർമാരുടെ ലിസ്റ്റിൽപ്പെടും.

1824ൽ ഈജിപ്റ്റിലെ ഭരണാധികാരിയായിരുന്ന മൊഹമ്മദ്അലി (Pasha of Egypt) നയതന്ത്ര ബന്ധം മെച്ചപ്പെടുത്തുന്നതിന്റെ ഭാഗമായി യൂറോപ്പിലേക്ക് മൂന്ന് ജിറാഫുകളെ കൊടുത്തയക്കാൻ തീരുമാനിക്കുന്നു. ഓട്ടോമാൻ സമ്രാജ്യത്തിന്റെ ഭാഗമായിരുന്ന ഗ്രീസിൽ ഉയർന്നു വന്നു കൊണ്ടിരുന്ന ചില എതിർപ്പുകളെ അടിച്ചമർത്താനായി കോൺസ്റ്റാന്റിനോപ്പിളിൽ നിന്നുള്ള ആവശ്യ പ്രകാരം ഈജിപ്റ്റിൽ നിന്നും സേനയെ അയച്ചു കൊടുത്തു. ഇത് യുറോപ്പിലെ പല ഭരണാധികാരികളുടെയും അതൃപ്തിക്ക് ഇടയാക്കി. ഇത് ഒന്ന് മയപ്പെടുത്താനായിരുന്നു ജിറാഫുകളുടെ രൂപത്തിലുള്ള സമ്മാനം. ബ്രിട്ടൻ, ഫ്രാൻസ്, ആസ്ത്രിയ എന്നീ രാജ്യങ്ങളിലെ രാജാക്കന്മാർക്കാണ് ഇവ സമ്മാനിച്ചത്. ഈജിപ്റ്റിലെ നൂബിയ എന്ന സ്ഥലത്ത് നിന്നും പിടിച്ച ഈ മൃഗത്തിനെ അലക്സാൻഡ്രിയയിൽ കൊണ്ട് വന്ന ശേഷം അവിടെ നിന്ന് കപ്പൽ മാർഗം വെനീസിൽ എത്തിക്കുകയായിരുന്നു. പിന്നീട് അതിനെ തുകൽ ചെരുപ്പ് അണിയിച്ച ശേഷം നടത്തിയാണ് ആൽപ്സ് പർവതത്തിന് മുകളിലൂടെ വിയന്നയിൽ എത്തിക്കുന്നത്. 1752ൽ ഫ്രാൻസ് ജോസഫ് ഒന്നാമൻ ഷോൺബ്രൺ കൊട്ടാരത്തിൽ ഒരു ചെറിയമൃഗസംരക്ഷണകേന്ദ്രം ഉണ്ടാക്കിയിരുന്നു. അവിടേക്കാണ് 1828ൽ ഈ മൃഗം എത്തിയത്. ജിറാഫിന്റെ ഉയരത്തിനും ജീവിത രീതിക്കും പാകമായ വിധത്തിൽ അതിനകത്ത് ഒരു പ്രത്യേക താമസസ്ഥലം നിർമ്മിച്ചു. ഇവിടെ ഇന്നും ജിറാഫുകളെ സൂക്ഷിക്കാൻ മാത്രമാണ് ഉപയോഗിക്കുന്നത്. ആദ്യകാലത്ത് മൃഗശാല രാജകുംബത്തിന്റെ ആവശ്യത്തിന് മാത്രമായിരുന്നു. കാലക്രമേണ ഞായറാഴ്ച്ച ഉന്നത കുലജാതരായ മററു പൗരന്മാർക്കും പ്രവേശനം നൽകിത്തുടങ്ങി. ഈ മൃഗം വിയന്നയിൽ വലിയ കോളിളക്കം തന്നെ സൃഷ്ടിച്ചു. ഇതിനെ കാണാനായി ആളുകൾ കൂട്ടം കൂട്ടമായി വന്നു. സ്ത്രീകൾ ഈ മൃഗത്തിന്റെ ആകൃതിയിൽ ഹെയർ സ്റ്റൈലുകളും കമ്മലുകളും ക്രോക്കറിയും കേക്കും മററും ഉണ്ടാക്കിത്തുടങ്ങി. ഇതിന്റെ തൊലിയുടെ ഡിസൈൻ ഉള്ള വസ്ത്രവും കൈയുറകളും മറ്റും വളരെ ഫാഷനായി. ജിറാഫിന്റെ ചിത്രമുള്ള വാൾ പേപ്പറുകൾ ധാരാളമായി വിപണിയിലെത്തി. ഈ മൃഗത്തിനായി ഒരു സംഗീത പരിപാടി (MUSICAL)രചിയ്ക്കപ്പെട്ടു. പക്ഷേ പാവപ്പെട്ട ആ ജന്തു 8 മാസ

മേ ജീവിച്ചിരുന്നുള്ളു. ദൂരയാത്രക്കിടയിൽ എവിടെയോ വച്ച് അതി
ന്റെ കാലുകൾ ഒടിഞ്ഞിരുന്നു എന്നാണ് പോസ്റ്റ് മാർട്ടം റിപ്പോർട്ടിൽ
പറയുന്നത്.

കൊട്ടാരത്തിന്റെ അടുത്ത് തന്നെയുള്ള റോഡിലാണ് ആധുനിക
രീതിയിൽ നിർമ്മിക്കപ്പെട്ട വിയന്നയിലെ ആദ്യത്തെ കെട്ടിടമായ ലൂ
സ് ഹൗസ് (LOOS HOUSE).

ഞങ്ങൾ ഡെമൽപേസ്ട്രി ഷോപ്പിൽ നിന്നിറങ്ങിയപ്പോഴേക്കും തെ
രുവ് വിളക്കുകളൊക്കെ തെളിഞ്ഞിരുന്നു. എന്നാൽ ഇരുട്ടായിട്ടും ഇ
ല്ല. ഇളം കാറ്റ് വീശുന്നുണ്ടായിരുന്നു. നല്ല ക്ഷീണമുണ്ടായിരുന്നുവെ
ങ്കിലും ആകപ്പാടെ നല്ല സുഖം തോന്നി. തെരുവിലെ കാഴ്ചകളും പ
ല തരത്തിലും നിറത്തിലുമുള്ള ആളുകളെയും അവരുടെ പല ഭാഷ
യിലുള്ള കൊച്ചുവർത്തമാനങ്ങളും ഒക്കെ കണ്ടും കേട്ടും അങ്ങനെ
മുന്നോട്ട് പോയി.

വഴിയിൽ, ഗ്രാബൻ എന്ന ഭാഗത്ത് പ്ലേഗ് സ്മാരകം അഥവാ ഹോ
ളി ട്രിനിറ്റി കോളം (Holy Trintiy Column)കാണാം. 1679ൽ പ്ലേഗ് പ
കർച്ച വ്യാധിക്കാലത്തിന് ശേഷം ഉണ്ടാക്കിയതാണ് ഇത്. മാരകമായ
പ്ലേഗ് ബാധ മൂലം ധാരാളം ആളുകൾ മരിച്ചു വീഴാൻ തുടങ്ങിയപ്പോൾ
ചക്രവർത്തിയായ ലിയോ പോൾഡ് ഒന്നാമനും അവിടം വിട്ട് പോ
കേണ്ടി വന്നു. അന്നത്തെ ചക്രവർത്തിയായിരുന്ന ലിയോ പോൾഡ്
ഒന്നാമൻ മുട്ടിൽ നിന്ന് ഈ മഹാമാരി ഒഴിവക്കിത്തരണമേ എന്ന് പ്രാർ
ത്ഥിച്ചു . സാധാരണ ചക്രവർത്തിമാർ മുട്ടിൽ നിന്ന് പ്രാർത്ഥിക്കാറില്ല
ത്രേ! പ്ലേഗ് ബാധ അവസാനിച്ച ആ കൊല്ലം തന്നെ ആദ്യം തടിയിൽ
ട്രിനിറ്റിയും (പിതാവ്, പുത്രൻ, പരിശുദ്ധാത്മാവ്) മാലാഖമാരും ചേർ
ന്ന ഒരു സ്മാരകം നിർമ്മിച്ചു. പിന്നീട് അത് ഇന്ന് കാണുന്ന രൂപ
ത്തിൽ പല പ്രാവശ്യമായി പുനർനിർമ്മിച്ചു. എന്നിരുന്നാലും ഈ സ്
മാരകത്തിലെ പല ഭാഗങ്ങൾ തമ്മിൽ നല്ല ചേർച്ചയോടെയാണ് ഇരി
ക്കുന്നത്. പാരമ്പര്യ രീതിയിൽ നിർമ്മിച്ചു തുടങ്ങിയ ഇത്, ബരോക്ക്
ശൈലിയുടെ ഒരു സുന്ദര മാതൃക ആയി നിലകൊള്ളുന്നു. പ്രാവു
കൾ കാഷ്ടിക്കാതിരിക്കാനായി ഒരു നേരിയ നെറ്റ് കൊണ്ടു മൂടിയിട്ടു
ണ്ട്. പണ്ടുകാലത്ത് ഇത്തരം രോഗങ്ങൾ വന്ന് ആരെങ്കിലും മരി
ച്ചാൽ ആ ശരീരം ഉപേക്ഷിച്ച് കടന്ന് കളയുകയാണ് സാധാരണയാ
യി ആളുകൾ ചെയ്തിരുന്നത്. എന്നാൽ പ്ലേഗിന്റെ കാലത്ത് ആദ്യമാ
യി പല ധർമ്മസ്ഥാപനങ്ങളും മരിച്ചവരുടെ ശരീരങ്ങൾ കത്തിയ്ക്കു
കയോ കൂട്ടമായി മറവു ചെയ്യുകയോ ചെയ്തു. പ്രധാന തെരുവിൽ

ക്കൂടി ഞങ്ങൾ പിന്നെയും കുറെ ദൂരം നടന്നു.

അപ്പോഴേക്കും രാത്രിയായി. രാത്രിയിലെ വിയന്നയ്ക്ക് ഒരു പ്രത്യേ ക ചാരുതയാണ്. അവിടവിടെ പലതരത്തിലുള്ള സംഗീത ഉപകരണ ങ്ങളുടെ വാദനം നടക്കുന്നുണ്ട്. അവ കാണുകയും കേൾക്കുകയും ചെയ്യാം. ആളുകൾ കൈയ്യടിച്ചും നാണയങ്ങൾ നൽകിയും നന്നായി പ്രോത്സാഹിപ്പിക്കുന്നുണ്ടായിരുന്നു. തെരുവ് സംഗീതവും യാത്രക്കാ രുടെ കലപിലശബ്ദവും തെരുവുഭക്ഷണത്തിന്റെ മണവും ഒക്കെ കൂ ടി ചേർന്ന് വളരെ ഉന്മേഷദായകമായ ഒരു അന്തരീക്ഷമായിരുന്നു. ഞങ്ങൾ കുറേ നേരം അവിടെയിരുന്ന് ഒരു തെരുവു ഗായകന്റെ ഗി ത്താർ സംഗീതം കുറേ നേരം ആസ്വദിച്ചശേഷം താമസസ്ഥലത്തേ ക്ക് നടന്നു.

10. ഫ്രോയിഡിന്റെ വിയന്ന

പത്തൊമ്പതാം നൂറ്റാണ്ടിലെ രണ്ടാം പകുതിയിൽ ആസ്ത്രിയയു ടെ തലസ്ഥാനമായ വിയന്ന 'സൈക്കോ അനാലിസിസിന്റെ കേന്ദ്രം‘ എന്നാണ് അറിയപ്പെട്ടിരുന്നത്. ആധുനിക മാനസികരോഗ ചികിത്സ യുടെയും അപഗ്രഥനത്തിന്റെയും പിതാവായ സിഗ്മണ്ട് ഫ്രോയിഡ് ഇക്കാലത്ത് ഇവിടെ ജീവിക്കുകയും സ്വന്തം ചിന്തകളും പ്രമാണങ്ങ ളും കൊണ്ട് ലോകത്തെ ഞെട്ടിക്കുകയും ചെയ്തു കൊണ്ടിരുന്ന കാ ലമായിരുന്നു അത്. അന്ന് അദ്ദേഹം ലോകത്തോട് പറഞ്ഞ വസ്തു തകൾ പിന്നീട് കല, സാഹിത്യം, മെഡിക്കൽ ചികിത്സാരീതികൾ എ ന്നിങ്ങനെ ഇരുപതാം നൂറ്റാണ്ടിന്റെ സമസ്ത മേഖലകളെയും സ്പർ ശിക്കുകയും മാറ്റി മറിക്കുകയും ചെയ്തു. അദ്ദേഹത്തിന്റെ മാനസിക അപഗ്രഥന രീതികളെക്കുറിച്ച് കേട്ടറിഞ്ഞ് അമേരിക്കയിൽ നിന്നും യൂറോപ്പിലെ പല ഭാഗങ്ങളിൽ നിന്നും സെലിബ്രിറ്റികളും കുറ്റവാളി കളും ബിസിനസുകാരും സിനിമാ നിർമ്മാതാക്കളും അദ്ദേഹത്തെ കാ ണാൻ എത്തി. ഇന്ന് ഒരു വലിയ തുക അല്ലെങ്കിലും, അക്കാലത്ത് മ ണിക്കൂറിന് 20 ഡോളറാണ് അദ്ദേഹം ഫീസ് ആയി വാങ്ങിയിരു ന്നത്.

1956 മേയ് ആറിന് വിയന്നയിൽ നിന്ന് അറുപത് കിലോമീറ്റർ ദൂര ത്തിലുള്ള ഒരു ചെറുപട്ടണത്തിൽ ആണ് അദ്ദേഹം ജനിച്ചത്. ജൂത ന്മാരോട് വളരെയധികം വിരോധം നില നിന്നിരുന്ന കാലത്താണ് അദ്ദേഹം ജനിച്ചത്. പിതാവായ ജേക്കബ് തന്റെ ചെറിയ കച്ചവടം കൊണ്ട് കുടുംബത്തെ പുലർത്താൻ നന്നേ ബുദ്ധിമുട്ടി. ഫ്രോയിഡ് ജനിക്കുമ്പോൾ പിതാവിനു 42 വയസ്സും അദ്ദേഹത്തിന്റെ മൂന്നാം ഭാ ര്യയായിരുന്ന അമ്മയ്ക്ക് 22 വയസും ആയിരുന്നു. വളരെ ചെറിയ ഒരു ഒറ്റമുറി ഫ്ലാറ്റിലാണ് ജീവിച്ചിരുന്നത് അവിടെ അവരോടൊപ്പം ഫ്രോയിഡിന്റെ പിതാവ് ആകാൻ പ്രായമുള്ളതും ആദ്യ ഭാര്യയിലേ തുമായ രണ്ട് സഹോദരന്മാരും അവരോടൊപ്പം ജീവിച്ചിരുന്നു. നല്ല കറുത്ത മുടിയുണ്ടായിരുന്ന ഫ്രോയിഡ് ചെറിയ കുട്ടിയായിരിക്കു മ്പോൾ ഭാഗ്യം പറയുന്ന ഒരു സ്ത്രീ 'ഈ കുട്ടി ലോകപ്രശസ്തൻ

ആകു'മെന്ന് പ്രവചിച്ചിരുന്നു പോൽ. ഇതുമൂലം വീട്ടിൽ ആ ബാല ന് ഒരു പ്രത്യേക സ്ഥാനമുണ്ടായിരുന്നു. സ്വന്തമായി മുറിയും പഠി ക്കാൻ ഉള്ള എല്ലാ സൗകര്യങ്ങളും ആദ്യം മുതൽ തന്നെ അമ്മ ഒരു ക്കിക്കൊടുത്തു. ഫ്രോയിഡ് ചെറിയ കുട്ടിയായിരിക്കുമ്പോൾ തന്നെ കുടുംബം വിയന്നയിലേക്ക് താമസം മാറ്റി. 10 വയസ്സായപ്പോഴേക്കും ആ കുടുംബത്തിൽ അഞ്ചു പെൺകുട്ടികളും ഒരാൺകുട്ടിയും കൂടി ജനിച്ചു.

പഠിക്കാൻ വളരെ മിടുക്കനായിരുന്ന ആ ബാലൻ 12 വയസ്സ് ആയ പ്പോഴേക്കും ആറു ഭാഷകൾ കൈകാര്യം ചെയ്യാൻ കഴിവുള്ളവനാ യി. പഠിപ്പിൽ വളരെയധികം താൽപര്യമുണ്ടായിരുന്ന ഫ്രോയിഡ് ത ന്റെ സമയം കളയാതിരിക്കാനായി ഭക്ഷണം പോലും സ്വന്തം പഠനമു റിയിൽ ആണ് കഴിച്ചിരുന്നത്. അക്കാലത്തു തന്നെ ഒരു വിചിത്രമായ ഹോബി ആ കുട്ടിക്ക് ഉണ്ടായിരുന്നു. സ്വന്തം സ്വപ്നങ്ങൾ എഴുതി വ യ്ക്കുകയായിരുന്നു അത്. അത്രയും ചെറിയ കുട്ടിയായിരിക്കുമ്പോൾ പോലും സ്വപ്നങ്ങൾക്ക് പ്രാധാന്യമുണ്ടെന്ന് ഉള്ള ചിന്ത അദ്ദേഹ ത്തിന്റെ ഉപബോധമനസ്സിൽ ഉണ്ടായിരുന്നിരിക്കണം. വിയന്നയിൽ ജൂ തന്മാരെ അക്കാലത്ത് രണ്ടാംകിട പൗരന്മാരായാണ് കണക്കാക്കിയി രുന്നത്. ഇതുമൂലം ഫ്രോയിഡ് പഠിത്തത്തിലും മറ്റു കാര്യങ്ങളിലും പ്രതികാര ബുദ്ധിയോടെ വളരെ താൽപര്യമെടുത്ത് ഉയർന്നു വരാൻ ശ്രമിച്ചിരുന്നു. തന്റെ സുഹൃത്തിനു എഴുതിയ കത്തുകളിൽ അയാ ളോട് ആ കത്തുകൾ സൂക്ഷിച്ചുവയ്ക്കണം എന്നും ഒരുപക്ഷേ പിൽ ക്കാലത്ത് അവ വളരെ പ്രാധാന്യമുള്ളതായി മാറാൻ സാധ്യതയുണ്ട് എന്നും എഴുതിയിട്ടുണ്ട്. താൻ ലോകപ്രശസ്തൻ ആകും എന്ന് ഫ്രോ യിഡ് മുൻകൂട്ടി തീരുമാനിച്ചിരുന്ന പോലെയായിരുന്നു അദ്ദേഹത്തിന്റെ ഇടപെടൽ.

വിയന്ന യൂണിവേഴ്സിറ്റിയിൽ ഗവേഷണത്തിന് ചേരാൻ ആയി രുന്നു അദ്ദേഹത്തിന് താൽപര്യം. പക്ഷേ അക്കാലത്ത് ജൂതന്മാർക്ക് ഇത് ലഭിക്കാൻ ബുദ്ധിമുട്ടുണ്ടായിരുന്നു. ഇതുമൂലം അദ്ദേഹം ഡോ ക്ടറാകാൻ തീരുമാനിച്ചു. ഇക്കാലത്താണ് അദ്ദേഹം സുഹൃത്തിന്റെ സഹോദരിയായ മാർത്തയുമായി പ്രേമത്തിൽ ആകുന്നത്. നാലുകൊ ല്ലം നീണ്ടുനിന്ന ഈ ബന്ധത്തിനിടയിൽ ഫ്രോയിഡ് അക്കാലത്ത് ജർമ്മനിയിൽ ജീവിച്ചിരുന്ന മാർത്തയ്ക്കായി ഏകദേശം 900 കത്തു കൾ എഴുതിയിട്ടുണ്ട്. ഒരു ഡോക്ടറുടെ വരുമാനം പോലും വളരെ ചെറുതായിരുന്ന കാലമായിരുന്നു അത്. വിവാഹത്തിനു മുമ്പ് സാമ്പ

ത്തികമായി നല്ല നിലയിൽ എത്താനായി അദ്ദേഹം ഗവേഷണത്തിൽ കൂടുതൽ ശ്രദ്ധചെലുത്താൻ തീരുമാനിച്ചു. ഇതിന്റെ ഫലമായി കൊ ക്കെയിൻ ഒരു മരുന്ന് ആയി എങ്ങനെ ഉപയോഗിക്കാമെന്നുള്ളതിനെ പറ്റി കൂടുതൽ ഗവേഷണങ്ങൾ നടത്തി. അക്കാലത്ത് ആസ്ട്രിയൻ പട്ടാളക്കാരുടെ ഇടയിൽ ഇതിന്റെ ഉപയോഗം സാധാരണയായിരുന്നു. സ്വയം ഇത് ഉപയോഗിച്ചു കൊണ്ട്   പല പരീക്ഷണങ്ങളും നടത്തി. ഇക്കാലത്താണ് കണ്ണിലെ ശസ്ത്രക്രിയക്കായി ഇത് മരവിപ്പിക്കുന്ന തിനുള്ള മരുന്നായി (anaesthetic) ഉപയോഗിക്കാമെന്ന് കണ്ടുപിടി ക്കപ്പെട്ടത്. 1885 വരെ ഈ ഗവേഷണം തുടർന്നു. എന്നാൽ അത്ഭുത മെന്ന് പറയട്ടെ, അദ്ദേഹം കൊക്കെയിന് ഒരിക്കലും അടിമയായില്ല. തന്റെ പഠനവും ഗവേഷണവും ജോലിയും ആയിരുന്നു അദ്ദേഹത്തിന്റെ ലഹരി. പഠനം കഴിഞ്ഞതോടു കൂടി അദ്ദേഹം വിയന്ന ജനറൽ ഹോ സ്പിറ്റലിലെ മാനസികരോഗ ചികിത്സാ വിഭാഗത്തിൽ ഡോക്ടറായി ജോലി ചെയ്യാനാരംഭിച്ചു. അക്കാലത്ത് മാനസിക രോഗ ചികിത്സക്ക് പ്രത്യേകമായ പദ്ധതികൾ ഒന്നും ഉണ്ടായിരുന്നില്ല. കസേരയിലിരു ത്തി കറക്കുക, തണുത്ത വെള്ളം കൊണ്ട് തുടർച്ചയായി സ്പ്രേ ചെ യ്യുക, ചങ്ങലക്കിടുക എന്നിവയാണ് ചികിത്സയുടെ ഭാഗമായി ചെയ് തിരുന്നത്. ഫ്രഞ്ചുകാരനായ മറ്റൊരു മാനസിക രോഗചികിത്സകന്റെ അഭിപ്രായപ്രകാരം ഹിപ്നോസിസ്റ്റ് ചികിത്സാ പദ്ധതിയിലുൾപ്പെടു ത്തി. ഇതോടെ ഫ്രോയിഡിന് ഒരു പുതിയ ലോകം തുറക്കുകയായി രുന്നു. മാനസിക അപഗ്രഥനത്തിലൂടെയും ഹിപ്നോസിസിനു വിധേ യനാക്കിയ രോഗിയുടെ ഉപബോധമനസ്സിലേക്ക് പ്രത്യേകതരം ചിന്ത കളെ കടത്തി വിട്ട്   അവയെ ആ വ്യക്തിയുടെ മനസ്സിൽ വേരുപിടി ക്കാൻ അനുവദിച്ചുകൊണ്ട് രോഗിയെ ചികിത്സിച്ച ഭേദപ്പെടുത്താം എ ന്ന് അദ്ദേഹത്തിന് വെളിവായി. ഇത്തരം ചികിത്സകൾ ഹിസ്റ്റീരിയ എ ന്ന രോഗാവസ്ഥയിൽ നല്ല ഫലം കാണിച്ചു. അധികം താമസിയാതെ അദ്ദേഹം വിയന്നയിൽ സ്വന്തമായി പ്രാക്ടീസ് ആരംഭിച്ചു. ഹിപ്നോ ട്ടിസ്റ്റ് ആയിട്ടാണ് അദ്ദേഹം അവിടെ ജോലി ചെയ്തത്. ഈ കാല ത്താണ് രോഗിയോട് ദീർഘമായ സംഭാഷണങ്ങളിൽ ഏർപ്പെട്ടുകൊ ണ്ടുള്ള രോഗ ചികിത്സ (Talking Therapy) എന്ന പ്രസിദ്ധമായ പ്ര ത്യേക ചികിത്സാ പദ്ധതി അദ്ദേഹം ആരംഭിച്ചത്. രോഗി സ്വന്തം ശാ രീരികാവസ്ഥകളെപ്പറ്റിയും അതുണ്ടാകുന്നതിന്റെ കാരണങ്ങളെപ്പറ്റി യും ചികിത്സകനോട് സംസാരിക്കുന്നതോട് കൂടി   രോഗലക്ഷണ ങ്ങൾ അപ്രത്യക്ഷമാകുന്ന രീതിയാണിത്. ഇത്തരത്തിലുള്ള രോഗ

ങ്ങൾക്ക് പിന്നിലുള്ള ഒരു പ്രധാന കാരണം കുട്ടിക്കാലത്ത് ഉണ്ടാവു ന്ന ലൈംഗികമായ ചൂഷണങ്ങളോ, അടിച്ചമർത്തി വെച്ച ലൈംഗിക കാമനകളോ ആയിരിക്കാമെന്നും അദ്ദേഹം നിഗമനത്തിലെത്തി. സ്വ പ്നങ്ങൾ വിശകലനം ചെയ്ത്, അതിന്റെ അർത്ഥവും, ഉപബോധമന സ്സിന്റെ കാമനകളും, ഭൂതകാലത്തെ മുറിവുകൾ ഏല്പിച്ച വടുക്കൾ ക്ക് ഒരാളിന്റെ ശാരീരികവും മാനസികവുമായ ആരോഗ്യത്തെ എത്ര ത്തോളം സ്വാധീനിക്കാമെന്ന കാര്യവും അദ്ദേഹമാണ് ആദ്യമായി ലോ കത്തോട് പറഞ്ഞത്. ഇക്കാലത്ത് ധാരാളം രോഗികൾ അദ്ദേഹത്തെ കാണാനെത്തി.

30 വയസ്സുള്ളപ്പോഴാണ് അദ്ദേഹം മാർത്തയെ വിവാഹം കഴിക്കു ന്നത്. ആറ് കുട്ടികൾ ഈ ദമ്പതികൾക്ക് ജനിച്ചു. സാമ്പത്തിക നില അല്പം മെച്ചപ്പെട്ടപ്പോൾ അദ്ദേഹം വിയന്നയിലെ ധനികരായ ആളു കൾ താമസിക്കുന്ന ഭാഗത്തു സ്വന്തം ഓഫീസ് തുറന്നു. ഇക്കാലത്താ ണ് അദ്ദേഹത്തിന്റെ അച്ഛൻ മരിക്കുന്നത്. അതീവ ദുഃഖിതനായ ഫ്രോ യിഡ് പിതാവുമായുള്ള ബന്ധം അപഗ്രഥനത്തിന് വിധേയമാക്കാൻ തീരുമാനിക്കുന്നു. ഇതിൽ നിന്നാണ് 'ഈഡിപ്പസ് കോംപ്ലക്സ‘ എ ന്ന് പ്രസിദ്ധമായ തിയറി ഉണ്ടായി വന്നത്. ഈ കാലത്ത് തന്നെയാ ണ് അദ്ദേഹം രോഗചികിത്സയുടെ ഭാഗമായി സ്വപ്നങ്ങളെ വിശകല നം ചെയ്യുന്നതിനെ സംബന്ധിച്ച് പ്രബന്ധങ്ങളും രചിച്ചത്. ഓരോ മ നുഷ്യന്റെയും ഉപബോധമനസ്സിലേക്കുള്ള രാജകീയ പാതയായാണ് അദ്ദേഹം സ്വപ്നങ്ങളെ കണക്കാക്കിയത്. ഈ പരീക്ഷണങ്ങളെല്ലാം അദ്ദേഹം സ്വന്തം മാനസിക അപഗ്രഥനത്തിനുവേണ്ടിയും ഉപയോ ഗിച്ചു. സ്വന്തമായി പലതരം മാനസിക പ്രശ്നങ്ങൾ അദ്ദേഹത്തിനും ഉണ്ടായിരുന്നു. യാത്ര ചെയ്യാനുള്ള ഭയമായിരുന്നു അതിലൊന്ന്. റോ മിലേക്ക് യാത്ര ചെയ്യണം എന്ന് അദ്ദേഹത്തിനും അതിയായ ആഗ്ര ഹമുണ്ടായിരുന്നു. എന്നാൽ ഭയം നിമിത്തം അത് സാധിച്ചില്ല. അദ്ദേ ഹത്തെക്കാൾ ഉയർന്ന ബൗദ്ധിക നിലവാരമുള്ള സുഹൃത്തുക്കളുമാ യി ഇടപെടുമ്പോൾ ഇടയ്ക്കിടയ്ക്ക് ബോധം മറയുന്ന ഒരു പ്രശ്ന വും അദ്ദേഹത്തിനുണ്ടായിരുന്നു. സിഗാർവലി അദ്ദേഹത്തിന്റെ അഡി ക്ഷൻ ആയിരുന്നു. വായിലെ ക്യാൻസറും അതിനു വേണ്ടി വന്ന മു പ്പതിൽ കൂടുതൽ ശസ്ത്രക്രിയകളും അദ്ദേഹത്തിന് ജീവിതം ദുരിത പൂർണ്ണം ആക്കി. എന്നിട്ടു പോലും പുകവലി നിർത്താൻ അദ്ദേഹ ത്തിന് കഴിഞ്ഞില്ല.

സ്വയം ചികിത്സ കൊണ്ട് അദ്ദേഹത്തിന് തന്റെ യാത്രപ്പേടി മാ

റ്റാൻ കഴിഞ്ഞു. ഇതേത്തുടർന്ന് അദ്ദേഹം റോമിലേക്ക് യാത്ര ചെയ്തു. 1899ൽ ആണ് 'ഇൻറർപ്രിറ്റേഷൻ ഓഫ് ഡ്രീംസ്' എന്ന പുസ്തകം രചിച്ചത്. അദ്ദേഹത്തിന്റെ പ്രത്യേക നിർദ്ദേശപ്രകാരം ഇത് 1900ൽ പ്രസിദ്ധീകരിച്ചതായാണ് പുസ്തകത്തിൽ രേഖപ്പെടുത്തിയിരിക്കുന്നത്. ഇരുപതാം നൂറ്റാണ്ടിനെ എല്ലാ തരത്തിലും സ്പർശിക്കാൻ പോകുന്നു ഒരു പുസ്തകം ആയിരിക്കും ഇത് എന്ന് അദ്ദേഹം മുൻകൂട്ടി കണ്ടിരുന്നു. അദ്ദേഹത്തിന്റെ ഇത്തരം പുതിയ ചിന്തകളും ചികിത്സാ പദ്ധതികളും മറ്റു ചികിത്സകരുടെ ഇടയിലും പ്രചരിപ്പിക്കാനായി അദ്ദേഹം 'വെനസ്ഡേ സൊസൈറ്റി' എന്ന പേരിൽ ഒരു സുഹൃത്ത് സംഘം ഉണ്ടാക്കി, അവർ എല്ലാ ബുധനാഴ്ചയും അദ്ദേഹത്തിന്റെ ഓഫീസിൽ ഒത്തുചേരുകയും ചർച്ചകളിൽ ഏർപ്പെടുകയും ചെയ്തു. ഈ കാലത്താണ് ഫ്രോയിഡിനെ അമേരിക്കയിലെ ക്ലാർക്ക് യൂണിവേഴ്സിറ്റിയിലേക്ക് പ്രഭാഷണങ്ങൾക്കായി ക്ഷണിക്കുന്നത്. അവിടെ വച്ച് അദ്ദേഹത്തിന് ഒരു ഓണററി ബിരുദവും നൽകപ്പെട്ടു. ഇത് അദ്ദേഹത്തിന്റെ ചികിത്സാരീതികൾക്ക് അമേരിക്കൻ ഭൂഖണ്ഡത്തിൽ വലിയ പ്രചാരം ലഭിക്കാൻ ഇടയാക്കി. ഇതിനിടെ അദ്ദേഹത്തിന്റെ പ്രസിദ്ധരായ അനുയായികളിൽ പലരും ഇദ്ദേഹത്തിന്റെ ചില തിയറികളെ എതിർക്കാൻ തുടങ്ങി. ഫ്രോയിഡ് വളരെ ധാർഷ്ട്യത്തോടെ പെരുമാറുന്നു ആളാണെന്നും 100% വിശ്വസ്തത അദ്ദേഹത്തിന്റെ അനുയായികളിൽ നിന്നും പ്രതീക്ഷിച്ചിരുന്നുവെന്നും പറയുന്ന ചരിത്രകാരന്മാരുണ്ട്. അദ്ദേഹത്തിനെതിരായ നീക്കങ്ങൾ നടത്തുന്നവരുടെ ഔദ്യോഗിക ജീവിതം നശിപ്പിക്കാൻ പോലും അദ്ദേഹത്തിന് കഴിയുമായിരുന്നുവത്രേ. ഇത്തരത്തിൽ ഫ്രോയിഡുമായുള്ള ബന്ധം മുറിക്കേണ്ടി വന്ന ഒരാളായിരുന്നു, ആദ്യകാലത്ത് അദ്ദേഹം സ്വന്തം പിൻഗാമിയായി വളർത്തിക്കൊണ്ടുവന്ന സ്വീഡിഷ് സൈക്യാട്രിസ്റ്റായ കാൾ യങ്. അതോടെ അദ്ദേഹം കാൾ യംഗുമായുള്ള ബന്ധം മുറിക്കുകയും ഒരു രഹസ്യ സൊസൈറ്റിക്ക് രൂപം കൊടുക്കുകയും ചെയ്തു. ആ സൊസൈറ്റിയിൽ മെമ്പർമാരായ എല്ലാവരും ഫ്രോയിഡ്നോട് 100% കൂറുള്ളവർ ആയിരിക്കുമെന്ന് പ്രതിജ്ഞ ചെയ്തു; ഇതിന്റെ അടയാളമായി അവർ നീലക്കല്ലു പതിച്ച ഒരു പ്രത്യേകതരം മോതിരം ധരിച്ചിരുന്നു.

1914ൽ ഒന്നാം ലോക മഹായുദ്ധത്തിന്റെ ആരംഭം അദ്ദേഹത്തിന്റെ ജീവിതത്തിലെ ഒരു പ്രധാന വഴിത്തിരിവായി. അദ്ദേഹത്തിന്റെ മൂന്ന് ആൺ മക്കൾ ആസ്ട്രിയയിൽ പട്ടാളക്കാരായി ജോലി ചെയ്തിരുന്നു.

എന്നത് മാത്രമല്ല ഇതിനു കാരണം. ലക്ഷക്കണക്കിന് ആളുകൾ മരി ച്ചു വീണ ആ യുദ്ധം മനുഷ്യന്റെ ആക്രമണോത്സുകതയെപ്പറ്റി കൂടു തൽ പഠിക്കാൻ അദ്ദേഹത്തെ പ്രേരിപ്പിച്ചു. ഇക്കാലത്ത് ജീവിതം കൂ ടുതൽ ദുരിതത്തിലായി. ആ ശീതകാലത്ത് അദ്ദേഹം വീട് ചൂടാക്കാൻ ആവാതെ തണുത്തു വിറച്ചു. ഭക്ഷണത്തിനു പോലും ബുദ്ധിമുട്ടി. ഒ രു പ്രാവശ്യം അദ്ദേഹം എഴുതിയ ഒരു ലേഖനത്തിന് പ്രതിഫലമായി കുറച്ച് ഉരുളക്കിഴങ്ങ് ആണ് ആവശ്യപ്പെട്ടത്. അത്ര മാത്രം ദയനീയ മായിരുന്നു ജീവിതം. ഈ കാലത്താണ് അദ്ദേഹത്തിന്റെ ഒരു മകൾ പോഷകാഹാരക്കുറവും ന്യൂമോണിയയും മൂലം മരിക്കുന്നത്. ഇതി നു പുറകെ വന്ന അദ്ദേഹത്തിന്റെ വായിലെ കാൻസറും ജീവിതം വ ല്ലാതെ വേദനാപൂർണ്ണമാക്കി. ഇതേത്തുടർന്ന് ഏകദേശം മുപ്പതോളം ശസ്ത്രക്രിയകൾക്ക് അദ്ദേഹത്തിന് വിധേയനാകേണ്ടി വന്നു. താടി യെല്ലിന്റെ ഒരു ഭാഗം മുറിച്ചുമാറ്റി. ഇതുമൂലം അദ്ദേഹത്തിന് സംസാ രിക്കാനും ഭക്ഷണം കഴിക്കാനും വളരെയധികം ബുദ്ധിമുട്ടി.

1920 ആയപ്പോഴേക്കും അദ്ദേഹം ലോകപ്രസിദ്ധനായിക്കഴിഞ്ഞി രുന്നു. ഇക്കാലത്താണ് ചിക്കാഗോയിലെ ഒരു പത്രം തമാശക്കായി ത ങ്ങളുടെ സുഹൃത്തിനെ കൊന്ന രണ്ട് യുവാക്കളുടെ മാനസികാപഗ്ര ഥനം നടത്താനായി 25000 ഡോളർ അദ്ദേഹത്തിന് വാഗ്ദാനം ചെയ്യു ന്നത്. ഇക്കാലത്ത് തന്നെയാണ് ഹോളിവുഡിലെ പ്രസിദ്ധ നിർമാതാ വായ സാം ഗോൾഡൻ ഒരു പ്രേമകഥയുടെ സ്ക്രിപ്റ്റിനെ സംബ ന്ധിച്ചുള്ള അദ്ദേഹത്തിന്റെ അഭിപ്രായം ലഭിക്കാനായി അതിന് ലക്ഷം ഡോളർ നൽകാമെന്ന് പറഞ്ഞു അദ്ദേഹത്തെ സമീപിക്കുന്നത്. എ ന്നാൽ ഫ്രോയിഡ് ഈ ആവശ്യം നിരാകരിക്കുകയാണ് ചെയ്തത്.

ഗവേഷണങ്ങൾ ഇത്രയധികം മുന്നോട്ടു പോയിട്ട് പോലും സ് ത്രീകളുടെ മാനസികാവസ്ഥ തനിക്ക് ഇരുണ്ട ഭൂഖണ്ഡം ആയിത്ത ന്നെ തുടരുന്നതായി അദ്ദേഹം സമ്മതിച്ചിട്ടുണ്ട്. വാർധക്യകാലത്ത് അദ്ദേഹത്തിന് തന്റെ ഏറ്റവും ഇളയ മകളുമായുള്ള ബന്ധവും വള രെയധികം ചർച്ചയ്ക്ക് വിധേയമായിട്ടുണ്ട്. അദ്ദേഹത്തിന്റെ നേഴ്സാ യും സെക്രട്ടറിയായും മുഴുവൻ സമയ സഹചാരിണിയായും പ്ര വർത്തിച്ച അവരുടെ ബന്ധം 'ഇൻസെസ്റ്റ്' എന്ന ഗണത്തിൽപ്പെടുന്ന താണ് എന്ന് ഒരു കൂട്ടർ വാദിക്കുന്നു. സ്വയം ഒരു സൈക്യാട്രിസ്റ്റ് ആ യിരുന്ന ഈ മകളെ തന്റെ പിൻഗാമി ആയി അദ്ദേഹം ഒരുക്കി എടു ക്കുകയായിരുന്നു. പിന്നീട് വന്നത് ഹിറ്റ്ലറിന്റെ തേർവാഴ്ചക്കാലം! ഫ്രോയിഡിന്റെ പുസ്തകങ്ങൾ മുഴുവൻ ഇക്കാലത്തു പൊതുസ്ഥല

ത്ത് വച്ച് നാസികൾ കത്തിച്ച് ചാമ്പലാക്കി.

1938 മാർച്ചിൽ ഹിറ്റ്ലർ ആസ്ട്രിയ കീഴടക്കി ജർമനിയോട് കൂട്ടി ച്ചേർത്തു. ഹിറ്റ്ലറുടെ കണ്ണിലെ കരടായ ജൂതന്മാരിൽ ഒരാൾ ആയി രുന്നെങ്കിലും ധാരാളം സുഹൃത്തുക്കൾ ഉണ്ടായിരുന്നതിനാൽ ആസ് ട്രിയയിൽ ഫ്രോയിഡിന് ധാരാളം സംരക്ഷകർ ഉണ്ടായിരുന്നു. ഇതു മൂലം അദ്ദേഹം സ്വന്തം വീട്ടിൽ തന്നെ കഴിച്ചുകൂട്ടാൻ തീരുമാനിച്ചു. ഒരു ദിവസം ഹിറ്റ്ലറുടെ പട്ടാളക്കാർ അദ്ദേഹത്തിന്റെ വീട് പരിശോ ധന നടത്തി. ആകെ ലഭിച്ചത് 1500 ഡോളർ ആയിരുന്നു. ഒരാഴ്ചയ് ക്കു ശേഷം അദ്ദേഹത്തിന്റെ ഭാര്യയെ അറസ്റ്റ് ചെയ്തു കൊണ്ടുപോ യി. എന്നിട്ടും അദ്ദേഹം സ്വന്തം വീട് വിട്ടു പോകാൻ കൂട്ടാക്കിയില്ല. കുറെ ദിവസങ്ങൾക്കുശേഷം ഭാര്യയെ സ്വതന്ത്രയാക്കി. അവസാനം അമേരിക്കൻ എംബസിയുടെ നിർബന്ധപ്രകാരം ആസ്ത്രിയ വിടാൻ അദ്ദേഹം തീരുമാനിക്കുകയായിരുന്നു. 1938 ജൂണിൽ ഫ്രോയിഡും ഭാര്യയും അന്ന എന്ന മകളും വിയന്നയിൽ നിന്ന് പാരീസ് വഴി ലണ്ട നിലേക്ക് പോയി. നെപ്പോളിയന്റെ താവഴിയിൽപെട്ട മാനസിക രോഗ ചികിത്സകയായ മേരിബോണപ്പാർട്ട് രാജകുമാരിയുടെ സഹായത്താ ലാണ് ഇത് സാദ്ധ്യമായത്. ഫ്രോയിഡിന്റെ മറ്റ് നാല് സഹോദരിമാ രെ വിയന്ന വിടാൻ പട്ടാളം അനുവദിച്ചില്ല. അവരെ കോൺസെൻ ട്രേഷൻ ക്യാമ്പിലേക്ക് കൊണ്ടുപോവുകയും അവിടെ വച്ച് അവർ കൊല്ലപ്പെടുകയും ചെയ്തു. അഭയാർത്ഥി ആയിരുന്ന അവസ്ഥയിലും ലണ്ടനിൽ വച്ച് അദ്ദേഹം രോഗികളെ കാണുകയും ചികിത്സ നൽകു കയും അതിഥികളെ സ്വീകരിക്കുകയും ചെയ്തു. ഇക്കാലത്താണ് സാൽവഡോർ ഡാലി അദ്ദേഹത്തെ സന്ദർശിച്ചത്. എൺപത്തിമൂന്നാ മത്തെ ജന്മദിനം ആഘോഷിക്കുമ്പോൾ അദ്ദേഹത്തെ ബാധിച്ച ക്യാൻ സർ, ചികിത്സയ്ക്കും രോഗശാന്തിക്കും അപ്പുറത്തായിരുന്നു. കഠിന മായ വേദന കൊണ്ട് വലഞ്ഞ അദ്ദേഹം അവസാന ദിനങ്ങളിൽ തന്റെ ജീവിതം ആവശ്യമില്ലാതെ വലിച്ചു നീട്ടരുത് എന്ന് സ്വന്തം മകളോട് നിർദ്ദേശിച്ചിരുന്നു. അന്ന് രാത്രി സാധാരണയിൽ കവിഞ്ഞ ഒരു ഡോ സ് മോർഫിൻ എടുത്തുകൊണ്ട് അദ്ദേഹം മരണത്തിലേക്ക് സഞ്ചരി ച്ചു. ഫ്രോയിഡിന്റെ ചിതാഭസ്മം ലണ്ടനിലുള്ള ഫ്രോയ്ഡ് മ്യൂസി യത്തിൽ അദ്ദേഹത്തിന്റെ പുരാവസ്തു ശേഖരങ്ങൾക്ക് ഒപ്പം ഒരു പാത്രത്തിൽ സൂക്ഷിച്ചിട്ടുണ്ട്.

ബസ് ടൂറിന്റെ യാത്രാപഥത്തിലൊരിടത്താണ്   വിയന്നയിലെ 19ബെർഗെൻസ തെരുവിലുള്ള ഫ്രോയിഡ് ജീവിച്ചിരുന്ന വീടും അ

ദ്ദേഹത്തിന്റെ ക്ലിനിക്കും കൂടിച്ചേർന്ന സ്ഥലം, സിഗ്മണ്ട് ഫ്രോയിഡ് മ്യൂസിയം എന്ന പേരിൽ സന്ദർശകർക്കായി ഒരുക്കി വച്ചിരിക്കുന്നത്. വിയന്ന യൂണിവേഴ്സിറ്റിയിൽ നിന്ന് ഗ്രാജുവേറ്റ് ചെയ്ത അദ്ദേഹം നാല്പത്തിയേഴ് കൊല്ലം താമസിക്കുകയും രോഗികളെ ചികിത്സിയ് ക്കുകയും ഗവേഷണപ്രബന്ധങ്ങൾ രചിയ്ക്കുകയും ചെയ്തത് ഇവി ടെ വച്ചാണ്. അദ്ദേഹത്തിന്റെ വാക്കിംഗ് സ്റ്റിക്ക്, പഴയകാലചിത്രങ്ങൾ, അദ്ദേഹം ഉപയോഗിച്ചിരുന്ന ചികിത്സാ മുറി, ഉപകരണങ്ങൾ, അദ്ദേ ഹത്തിന്റെ ശേഖരത്തിൽ ഉണ്ടായിരുന്ന പുരാവസ്തുക്കൾ, ലൈബ്രെ റി, ബഹുമതിപത്രങ്ങൾ എന്നിവ കാണാം. ലോകത്തിന്റെ പല ഭാഗ ങ്ങളിൽ നിന്നും എത്തുന്ന, ജീവിതത്തിന്റെ പല മേഖലയിലുള്ളവ രുടെ തീർത്ഥാടന കേന്ദ്രമാണ് ഇന്നിത്. മനുഷ്യമനസിലെ ആഴമറി യാത്ത ഖനികളിൽ യാത്ര ചെയ്തു വിലപിടിച്ച വസ്തുക്കളുമായി മ ടങ്ങിയെത്താനുള്ള വിദ്യ ലോകത്തിനു വെളിവാക്കിക്കൊടുത്ത ആ മഹാനുള്ള ആദരമർപ്പിക്കലാണ് ഈ ഓരോ സന്ദർശനവും.

11. ഡാന്യൂബിന്റെ തീരത്ത്

അടുത്തതായി ഞങ്ങൾ ബ്ലൂ റൂട്ടിൽ കറങ്ങാമെന്ന് തീരുമാനിച്ചു. അസാധാരണമായ ഒരു കെട്ടിടം ആയിരുന്നു ആദ്യത്തെ കാഴ്ച. ഒരു കിലോമീറ്ററിലധികം നീളം വരുന്ന മനുഷ്യവാസത്തിനു വേണ്ടി നിർമ്മിക്കപ്പെട്ട ലോകത്തിലെ ഏറ്റവും വലിയ ഈ കെട്ടിടം Karl Marx-hoff എന്നറിയപ്പെടുന്നു. വെള്ളം നിറഞ്ഞു കിടന്ന വലിയൊരു പ്രദേശമാണ് ഈ നിർമ്മിതിക്കായി തിരഞ്ഞെടുത്തത്. 1927ൽ ഓട്ടോവാഗ്നറുടെ ശിഷ്യനായ കാൾ എൻ (CARL EHN) ആണ് ഇത് നിർമ്മിച്ചത്. 1382 അപാർട്ട്മെന്റുകൾ ഇതിലുണ്ട്. ഇതിൽ ഏകദേശം 20 ശതമാനം മാത്രമേ താമസത്തിനായി ഉപയോഗിക്കുന്നുള്ളൂ. ബാക്കി കളി സ്ഥലങ്ങളും പൂന്തോട്ടങ്ങളുമായി മാറ്റി. സ്വയം സമ്പൂർണ്ണമായ ഈ മന്ദിരത്തിൽ തുണി അലക്കിനുള്ള ഭാഗം, സ്കൂളുകൾ, ലൈബ്രറി, ഡോക്ടർമാരുടെ മുറി എന്നിവ ഉണ്ടായിരുന്നു. 1934ലെ ആസ്ത്രിയൻ ആഭ്യന്തരയുദ്ധ കാലത്ത് ഈ കെട്ടിടം ആക്രമിക്കപ്പെടുകയും ധാരാളം ആളുകൾ മരിക്കുകയും ചെയ്തു.

അടുത്ത കാഴ്ചയായ പ്രെറ്റർ പാർക്ക് 1780 മുതൽ വിയന്ന നിവാസികളുടെ പ്രിയപ്പെട്ട പാർക്കാണ്. മൂന്ന് മൈൽ നീളത്തിലുള്ള ഇതിനകത്ത് ഹരിതാഭ നിറഞ്ഞ ധാരാളം കാഴ്ചകളുണ്ട്. ഇവിടുത്തെ പ്രസിദ്ധമായ ഒരു ജയന്റ് വീൽ ബസ്സിലിരിക്കുമ്പോൾ വളരെ ദൂരെ നിന്ന് തന്നെ കാണാം. ആദ്യകാലത്ത് ഇതിൽ സന്ദർശകർക്കിരിക്കാനായി 30 ഗോണ്ടോളകൾ ഉണ്ടായിരുന്നത് ഇന്ന് 15 ആയി ചുരുക്കിയിട്ടുണ്ട്. ഇതു കൂടാതെ സാധാരണ ഇത്തരം വിനോദ പാർക്കുകളിൽ കാണുന്ന റൈഡുകളും ധാരാളം ഭക്ഷണ സാധനങ്ങൾ വില്ക്കുന്ന കടകളും കാണാം.

ബസ്സ് പിന്നേയും മുന്നോട്ട് പോകുമ്പോൾ വലതു വശത്ത് പല നിലകളോടെ ചുവന്ന മേൽക്കുരയോടെ വളരെ വലിയ ഒരു പള്ളി കണ്ടു. ഇത് സെന്റ് ഫ്രാൻസിസ് ഓഫ് അസീസ്സി ചർച്ച് ആണ്. ഫ്രാൻസ് ജോസഫ് ഒന്നാമന്റെ ഭരണത്തിന്റെ അമ്പതാം വാർഷികം ആ

ഘോഷിക്കാനായി നിർമ്മിച്ചതാണിത്.

മെക്സിക്കോ സ്ക്വയർ എന്നറിയപ്പെടുത്ത ഭാഗത്താണ് ഈ പ ള്ളി നിർമ്മിച്ചിരിക്കുന്നത്. ഹിറ്റ്ലർ 1938ൽ ആസ്ത്രിയയെ നാസി ജർ മ്മനിയുമായി കൂടിച്ചേർക്കുകയുണ്ടായി. അന്ന് അതിൽ പ്രതിഷേധം പ്രകടിപ്പിച്ച വിരലിൽ എണ്ണാവുന്ന രാജ്യങ്ങളിൽ ഒന്നാണ് മെക്സി ക്കോ. ഈ പേര് ആ സൗഹൃദത്തിന്റെ ഓർമ്മയ്ക്കായി നൽകിയതാ ണ്. അത് കഴിഞ്ഞാൽ ബസ് ഇംപീരിയൽ പാലത്തിലൂടെയാണ് സ ഞ്ചരിക്കുന്നത്. ഡാന്യൂബിന് കുറുകേ 1876ൽ നിർമ്മിച്ച ഈ പാലം പ ലവട്ടം പുതുക്കി പണിഞ്ഞിട്ടുണ്ട്. ഇന്ന് ഇത് പട്ടണപ്രാന്തത്തെ നഗ ര ഹൃദയവുമായി ബന്ധിപ്പിയ്ക്കുന്ന പ്രധാന കണ്ണിയാണ്.

യൂറോപ്പിലെ ഏറ്റവും നീളം കൂടിയ രണ്ടാമത്തെ നദിയായ ഡാ ന്യൂബ്(2900കി.മി) പടിഞ്ഞാറു നിന്ന് കിഴക്കോട്ട് ഒഴുകി കരിങ്കടലിൽ പതിക്കുന്നതിന് ഇടയിൽ ജർമ്മനി, ആസ്ത്രിയ, സ്ലൊവാകിയ, ഹംഗ റി, ക്രൊയേഷ്യ സെർബിയ, ബൾഗേറിയ, റൊമേനിയ, മൾഡോവ, യുക്രെയ്ൻ എന്നീ 10 രാജ്യങ്ങൾക്ക് ജീവജലം പകരുന്നു. ഡാന്യൂ ബിന്റെ കരയിൽ വളർന്ന പട്ടണമെന്ന് വിയന്നയെ വിശേഷിപ്പിക്കാം. ഇന്ന് ഡാന്യൂബ് കനാൽ എന്നറിയപ്പെടുന്ന ഭാഗമായിരുന്നു വളരെ പഴയ കാലത്ത് യഥാത്ഥ ഡാന്യൂബ് നദി. പലപ്പോഴും വെള്ളപ്പൊക്ക കാലത്ത് ഒഴുകി വരുന്ന മണ്ണടിഞ്ഞു പുതിയ ചെറുകരകൾ ഉണ്ടാവു കയും നദി, ഗതി മാറി ഒഴുകുകയും പതിവായിരുന്നു. കാലക്രമേണ പ്രധാന നദി പട്ടണത്തിന് ദൂരെ മാറി പോവുകയും ആദ്യം ഉണ്ടായി രുന്ന ഭാഗം ഒരു ചെറു നദിയായി 'ഡാന്യൂബ് കനാൽ'എന്നറിയപ്പെടു കയും ചെയ്തു. ഇന്ന് ഈ കരകളെല്ലാം നീരീക്ഷണ വിധേയവും ന ന്നായി ഉറപ്പിച്ച് കെട്ടിയവയും ആണ്. അതുമൂലം 1970ന് ശേഷം ഇ ത്തരം സ്ഥാന ചലനങ്ങളൊന്നും ഉണ്ടായിട്ടില്ല. ഇക്കാലത്ത് തന്നെ വിയന്നയുടെ അകത്തു കൂടി പോകുന്ന ഡാന്യൂബ് നദിയുടെ പ്രധാ ന ഭാഗത്തെ രണ്ട് കൈവഴികളായി മാറ്റി. തെക്കുള്ള കൈ വഴിയെ ഇ ന്നും ഡാന്യൂബ് എന്ന് തന്നെ വിളിച്ച് പോരുന്നു. വടക്ക് ഭാഗത്തെ കൈ വഴിയെ 'ന്യൂ ഡാന്യൂബ്'എന്നാണ് വിളിയ്ക്കുന്നത്. ഇതിന് ര ണ്ടിനും ഇടയിലുള്ള 12 മൈൽ നീണ്ട 'ഡാന്യൂബ് ഐലന്റ്' എന്നു വിളിക്കപ്പെടുന്ന ദ്വീപ് ഇന്ന് വിനോദത്തിനും ക്യാമ്പിംഗിനും മാത്രമാ യുള്ള ഇടമാണ്. വാരാന്ത്യങ്ങളിൽ ധാരാളം കുടുംബങ്ങൾ ഇവിടെ വന്ന് മീൻപിടിത്തവും ബാർബിക്യൂവും (ഭക്ഷണം കനലിൽ ചുട്ടു ക ഴിക്കുന്ന രീതി)ഒക്കെയായി കഴിച്ചു കൂട്ടുന്നു. ഏകദേശം മൂന്ന് മി

ല്യൻ ആളുകൾ പങ്കെടുക്കുന്ന യൂറോപ്പിലെ ഏറ്റവും വലിയ സംഗീ തോൽസവം കൊല്ലം തോറും ഇവിടെയാണ് നടക്കുന്നത്. പ്രവേശ നം സൗജന്യമാണെന്ന് എടുത്ത് പറയേണ്ടതാണ്. ഇതിന്റെ ഒരു ഭാഗ ത്ത് പൂർണ്ണനഗ്നരായവർക്കുള്ള പ്രത്യേക ബീച്ചുണ്ട് (Nude Beach). 34 കിലോ മീറ്റർ മാത്രം നീളമുള്ള വിയന്ന നദി ഡാന്യൂബ് കനാ ലിൽ ചെന്ന് ചേരുന്നു. പട്ടണത്തിനകത്തുകൂടി ഒഴുകുന്ന ഈ നദിയു ടെ അടിത്തട്ടും ഇരുകരകളും കോൺക്രിറ്റ് കൊണ്ടു ബലപ്പെടുത്തി യിട്ടുണ്ട്. ഈ നദിയുടെ പല ഭാഗങ്ങളും അടച്ച് കെട്ടിയിട്ടുണ്ട്. നാഷ് മാർക്കറ്റ്, ഷോൺബ്രൺ പാലസിന്റെ മുന്നിലുള്ള ഭാഗം എന്നിവ ഇ തിൽപ്പെടും.

1962ൽ നിർമ്മിക്കപ്പെട്ട, 252 മീറ്റർ ഉയരമുള്ള വിയന്ന ടവർ ആണ് അടുത്ത കാഴ്ച. ഇത് ഡാന്യൂബ് നദിയുടെ കരയിൽ തന്നെയാണ്. ര ണ്ട് ഹൈസ്പീഡ് ലിഫ്റ്ററുകൾ വഴി മുകളികളിലെത്തിയാൽ നഗര ത്തിന്റെ സുന്ദരമായ ആകാശക്കാഴ്ച കാണാം. 776 പടികൾ ഉണ്ട്. ഇ ത് ചില പ്രത്യേക അവസരങ്ങളിലോ അടിയന്തിര ഘട്ടങ്ങളിലോ മാ ത്രമേ ഉപയോഗിക്കാൻ സാധിയ്ക്കുകയുള്ളു. രണ്ട് റിവോൾവിംഗ് റ സ്റ്റോറന്റുകളും ധാരാളം റേഡിയോ ട്രാൻസ്മിഷൻ ആന്റിനകളും ഇ വിടെ കാണാം. ഇതിന് മുകളിലെ പ്ലാറ്റ് ഫോം, ബഞ്ചി ജംപിംഗിനും (ഇലാസ്റ്റിക് കയറിൽ ശരീരം ബന്ധിച്ച ശേഷം ഉയരത്തിൽ നിന്ന് ചാടുന്ന വിനോദം) ഉപയോഗിക്കാറുണ്ട്.

ഡാന്യൂബ് നദിയുടെ കരയിൽ തന്നെ UNO City എന്നറിയപ്പെടു ന്ന വിയന്നയിലെ യുണൈറ്റ്നേഷൻസ് ഓഫീസ് കാണാം. ഏകദേ ശം 5000 ആളുകൾ ഇവിടെ ജോലി ചെയ്യുന്നുണ്ട്. യു എന്നിന്റെ കീഴി ലുള്ള പലതരം സംഘടനങ്ങൾ ഇവിടെ പ്രവർത്തിയ്ക്കുന്നു. അടു ത്തുള്ള പല രാജ്യങ്ങളെയും ഉൾപ്പെടുത്തിയുള്ള ക്രൂയിസുകൾ ഇ തിനടുത്തു നിന്നാണ് ആരംഭിക്കുന്നത്. നദിക്കരയിൽ ഇതിനായുള്ള യാനങ്ങൾ നങ്കൂരമിട്ടിരിക്കുന്നത് കാണാം.

ജൊഹാൻ സ്ട്രാസ്സ് ഒന്നാമനും രണ്ടാമനും ഈ നാടിന്റെ സംഗീ തചരിത്രത്തിൽ സ്വർണലിപികളാൽ എഴുതിച്ചേർക്കപ്പെട്ട നാമങ്ങളാ ണ്. പത്തൊൻപതാം നൂറ്റാണ്ടിലെ ഏറ്റവും പ്രസിദ്ധനായ കമ്പോസർ ആയിരുന്ന ജൊഹാൻ സ്ട്രാസ് രണ്ടാമൻ രചിച്ച ബ്ലൂഡാന്യൂബ് സംഗീതശകലം ലോകത്തിലെ ഏറ്റവും പ്രസിദ്ധമായ സംഗീത സൃ ഷ്ടികളിൽ ഒന്നാണ്. ആസ്ട്രിയക്കാർ ഇതിന് തങ്ങളുടെ ദേശീയ ഗാ നത്തിന് തുല്യമായ പ്രാധാന്യം നൽകി വരുന്നു. അദ്ദേഹത്തിന്റെ വി

യന്നയിലെ സ്വർണനിറത്തിലുള്ള പ്രതിമ ഏറ്റവും കൂടുതൽ ഫോ
ട്ടോ എടുക്കപ്പെട്ടിട്ടുള്ള പ്രതിമകളിൽ ഒന്നാണ്. അദ്ദേഹത്തെയും ഭാ
ര്യയെയും സമീപത്തായാണ് അടക്കിയിരിക്കുന്നത്. ഒറ്റ മാർബിളിൽ
കൊത്തിയെടുത്ത ഇരുവരുടെയും സ്മാരകശിലയിൽ അദ്ദേഹത്തിന്റെ
രൂപത്തോടെപ്പം ഒരു ഹാർപ്പ് വായിച്ചുകൊണ്ടിരിക്കുന്ന ജലകന്യക
യേയും കാണാം. ഈ നദിയുടെ നിറം ചളി കലർന്ന മഞ്ഞ, പച്ച, ചു
വപ്പ്, ബ്രൗൺ എന്നിങ്ങനെ, ഇതൊഴുകി വരുന്ന രാജ്യങ്ങളുടെ ചരി
ത്രവും, രാഷ്ട്രീയവും, കാലാവസ്ഥയും അനുസരിച്ച് മാറിക്കൊണ്ടിരു
ന്നു. പക്ഷേ, നീലഡാന്യൂബ് ഇന്ന് സ്വപ്നങ്ങളിൽ മാത്രം!

റോസ്സ ബാരക്ക് (Rossauer barracks) ഡിഫൻസ് മിനിസ്ട്രിയുടെ
ആസ്ഥാനമാണ്. രാജകുടുംബത്തെയും വിയന്നയെയും പൊതു ജ
നങ്ങളുടെ ആകമണങ്ങളിൽ നിന്ന് രക്ഷിക്കാനാണ് ആദ്യകാലത്ത്
ഇത് നിർമ്മിച്ചത്. സൈക്കിളുകളിൽ സഞ്ചരിക്കുന്ന ധാരാളം പേരെ
ഇവിടെ കാണാം. വിനോദ സഞ്ചാരികളുടെ കൂട്ടങ്ങൾ ഇലക്ട്രിക് സ്
ക്കൂട്ടറിൽ കൂട്ടം കൂട്ടമായി പോകുന്നത് കണ്ടു. കൂടുതലും ചെറുപ്പ
ക്കാരാണ്. സൈക്കിൾ ഉൾപ്പടെ ഇത്തരം പലയിനത്തിലുള്ള വാഹന
ങ്ങൾ റോഡരികിൽ പലയിടത്തുനിന്നും വാടകക്ക് എടുക്കാം; ക്രെ
ഡിറ്റ് കാർഡ് വേണമെന്ന് മാത്രം. ആവശ്യം കഴിഞ്ഞാൽ ഏറ്റവും
അടുത്തുള്ള സ്റ്റാൻഡിൽ തിരിച്ചേൽപ്പിക്കാം. ഉപയോഗിച്ച സമയത്തി
നനുസരിച്ചുള്ള തുക അവർ ഈടാക്കും. വളരെ സൗകര്യപ്രദമാ
യ ഒരു രീതിയാണിത്.

12. വിയന്ന വുഡ്സ്

ഇന്ന് രാവിലെ ആദ്യം സെന്റ് സ്റ്റീഫൻ കത്തീഡ്രലിൽ പോയി, ഈ നാടിന്റെ ചരിത്രത്തിന്റെ ഭാഗമായ പ്രധാന വ്യക്തികളെ അടക്കി യിരിക്കുന്ന പേടകങ്ങൾ സൂക്ഷിച്ചിരിക്കുന്ന ഭൂഗർഭ കല്ലറ (catacomb)കാണാനാണ് ഉദ്ദേശിച്ചത്. അവിടെ അന്നത്തെ ദിവസം പള്ളിയുടെ ചുറ്റുപാടും യൂറോപ്പിലെ പല രാജ്യങ്ങളിൽ നിന്നുള്ള കുട്ടികളുടെ ഒരു പരേഡ് നടക്കുകയായിരുന്നു. ഈ കുട്ടികൾ തങ്ങ ളുടെ രാജ്യങ്ങളുടെ കൊടികളുമായി അവിടെ ഒത്തുകൂടിയിരുന്നു. അ വിടെ ഒരു കുട്ടി കാനഡയുടെ കൊടിയുമായി നില്ക്കുന്നുണ്ടായിരു ന്നു നാട്ടുകാരിയായ ഒരാളെ അവിടെ കണ്ടതിൽ വളരെ സന്തോഷം തോന്നി. പക്ഷേ, അവളോട് സംസാരിച്ചപ്പോൾ താൻ കാനഡക്കാരി യല്ലെന്നും അമ്മായി കാനഡയിൽ നിന്ന് സന്ദർശനത്തിന് വന്നപ്പോൾ സമ്മാനമായി നൽകിയതാണ് കൊടി എന്നും അവൾ പറഞ്ഞു. പരേ ഡ് മൂലം പള്ളിയുടെ അകത്തേക്ക് പ്രവേശനമുണ്ടായിരുന്നില്ല.

നിരാശരായ ഞങ്ങൾ വിയന്ന ഓപ്പറ കെട്ടിടത്തിന്റെ മുൻ ഭാഗ ത്തേക്കാണ് പോയത്. എല്ലാം അവിടെ നിന്നാണല്ലോ തുടങ്ങുന്നത്. അതിനടുത്ത് അണ്ടർഗ്രൗണ്ടിൽ ഒരു ചെറിയ ഷോപ്പിങ് മാൾ ഉണ്ട്. അവിടെ ടൂറിസ്റ്റുകൾക്ക് ആവശ്യമായ കൗതുകവസ്തുക്കളും ഭക്ഷ ണവും മറ്റും ലഭിക്കുന്ന ധാരാളം കടകൾ കാണാം. ടോയ്‌ലറ്റുകൾ ക്ക് വേണ്ടിയുള്ള അന്വേഷണം ആയിരുന്നു ഞങ്ങളെ അവിടെ എ ത്തിച്ചത്. 50 സെൻറ്(38 ഇന്ത്യൻ രൂപ)കൊടുത്താണ് പലപ്പോഴും മൂ ത്രമൊഴിക്കാൻ ടോയ്‌ലറ്റിന് അകത്ത് കടക്കുന്നത്. ഈ തുക പല സ്ഥലങ്ങളിലും വ്യത്യസ്തമാണ്. ഒരു യൂറോ കൊടുത്തു പോലും ചിലസ്ഥലങ്ങളിൽ ടോയ്‌ലറ്റിൽ പോയിട്ടുണ്ട്. 10 സെന്റാണ്, ഏറ്റവും കുറഞ്ഞ തുക. മിക്കവാറും എല്ലാ ടോയ്‌ലററുകളും നല്ല വൃത്തിയാ യി സൂക്ഷിച്ചിട്ടുണ്ട്.

അതിനുശേഷം സൈറ്റ്സീയിംഗ് ബസ്സിൽ കയറി ഗ്രീൻലൈൻ ടൂർ എടുക്കാമെന്ന് തീരുമാനിച്ചു. ഗ്രീൻ ലൈൻ ബസ് ടൂർ ആരംഭിച്ചത് വിയന്ന യൂണിവേഴ്സിറ്റിയുടെ മുന്നിൽ നിന്നാണ്. 1365ൽ റഡോൽ

ഫ് നാലാമൻ രാജാവ് സ്ഥാപിച്ചതാണ് ഈ വിശ്വവിദ്യാലയം. യൂറോപ്പിലെ ഏറ്റവും വലിയ ജർമ്മൻ യൂണിവേഴ്സിറ്റി ആയ ഇവിടെ പതിനായിരത്തോളം വിദ്യാർത്ഥികൾ പഠിക്കുന്നുണ്ട്. ഇരുപത് നോബൽ സമ്മാനജേതാക്കളെ സൃഷ്ടിച്ച യൂണിവേഴ്സിറ്റിയാണിത്. ഇതിന് തൊട്ടടുത്ത് സ്ഥിതിചെയ്യുന്ന 'കഫേ ലാൻഡ് മാൻ' എന്ന കോഫി ഷോപ്പിലെ കസേരകൾക്ക് ധാരാളം കഥകൾ പറയാനുണ്ടാവും. 1873ൽ ആണ് ഇത് പ്രവർത്തനം ആരംഭിച്ചത്. . ഫ്രോയ്ഡും അത് പോലെ പ്രസിദ്ധരായായ ധാരാളം ബുദ്ധിജീവികളുടെയും കലാകാരന്മാരുടെയും രാഷ്ട്രീയക്കാരുടെയും സംഗമസ്ഥാനമായിരുന്നു ഇവിടം. ഇതിനകത്ത് ഇന്ന് കാണുന്ന പുരാതനമായ തൂണുകളും അലങ്കാരങ്ങളും ആദ്യ കാലത്തുണ്ടായിരുന്ന പോലെ തന്നെ സംരക്ഷിച്ചിട്ടുണ്ട്. രാജ കുടുംബം 1918ൽ അപ്രത്യക്ഷമായപ്പോൾ മധ്യവർഗം കാലക്രമേണ രാജകുടുംബങ്ങൾ ഉപയോഗിച്ചിരുന്ന കൊട്ടാരങ്ങളിലേക്കും വീടുകളിലേക്കും താമസം മാറ്റി. യൂണിവേർസിറ്റി പ്രൊഫസർമാർ, ബാങ്കർമാർ അതു പോലെ സമൂഹത്തിൽ ഉന്നത സ്ഥാനം വഹിയ്ക്കുന്ന പലരും ഈ കൂട്ടത്തിൽപ്പെടും.

ഡോ.നസീർ, ആമി, ഡോ.ബിന്ദു

ലോകത്തിലെ തന്നെ ഏറ്റവും നല്ല കോഫി ലഭിക്കുന്നത് വിയന്ന യിലാണെന്ന് ഇവിടുത്തുകാർ അഭിമാനത്തോടെ പറയാറുണ്ട്. കോ ഫിയുടെ കണ്ടുപിടിത്തെപ്പറ്റിയുള്ള കഥ ഇങ്ങനെ. നൂറ്റാണ്ടുകൾ ക്ക് മുൻപ് എത്യോപ്യയിലെ ആട്ടിടയനായ ഖാലിദ് തന്റെ ആടുകൾ ഒരു പ്രത്യേക മരത്തിന്റെ കായ കഴിക്കുന്ന ദിവസം കൂടുതൽ ഊർജ്ജ സ്വലരായതും രാത്രി ഉറങ്ങാൻ മടികാണിച്ചതും ശ്രദ്ധിച്ചു. ആ കായ കൾ തിളപ്പിച്ച് കുടിച്ചപ്പോൾ അയാളും കൂടുതൽ ഉണർവ്വുള്ളവനാ യി. ഇതിന്റെ കൃഷിയും പ്രസിദ്ധിയും കാലക്രമേണ പതിനഞ്ച് പതി നാറു നൂറ്റാണ്ടുകളിൽ പേർഷ്യ, ഈജിപ്റ്റ്, സിറിയ, തുർക്കി, എന്നി വിടങ്ങളിലേക്കു വ്യാപിച്ചു. പതുക്കെ വീടുകളിലും ആളുകൾ കൂട്ടം കൂടുന്ന ഇടങ്ങളിലും ഇത് വിളമ്പിത്തുടങ്ങി. കാപ്പി കുടിക്കുന്നവർ ക്ക് കൂടുതൽ ഉണർവോടെ ചർച്ചകൾ, രാത്രി പ്രാർത്ഥനകൾ, സംഗീ തനൃത്ത പരിപാടികൾ തുടങ്ങിയവയിൽ പങ്കെടുക്കാനും സാധിക്കു മെന്ന് കണ്ട് കാപ്പിക്ക് ആവശ്യക്കാർ വർദ്ധിച്ചു. പതിയെപ്പതിയെ ഉട ലെടുത്ത കോഫി ഹൗസുകൾ വാർത്തയും വിജ്ഞാനവും വിതര ണം ചെയ്യപ്പെടുന്ന ഇടങ്ങളായി അംഗീകരിക്കപ്പെട്ടു. പതിനേഴാം നൂ റ്റാണ്ടിന്റെ രണ്ടാം പകുതിയിലാണ് ഇത് യൂറോപ്പിൽ പ്രചരിക്കാൻ തുടങ്ങിയതു്. വിയന്നയിലെ ആദ്യത്തെ കോഫി ഹൗസ് 1683ൽ ആ ണ് ആരംഭിക്കുന്നത്. കുറേനാൾ നീണ്ട് നിന്ന ഉപരോധത്തിന് ശേ ഷം തുർക്കികൾ അവിടം വിട്ട് പോയപ്പോൾ ഉപേക്ഷിച്ച കാപ്പിക്കുരു വിന്റെ ശേഖരം ജോർജ് ഫ്രാൻസ് കോൾച്ചിറ്റ്സ്കി എന്നൊരാളിന് ലഭിയ്ക്കുന്നു. അയാൾ അതുപയോഗിച്ച് ആദ്യമായി ഒരു കോഫി ഹൗ സ് തുടങ്ങാനുള്ള ലൈസൻസ് സ്വന്തമാക്കുന്നു. അങ്ങനെയാണ് വി യന്നക്കാർ ആദ്യമായി കാപ്പി കുടിച്ച് തുടങ്ങുന്നത്. ക്രിസ്തുമതവി ശ്വാസികൾ അല്ലാത്തവരുടെ പാനീയം എന്ന നിലയിൽ കാപ്പിക്കു ണ്ടായിരുന്ന അപ്രിയത്വത്തിനെ മറികടക്കാനും കട്ടൻ കാപ്പിയുടെ 'ച വർപ്പ്' ഒഴിവാക്കാനുമായി കാപ്പിയിൽ പാലും പഞ്ചസാരയും ചേർ ക്കുന്ന രീതി ആദ്യമായി ആരംഭിച്ചത് ഇദ്ദേഹമായിരുന്നു. കച്ചവടസ്ഥ ലം കുറേക്കൂടി ആകർഷകമാക്കാനായി കോൾച്ചിറ്റ്സ്കി തുർക്കിക ളുടെ വേഷം ധരിച്ചാണ് കടയിൽ കാപ്പി വിളമ്പിയിരുന്നത്. ഇദ്ദേഹ ത്തിന്റെ ഒരു പ്രതിമയും ആ പേരിൽ ഒരു തെരുവും വിയന്നയിൽ കാ ണാം. ഡിയോഡാറ്റോ എന്നയാളിന്റെ പേരും വിയന്ന കോഫിയുടെ ചരിത്ര താളുകളിൽ കാണാം. ആർമീനിയക്കാരനായ ഒരു രഹസ്യ ചാരനായിരുന്നു ഇയാൾ. രാജകൊട്ടാരത്തിലെ കോർട്ടിൽ ജോലി ചെ

യ്തിരുന്നു. കാപ്പിക്കുരു വറുത്ത് കാപ്പിയാക്കി മാറ്റുന്ന വിദ്യ തുർ ക്കികളിൽ നിന്ന് ഇയാൾ പഠിച്ചെടുത്തിരുന്നു. ഇയാളുടെ പേരിൽ വി യന്നയിൽ ഒരു പാർക്ക് സ്ഥാപിച്ചിട്ടിട്ടുണ്ട്. ഇവിടെ കാപ്പി ഓർഡർ ചെയ്താൽ, വെയിറ്റർമാർ ഒരു ഗ്ലാസ് വെള്ളവും കാപ്പിയുടെ കൂടെ എപ്പോഴും നൽകും. കാലക്രമേണ ഇവിടെ കഫേകളിൽ ന്യൂസ്പേപ്പ റുകൾ നൽകാൻ തുടങ്ങി. പിന്നീട് ബിസിനസ് മെച്ചപ്പെടുത്തുന്നതി ന്റെ ഭാഗമായി കോഫിഹൗസുകളിൽ ഭക്ഷണവും വൈനും നൽകി തുടങ്ങി. 1856ൽ ആണ് ആദ്യമായി കോഫി ഹൗസുകളിൽ സ്ത്രീ കൾക്ക് പ്രവേശനം അനുവദിച്ചത്. പത്തൊൻപതാം നൂറ്റാണ്ടിന്റെ അ വസാനമായതോടെ യുവാക്കളുടെ ഒത്തു ചേരലിനുള്ള സ്ഥലമായി കോഫീഹൗസുകൾ മാറി. എഴുത്തുകാരുടെയും രാഷ്ട്രീയക്കാരുടെ യും കലാകാരന്മാരുടെയും പല ഗ്രൂപ്പുകൾ ഈ പട്ടണത്തിലെ പല കോഫീ ഹൗസുകളിലായി ഉടലെടുത്തു. മദ്ധ്യവർഗ്ഗമനുഷ്യന് വിയ ന്നയിലെ ഇടുങ്ങിയ ഫ്ളാറ്റുകളിൽ നിന്ന് രക്ഷപ്പെടാനുള്ള ഒരു ഇട മായി ഇവ മാറി. 1938കാലത്ത് നാസികൾ ജൂതന്മാരുടെ എല്ലാ കോ ഫീഹൗസുകളും പിടിച്ചെടുത്തിരുന്നു. ഇടതുപക്ഷ ചിന്തകളും, ജനാ ധിപത്യപരമായ ആദർശങ്ങളും പ്രചരിപ്പിച്ച് പാരമ്പര്യത്തിന്റെ മതിൽക്കെട്ടുകളെ തകർക്കുന്നതിൽ കോഫി ഹൗസുകൾ വഹിച്ച പ ങ്ക് വലുതാണ്. അമേരിക്കൻ ഭൂഖണ്ഡത്തിൽ ആദ്യകാലത്ത് ചായയാ യിരുന്നു പ്രിയപ്പെട്ട പാനീയം. ബോസ്റ്റൺ ടീ പാർട്ടി എന്ന പേരിൽ നടത്തപ്പെട്ട തേയില നികുതിക്കെതിരേയുള്ള പ്രതിഷേധ സമരത്തി ന് ശേഷമാണ് കോഫി, അമേരിക്കയുടെ ആമാശയങ്ങളിലേക്കുള്ള താക്കോൽ ആയി മാറിയത്.

ലിച്ചെൻസ്റ്റൈൻ എന്ന ഒരു ചെറിയ രാജ്യം, ആസ്ത്രിയയുടെ യും സ്വിറ്റ്സർലന്റിന്റെയും ഇടയിൽ സ്ഥിതി ചെയ്യുന്നു. 25കിലോമീ റ്റർ നീളത്തിൽ, 160 ചതുരശ്ര കിലോമീറ്റർ വലിപ്പമുള്ള ഇതിന്റെ പരി ധിയിൽ ആൽപ്സ് പർവത നിരകളും ഉൾപ്പെടുന്നു. സുന്ദരമായ ഈ നാട് പല കോടീശ്വരന്മാരുടെയും പണം സൂക്ഷിക്കുന്ന സ്ഥലമാണെ ന്ന് ചുരുക്കിപ്പറയാം. പതിനേഴാം നൂറ്റാണ്ടിൽ ഇത് ഹോളി റോമൻ എംപയറിന്റെ ഭാഗമായിത്തീരുകയും ആസ്ത്രിയൻ ഭരണത്തിൻ കീ ഴിലാവുകയും ചെയ്തു. ഇപ്പോൾ ഇത് ഒരു സ്വതന്ത്രരാജ്യമാണ്.

ബസ് പിന്നീട് പച്ചപ്പ് നിറഞ്ഞ കുന്നിൻപ്രദേശങ്ങളും അവിടവി ടെ മുന്തിരിത്തോട്ടങ്ങളും ഇടക്ക് ധാരാളം മരങ്ങൾ നിറഞ്ഞ കാട്ടു പ്രദേശങ്ങളും ഉള്ള ഒരു ഭാഗത്തേക്കാണ് സഞ്ചരിച്ചത്. വിയന്നവുഡ്

സ് എന്നറിയപ്പെടുന്ന ഈ പ്രദേശം പട്ടണത്തിന്റെ അതിരിനോട് ചേർന്ന് ആൽപ്സിന്റെ വടക്കൻ ഭാഗത്താണ് സ്ഥിതി ചെയ്യുന്നത്. 17000 ഏക്കർ മുന്തിരിത്തോട്ടങ്ങൾ വിയന്നയുടെ നഗരപരിധിക്കെത്തു ണ്ട്. ട്രാമിൽ ഇവിടെ മുഴുവൻ കറങ്ങി വരാം. ധാരാളം ആളുകൾ സൈ ക്കിൾ വാടകക്കെടുത്ത് പോകുന്നുണ്ടായിരുന്നു. ഹാപ്സ്ബർഗ് ഭര ണ കാലത്ത് പുതിയതായി ഉണ്ടാക്കിയ വൈനിന് (Young Wine) ടാ ക്സ് കൊടുക്കേണ്ട ആവശ്യമില്ല എന്നൊരു നിയമം കൊണ്ടുവന്നു. ഇത് മൂലം ഇത്തരം വൈൻ ഉണ്ടാകുന്ന വിയന്ന വുഡസ് എന്ന ഭാഗ ത്ത് ധാരാളം ഭക്ഷണശാലകൾ ആരംഭിച്ചു. ഭക്ഷണത്തോടൊപ്പം യം ഗ് വൈനും വിളമ്പി. വൈൻ ടാവേൺസ് (Wine Taverns) എന്നറിയ പ്പെടുന്ന ഇത്തരം സ്ഥലങ്ങളെ ചുറ്റിപ്പറ്റി ധാരാളം തമാശക്കഥകൾ പ്രചാരത്തിലുണ്ട്. അവയിലൊന്ന് ഇങ്ങനെ; ഒരാൾ എന്നും ഇത്തരം ഒരു ബാറിൽ വന്ന് രണ്ടു ഡ്രിങ്ക് ഓർഡർ ചെയ്യും. ഒന്ന് അയാൾക്ക് വേണ്ടിയും മറ്റൊന്ന് തന്റെ കൂടെയില്ലാത്ത തന്റെ പ്രിയപ്പെട്ട കൂട്ടുകാ രനു വേണ്ടിയും. പിന്നീട് കുറേക്കാലത്തിന് ശേഷം അയാൾ വന്ന പ്പോൾ ഒരു ഡ്രിങ്കു മാത്രം ഓർഡർ ചെയ്തു. ഇതിനെപ്പറ്റി ചോദിച്ച പ്പോൾ കഥാനായകന്റെ മറുപടി ഇങ്ങനെ 'ഞാൻ കൂടി നിർത്തി, ഈ ഡ്രിങ്ക് സുഹൃത്തിനു വേണ്ടിയാണ്'.

വിയന്ന വുഡ്സിലേക്കുള്ള ട്രാം റൂട്ടിലാണ് ഹെല്ലിൻഗെൻസ്റ്റാഡ് (Heilingenstadt) എന്ന ഗ്രാമം. മധ്യകാലം മുതലുള്ള ചരിത്രം നിറ ഞ്ഞ ഗ്രാമമാണിത്. അക്കാലത്തെ അനേകം യുദ്ധങ്ങൾ കൊണ്ടു ന ശിച്ച പോയ ഈ ഗ്രാമം ഒരു തരിശു ഭൂമിയായി വളരെ കാലം നില കൊണ്ടു. പിന്നീട് ഇവിടെ ധാരാളം ലവണങ്ങൾ അടങ്ങിയ ചൂട് വെ ള്ളത്തിന്റെ ഉറവകൾ കണ്ടുപിടിക്കപ്പെട്ടു. അവ കാലക്രമേണ സുഖ ചികിത്സയ്ക്കുള്ള കുളിപ്പുരകൾ ആയി മാറി. പലതരം രോഗങ്ങൾക്ക് ഇവിടുത്തെ കുളി ചികിത്സയായി നിർദ്ദേശിക്കപ്പെട്ടിരുന്നു. ഇതു മൂ ലം അക്കാലത്ത് ധാരാളം ആളുകൾ ഇവിടേയ്ക്ക് വന്നിരുന്നു. ബി ഥോവന്റെ ഏറ്റവും പ്രിയപ്പെട്ട ഇടങ്ങളിൽ ഒന്നായിരുന്നു ഇത്. ബധി രത സ്വയം തിരിച്ചറിഞ്ഞ ശേഷം വളരെ ദുഃഖിതനായ അദ്ദേഹം കു റേ മാസങ്ങൾ ഇവിടെ ചിലവഴിച്ചു. ബധിരതയ്ക്ക് ഇവിടുത്തെ താമ സവും ചികിത്സയും എന്തെങ്കിലും മെച്ചമുണ്ടാക്കുമെന്ന് അദ്ദേഹം ക രുതി. അദ്ദേഹം സഹോദരന് എഴുതിയ കത്തിൽ ആത്മഹത്യ ചെയ്യു ന്നതിനെ പറ്റി പോലും ആലോചിക്കുന്നതായി പറയുന്നു. ഈ കത്ത് ഇന്നും ഇവിടെ മ്യൂസിയത്തിൽ സൂക്ഷിച്ചിട്ടുണ്ട്. പക്ഷേ ശാന്തമായ മ

നസ്സുമായി തിരിച്ച് പോയ അദ്ദേഹം പിന്നെയും ലോകത്തെ അത്ഭു
തപ്പെടുത്തുന്ന അനേകം സൃഷ്ടികൾ രചിച്ചു കൊണ്ടു 25 വർഷം കൂ
ടി ജീവിച്ചു. 1850കളിൽ ഈ ചുടുനീരുറവ വറ്റി വരണ്ടു. ആ സ്ഥലം
ഒരു പാർക്കായി രൂപാന്തരപ്പെട്ടു. എന്നിട്ടും നല്ല കാലാവസ്ഥയുള്ള,
സുഖവാസത്തിനുള്ള സ്ഥലം എന്ന പേരു് നിലനിന്നു. ധനികരുടെ
പ്രിയപ്പെട്ട ഇടമായി മാറി. 1892ൽ സമീപത്തുള്ള പല ചെറുപട്ടണങ്ങ
ളോടൊപ്പം ഇതും വിയന്നയോട് കൂട്ടിച്ചേർക്കപ്പെട്ടു. ധാരാളം പ്രശ
സ്ത വ്യക്തികൾക്ക് ഇവിടെ വീടുകൾ ഉണ്ട്. ഒരു സ്ക്വയർ ഫീറ്റിന്
1000 യൂറോയ്ക്ക് മുകളിലാണ് വില എന്ന് ഗൈഡ് പറയുന്നുണ്ടായി
രുന്നു.

ഈ ഗ്രാമത്തിന്റെ ഒരു ഭാഗത്ത്, കുന്നിൻ മുകളിൽ വിയന്നയുടെ
സുന്ദരമായ വിഹഗവീക്ഷണം ലഭിയ്ക്കുന്ന ഒരു ഭാഗമുണ്ട്. ഞങ്ങൾ
എത്തിയ സമയത്ത് നേരിയ മൂടൽ മഞ്ഞുണ്ടായിരുന്നത് കൊണ്ട് കാ
ഴ്ചകൾ അത്ര വ്യക്തമല്ലായിരുന്നു. മുകളിലേക്കുള്ള കയറ്റത്തിനിട
യിൽ ഇരുവശത്തും ധാരാളം മുന്തിരിത്തോട്ടങ്ങൾ കാണാം. വിളവെ
ടുപ്പ് കഴിഞ്ഞ കാലമായ് കൊണ്ട് മുന്തിരിക്കുലകൾ കണ്ടില്ല. അടു
ത്തുള്ള വൈനറികളിൽ പോയി വൈൻ നിർമ്മിക്കുന്നതും സൂക്ഷി
ക്കുന്നതും കാണാനും രുചിച്ചു നോക്കാനും അവസരം നൽകുന്ന ടൂ
റുകൾ ഉണ്ട്.

നഗരാതിർത്തിക്കുള്ളിൽ ഇത്ര വിശാലമായ ഒരു ഹരിത ഭംഗിയാർന്ന
പ്രദേശം കാത്തുവയ്കുക എളുപ്പമല്ല. മിക്കവാരാന്ത്യങ്ങളിലും അവ
ധിദിനങ്ങളിലും ഉല്ലാസത്തിനായി പട്ടണമധ്യത്തിൽ താമസിച്ചിരുന്ന
ധാരാളം ആളുകൾ ഇവിടേക്ക് വന്നിരുന്നു. എന്നാൽ ഇവിടെ ഒരു
ഹോട്ടലും റിസോർട്ടും ഉണ്ടാക്കാൻ ഉള്ള സ്ഥലത്തിനായി ഭരണാധി
കാരികളുടെ മേൽ ധാരാളം പേർ സ്വാധീനം ചെലുത്തി. ആദ്യം കു
റേ ഭാഗങ്ങൾ വില്ക്കാനുള്ള പദ്ധതിയിട്ടെങ്കിലും പ്രകൃതിസ്നേഹി
കളുടെ കടുത്ത എതിർപ്പ് മൂലം പിൻവലിക്കപ്പെട്ടു. ജോസഫ് ഷോ
ഫൽ എന്നയാളുടെ നേതൃത്വത്തിലാണ് ഈ സമരം നടന്നത്. 1987ൽ
ഈ ഭാഗം പ്രത്യേകമായി സംരക്ഷിക്കാനുള്ള നിയമം പാസാക്കി. ര
ണ്ടു ലോക മഹായുദ്ധങ്ങൾക്കിടയിൽ വിയന്ന സോഷ്യലിസ്റ്റുകളുടെ
ഭരണത്തിൻ കീഴിലായിരുന്നു. വളരെ ദുരിത പൂർണമായിരുന്നു അ
ക്കാലത്തെ ജീവിതം. ദാരിദ്ര്യത്തിൽ ജീവിച്ചിരുന്ന പലരും ഇവിടെ
നിന്ന് വിറക് വെട്ടിയെടുത്ത് വിറ്റും അത് കത്തിച്ചു തണുപ്പകറ്റിയുമാ
ണ് ജീവിതം പുലർത്തിയിരുന്നത്. അക്കാലത്ത് വെള്ളം, ടാക്സ് ഇ

ല്ലാതെ ലഭിച്ചിരുന്നു. എന്നാൽ ഷാംപെയ്നിനും സിഗററ്റിനും ടാക്സ് കൊടുക്കേണ്ടിയിരുന്നു.

ബസ് തിരികെ ഓപ്പറ ഹൗസിന്റെ അടുത്തേക്ക് മടങ്ങിയെത്തി. അവിടെ നിന്ന് കുറച്ച് ദൂരം നടന്ന് ചുററുപാടുകൾ കാണാം എന്ന് കരുതി. കുറേ നടന്നപ്പോഴാണ് വോക്സ് ഗാർഡൻ (Volks garden=People's garden) കാണുന്നത്. വളരെ വിശാലമായ ഈ പൂന്തോട്ടം ഹോഫ്സ്ബർഗ് കൊട്ടാരത്തിന്റെ ഭാഗമാണ്. 1823 മുതൽ ഇത് സാധാരണ ജനങ്ങൾക്കായി തുറന്ന് കൊടുത്തു. പഴയ കാലത്തെ ഏതൊരു പൂന്തോട്ടത്തെയും പോലെ സുന്ദരമായ ഫൗണ്ടനുകളും പ്രതിമകളും ഒക്കെ കാണാം. എന്നാൽ ഏറ്റവും ഹൃദയഹാരിയായി തോന്നിയത് റോസ് ഗാർഡൻ ആണ്. 400 ഇനങ്ങളിൽ ഉള്ള 3000ൽ കൂടുതൽ റോസാച്ചെടികൾ ഇവിടെയുണ്ട്. വളരെ അസാധാരണമായ പല നിറത്തിലും തരത്തിലുമുള്ള റോസ പുഷ്പങ്ങൾ ഇവിടെ കണ്ടു. കണ്ണുകൾക്കും മനസ്സിനും അപ്രതീക്ഷിതമായി ലഭിച്ച സദ്യ ആയിരുന്നു ഇത്.

ഈ നാടിന്റെ തനതായ ഭക്ഷണം കഴിക്കുന്നതും ടൂറിസത്തിന്റെ ഭാഗമാണല്ലോ. ഇന്നത്തെ ദിവസം ഡിന്നർ അങ്ങനെ ആകാം എന്ന് തീരുമാനിച്ചു.

നാഷ് മാർക്കറ്റിലേക്കാണ് പോയത്. അവിടെ മിക്കവാറും എല്ലാ തരത്തിലും ഉള്ള ഭക്ഷണം ലഭിക്കും. ഡെൽഹിയിൽ നിന്ന് ആസ്ട്രിയലേക്ക് കുടിയേറിയ ഒരാളാണ് ഓർഡർ എടുക്കാൻ വന്നത് 'ഷ്നിറ്റ്സൽ' എന്ന പ്രസിദ്ധമായ ആസ്ട്രിയൻ വിഭവവും സാലഡും സൂപ്പും മറ്റുമാണ് ഓർഡർ ചെയ്തത്. ഇറച്ചി മാവിൽ മുക്കി പൊരിച്ചെടുക്കുന്നതാണിത് എന്ന് ചുരുക്കിപ്പറയാം. 10-15 ശതമാനം ടിപ്പ് ഹോട്ടലുകളിലും മറ്റും നിർബന്ധമായും കൊടുത്തിരിക്കണം. ഭക്ഷണം കഴിഞ്ഞു ഞങ്ങൾ താമസസ്ഥലത്തേക്ക് പോയി.

13. ഏകാകിയായ സംഗീത ചക്രവർത്തി

വിയന്നയുടെയും പ്രാഗിന്റെയും ചരിത്രവുമായി ഇഴ പിരിക്കാനാ വാത്തതാണ് ബീഥോവന്റെ ജീവിതം! പാശ്ചാത്യ സംഗീത ലോക ത്തിലെ അത്ഭുതമായ ബീഥോവൻ ആസ്ട്രോ ഹങ്കേറിയൻ എമ്പയ റിന്റെ ഭാഗമായ ജർമ്മനിയിലെ ബോൺ എന്ന ചെറുപട്ടണത്തിൽ 1770ൽ ആണ് ജനിച്ചത്. ബീഥോവന്റെ പിതാമഹൻ ആ പട്ടണത്തി ലെ കോർട്ടിൽ മ്യൂസിക് ഡയറക്ടർ ആയിരുന്നു. അദ്ദേഹം തന്റെ മക നെ സംഗീതം പഠിപ്പിക്കാൻ ശ്രമിച്ചെങ്കിലും അതിൽ വിജയിച്ചില്ല. മ കനായ യോഹാൻ ബീഥോവന്റെ മൂന്ന് മക്കളിൽ മൂത്തയാൾ ആയിരു ന്നു കഥാ നായകനായ ലുഡ് വിക് ബിഥോവൻ.

ചെറിയ കുട്ടിയായിരിക്കുമ്പോൾ തന്നെ അദ്ദേഹം സംഗീതത്തിൽ അസാമാന്യമായ പ്രാഗത്ഭ്യം പ്രകടിപ്പിച്ചു. കുട്ടികളുടെ കഴിവുകൾ തേച്ചുമിനുക്കി എടുക്കാനായി അച്ഛൻ കഠിനമായ ശിക്ഷകൾ നൽകി യിരുന്നു. ചിലപ്പോൾ വീടിന്റെ താഴത്തെ നിലയിലെ മുറിയിൽ പൂട്ടി ഇടലും മറ്റും ശിക്ഷയുടെ ഭാഗമായിരുന്നു. പഠിപ്പിക്കുന്ന ഭാഗം ഏറ്റ വും നന്നായി വായിക്കാൻ കഴിയുന്നതു വരെ ഈ പീഡനം തുടരു ന്നതായിരുന്നു പതിവ്. ഇതുമൂലം അഞ്ചു വയസ്സായപ്പോൾ തന്നെ എല്ലാവരുടെയും ശ്രദ്ധ പിടിച്ചു പറ്റുന്ന രീതിയിലുള്ള പ്രകടനം നട ത്താൻ കുട്ടിക്ക് സാധിച്ചു. മൊസാർട്ട് ചെറിയ കുട്ടിയായിരിക്കുമ്പോൾ രാജസദസ്സിലും മറ്റും സംഗീത പരിപാടി അവതരിപ്പിച്ച് ധാരാളം പ ണവും പ്രസിദ്ധിയും നേടിയ കഥകളൊക്കെ കേട്ടറിഞ്ഞ അച്ഛൻ, സ്വ ന്തം മകനെയും അതുപോലെ വളർത്തിക്കൊണ്ടു വരാൻ ആഗ്രഹി ച്ചു. ചിലപ്പോൾ മദ്യപിച്ച് പാതിരയ്ക്ക് വീട്ടിലെത്തുന്ന അച്ഛൻ കുട്ടി യെ ഉറക്കത്തിൽ നിന്ന് ഉണർത്തി പിയാനോ പ്രാക്ടീസ് നടത്തി. ഇ ത്തരത്തിൽ ഒരു വീട്ടിൽ വളർന്നു വന്നതു മൂലം ചുറ്റുമുള്ള ലോക ത്തോട് വിശ്വാസമില്ലാതെയാണ് ആ ബാലൻ വളർന്നത്. ഏകാകി യായ ഈ കുട്ടി സ്കൂളിൽ ഒട്ടും തിളങ്ങിയില്ല. എന്നാൽ തന്റെ എല്ലാ വേദനകൾക്കും ഉള്ള മരുന്ന് എന്ന പോലെ പിയാനോ പ്രാക്ടീസ് ചെയ്തു.

ഏഴ് വയസ്സുള്ളപ്പോഴാണ് ബീഥോവൻ ആദ്യമായി ഒരു പൊതു പരിപാടി നടത്തുന്നത്. അത് കാണാൻ എത്തിയ ക്രിസ്ത്യൻ നീഫ് എന്ന സംഗീതജ്ഞൻ ആ കുട്ടിയെ സംഗീതം പഠിപ്പിക്കാമെന്ന് ഏൽക്കുന്നു. അദ്ദേഹമാണ് യോഹാൻ ബാഹ്, ജോസഫ് ഹൈഡൻ എന്നിങ്ങനെ ഉള്ള പ്രസിദ്ധരുടെ രചനകൾ കുട്ടിയെ പഠിപ്പിക്കുന്നത്. പത്തു വയസ്സിൽ ആ ബാലൻ സ്കൂൾ വിദ്യഭ്യാസം അവസാനിപ്പിച്ച് പൂർണ്ണമായും സംഗീത പഠനത്തിൽ ശ്രദ്ധ കേന്ദ്രീകരിച്ചു. അക്കാലത്തെ ബുദ്ധിജീവികൾ ആയിരുന്ന ഇമ്മാനുവൽ കാന്ത്, വോൾട്ടയർ തുടങ്ങിയവരുടെ ചിന്തകൾ അദ്ദേഹത്തെ വളരെ സ്വാധീനിച്ചു. പാരമ്പര്യത്തെ മറികടക്കാനുള്ള പ്രേരണ ഇവരിൽ നിന്നാണ് ലഭിച്ചത്. അതുപോലെ സംഗീതത്തിൽ തന്റെ വ്യക്തിമുദ്ര പതിപ്പിക്കാൻ ബീഥോവൻ ആഗ്രഹിച്ചു. ഇക്കാലത്താണ് അദ്ദേഹത്തിന്റെ ഗുരു ആ പട്ടണത്തിലെ പത്രത്തിൽ ബീഥോവന് കൂടുതൽ അവസരങ്ങൾക്കായി വിയന്നയിലേക്ക് പോകാനുള്ള പണത്തിനും മറ്റുമായുള്ള സ്പോൺസർമാരെ ആവശ്യപ്പെട്ടു കൊണ്ട് ഒരു പരസ്യം കൊടുക്കുന്നത്. കുറേ നാളുകൾക്കു ശേഷം പലരുടെയും സഹായം കൊണ്ട് പതിനാറാമത്തെ വയസ്സിൽ ബീഥോവന് വിയന്നയിലേക്ക് പോകാൻ കഴിഞ്ഞു. അന്ന് യൂറോപ്പിന്റെ സംഗീതത്തിന്റെയും കലയുടെയും സാംസ്കാരിക തലസ്ഥാനം ആയിരുന്നു വിയന്ന. എക്കാലത്തെയും സംഗീതത്തിന്റെ കിരീടം വയ്ക്കാത്ത രാജാവ് ആയിരുന്ന മൊസാർട്ടിനെ കാണണം എന്ന് ആ കുട്ടി അതിയായി ആഗ്രഹിച്ചു. അങ്ങനെ രണ്ടു ലോകാൽത്ഭുതങ്ങളുടെ സമാഗമം നടന്നു. ബിഥോവന്റെ പിയാനോ വായന കേട്ടിട്ട് മൊസാർട്ട് തന്റെ ഭാര്യയോട് ഇങ്ങനെ പറഞ്ഞു 'ഈ കുട്ടിയെ ശ്രദ്ധിച്ചോളൂ ഒരു കാലത്ത് ലോകം ഇയാളെപ്പറ്റി സംസാരിക്കും'. അത് ഒരു സത്യവചനമായി മാറി! മൊസാർട്ടിൽ നിന്നും കൂടുതൽ പഠിക്കണം എന്ന് ആഗ്രഹിച്ചിരുന്നെങ്കിലും വിയന്നയിലെത്തി രണ്ടാഴ്ചയ്ക്കകം അമ്മയ്ക്ക് അസുഖം കലശൽ ആണെന്നും ഉടനെ മടങ്ങിയെത്തണമെന്ന് ഉള്ള സന്ദേശം ലഭിച്ചത് കാരണം ബീഥോവൻ മടങ്ങിപ്പോയി.

ക്ഷയരോഗം നിമിത്തം കുറച്ചുമാസങ്ങൾക്കുള്ളിൽ അമ്മ ഈ ലോകത്തോട് യാത്ര പറഞ്ഞു. അമ്മയുടെ മരണം അദ്ദേഹത്തെ വല്ലാതെ തളർത്തി. അമ്മയുടെ മരണത്തോടുകൂടി അച്ഛന്റെ മദ്യപാനം പണ്ടത്തേതിലും അധികമായി. അങ്ങനെ ബിഥോവന് പതിനെട്ടാമത്തെ വയസ്സിൽ കുടുംബനാഥനായി മാറേണ്ടി വന്നു. ഇളയ രണ്ട് സഹോദര

ങ്ങളെയും താൻ ഏറ്റവും വെറുത്തിരുന്ന പിതാവിനെയും സംരക്ഷി ക്കേണ്ട ചുമതല ആ യുവാവിൽ വന്നു ചേർന്നു. അങ്ങനെ സംഗീത ത്തോടൊപ്പം മറ്റുചില ജോലികളും ചെയ്തു കുടുംബം പുലർത്തി.

ഇക്കാലത്താണ് എമ്പറർ ഫ്രാൻസ് ജോസഫ് രണ്ടാമൻ മരിക്കു ന്നത്. അദ്ദേഹത്തിന്റെ ശവസംസ്കാര ചടങ്ങിനോട് അനുബന്ധിച്ചു ള്ള സംഗീത പരിപാടി രചിക്കാൻ പത്തൊമ്പതുകാരനായ ബീഥോ വൻ തെരഞ്ഞെടുക്കപ്പെട്ടു. ആലപിക്കാൻ വളരെ ബുദ്ധിമുട്ടുള്ള സം ഗീതമാണ് അദ്ദേഹം രചിച്ചത്. ഇതുമൂലം പലരും ആ രചനകൾ രംഗ ത്ത് അവതരിപ്പിക്കാൻ മടിച്ചു. യൂറോപ്പ് അക്കാലത്ത് വളരെ പ്രക്ഷു ബ്ധമായ ഒരു കാലഘട്ടത്തിലൂടെ കടന്നുപോവുകയായിരുന്നു. അതിന്റെ അലയൊലികൾ അദ്ദേഹത്തിന്റെ സംഗീതത്തിലും പ്രതിഫലിച്ചു. പ്ര സിദ്ധ സംഗീതജ്ഞനായിരുന്നു ജോസഫ് ഹൈഡൻ, ബീഥോവന്റെ കഴിവുകളെ ശ്രദ്ധിക്കുകയും അദ്ദേഹത്തെ തന്റെ വിദ്യാർത്ഥിയായി സ്വീകരിക്കാമെന്ന് വാഗ്ദാനത്തോടെ വിയന്നയിലേക്ക് വിളിപ്പിക്കുക യും ചെയ്തു. വിയന്നയിൽ എത്തി ഒരു മാസം കഴിഞ്ഞതോടെ പി താവ് മരിച്ചു എന്ന് വിവരം ലഭിക്കുന്നു. പക്ഷേ ബിഥോവൻ ബോ ണിലേക്ക് പിന്നെ ഒരിക്കലും മടങ്ങി പോയില്ല.

മങ്ങിയ വെളുത്തനിറവും വസൂരിക്കലകൾ ഉള്ള മുഖവും ഒതുക്ക മില്ലാത്ത മുടിയും ഒക്കെ കൂടി വിയന്നയിലെ വളരെ പരിഷ്കൃതരായ ആഢ്യന്മാരുടെ കൂട്ടത്തിൽ ചേർക്കാവുന്ന ഒരാളുടെ മുഖമായിരുന്നി ല്ല അദ്ദേഹത്തിന്റേത്. പക്ഷേ അത്ഭുതകരമായ അദ്ദേഹത്തിന്റെ സം ഗീതം കേൾവിക്കാരനെ മാന്ത്രികലോകത്ത് എത്തിച്ചു. ആ സംഗീത ത്തിൽ മതി മറന്ന് സ്ത്രീകൾ ബോധരഹിതർ ആവുകയും പുരുഷ ന്മാർ കണ്ണീരണിയുകയും ചെയ്തു. അദ്ദേഹത്തിന് സംഗീതത്തിൽ മുന്നിട്ടു നിന്നത് ഭാവങ്ങൾ ആയിരുന്നു. ആ സംഗീതം ശ്രവിച്ച ഓ രോ ഹൃദയത്തിലേക്കും അത് കടന്നുകയറി; ഇന്നും അത് തുടർന്നു കൊണ്ടേയിരിക്കുന്നു. ധനികരായ ചിലർ അദ്ദേഹത്തിന് സ്ഥിരമായ മാസ വരുമാനം ലഭിക്കാനായി ഒരു പദ്ധതി ഉണ്ടാക്കി. ഇതോടനുബ ന്ധിച്ച് വേറെ നിബന്ധനകൾ ഒന്നും ഉണ്ടായിരുന്നില്ല. അദ്ദേഹത്തിന് സംഗീത രചനയിൽ വേണ്ടവിധത്തിൽ ശ്രദ്ധിക്കാനുള്ള സമയം ലഭി ക്കാൻ ഉദ്ദേശിച്ചാണ് അവർ ഇങ്ങനെ ചെയ്തത്. പക്ഷേ നിമിഷനേ രം കൊണ്ട് മാറിമറിയുന്ന മനോനില അദ്ദേഹത്തിന്റെ ഗുണകാംക്ഷി കളെ പോലും ശത്രുക്കളാക്കി മാറ്റി. സൃഷ്ടിയിലെ സ്വാതന്ത്ര്യം അദ്ദേ ഹം ആർക്കും അടിയറ വെച്ചില്ല; തന്റെ സ്വാതന്ത്ര്യത്തിനു വില പറ

യാനും ആരെയും അനുവദിച്ചില്ല. ഇക്കാലത്താണ് അദ്ദേഹത്തിന് ആ ദ്യമായി അല്പാല്പമായി കേൾവിക്കുറവ് അനുഭവപ്പെട്ടു തുടങ്ങിയ ത്. മുപ്പതാം വയസ്സിൽ അദ്ദേഹം തന്റെ ആദ്യത്തെ സിംഫണി രചി ച്ചു.

അദ്ദേഹത്തിന് സമൂഹത്തിലെ ഉന്നതശ്രേണിയിൽ ഉള്ള ധാരാളം ആരാധികമാർ ഉണ്ടായിരുന്നു. പലരും അദ്ദേഹത്തിന്റെ കാമുകിമാർ ആയിരുന്നെങ്കിലും സമൂഹത്തിൽ വളരെ താഴേക്കിടയിലുള്ള ഒരാളി നെ വിവാഹം ചെയ്യുന്നതിന് അവരിലാർക്കും താല്പര്യം ഉണ്ടായിരു ന്നില്ല. 'Fur Elise' എന്ന സൃഷ്ടിയിലെ ഏലിസിന്റെ യഥാർത്ഥ നാമ ധാരിയായ തെരേസ മാൽഫറ്റി അദ്ദേഹത്തിന്റെ ശിഷ്യ ആയിരുന്നു. അവരേക്കാൾ പ്രായം കൊണ്ട് വളരെ മുതിർന്ന ആളായിരുന്നെങ്കി ലും അദ്ദേഹം അവരുമായി തീവ്രമായ പ്രണയത്തിലായതിനെത്തു ടർന്ന് തന്റെ വേഷത്തിലും മറ്റും വളരെ ശ്രദ്ധ നൽകാൻ തുടങ്ങി. കു ടുംബത്തിനെ പരിചയപ്പെടാനായി അവരുടെ ബംഗ്ലാവിലേക്ക് ക്ഷണി ക്കപ്പെട്ട അദ്ദേഹം 'ധൈര്യത്തിനായി അല്പം മദ്യപിച്ചിട്ടാണ്' പോയ ത്. പക്ഷേ അവിടെയെത്തിയ ശേഷം Fur Elise വായിക്കാനാവശ്യ പ്പെട്ടപ്പോൾ അദ്ദേഹത്തിന് അത് ശരിയായി ഓർത്തെടുക്കാൻ പോ ലും സാധിച്ചില്ല. ഇതോടെ അച്ഛനമ്മമാർ അവരെ കാണുന്നതിൽ നി ന്ന് പോലും വിലക്കി. ഇത്തരം പ്രേമവും നൈരാശ്യവും അദ്ദേഹത്തി ന്റെ ജീവിതത്തിൽ പല പ്രാവശ്യം സംഭവിച്ചിട്ടുണ്ട്. മോശമായിക്കൊ ണ്ടിരിക്കുന്ന കേൾവിയും ഇത്തരം പ്രേമബന്ധങ്ങളുടെ തകർച്ചയും, മാനസികനില തകരാറിലാണ് എന്ന് സംശയിക്കത്തക്ക വിധം മോശ മായ പെരുമാറ്റ രീതിയിൽ അദ്ദേഹത്തെ എത്തിച്ചു. സുഹൃത്തുക്കളെ യും അഭ്യുദയകാംക്ഷികളും ഇത് അദ്ദേഹത്തിൽ നിന്ന് അകറ്റി.

തന്റെ കേൾവിക്കുറവിനെപ്പറ്റി ആരോടെങ്കിലും തുറന്നു സംസാ രിക്കാൻ അദ്ദേഹം ഭയപ്പെട്ടു. കുറേക്കാലം കേൾവി സാധാരണഗതി യിൽ ആണെന്ന മട്ടിൽ അദ്ദേഹം അഭിനയിച്ചു. 1802ൽ ബീഥോവൻ വിയന്നയിലെ ഹെലിജൻസ്റ്റാഡ് (Heiligenstadt) എന്ന ചെറു ഗ്രാമ ത്തിലെ പ്രകൃതി ചികിത്സാലയത്തിൽ എത്തി. അവിടുത്തെ പലതരം ലവണങ്ങൾ കലർന്ന വെള്ളത്തിലെ കുളിയും വിശ്രമവും ആരോഗ്യം വീണ്ടെടുക്കാൻ സഹായിക്കുമെന്ന് അദ്ദേഹം കരുതി. ബധിരതയ്ക്കാ യി അന്ന് പ്രചാരത്തിലിരുന്ന പലതരം ചികിത്സകൾ ഡോക്ടർമാർ ന ടത്തിയെങ്കിലും അതൊന്നും ഫലം കണ്ടില്ല. തന്റെ ബധിരതയെപ്പറ്റി ആദ്യമായി സഹോദരന് എഴുതിയ കത്തിൽ താൻ ആത്മഹത്യ ചെ

യ്യാതിരിക്കുന്നത് സംഗീതത്തോട് ഉള്ള ഇഷ്ടം കൊണ്ട് മാത്രമാണെ
ന്ന് അദ്ദേഹം പറയുന്നു. ഈ കത്ത് ഒരിക്കലും പോസ്റ്റ് ചെയ്യപ്പെട്ടില്ല.
വർഷങ്ങൾക്ക് ശേഷം സുഹൃത്തുക്കൾ ഇത് അദ്ദേഹത്തിന്റെ അല
മാരിയിൽനിന്നും കണ്ടെടുക്കുകയായിരുന്നു. ഈ കത്ത് അദ്ദേഹ
ത്തിന്റെ ജീവിതത്തിലെ ഒരു വഴിത്തിരിവായിരുന്നു. ദുഃഖത്തിന്റെ പ
ടുകുഴിയിൽ കിടക്കുമ്പോഴും പ്രതീക്ഷയുടെ നേരിയ കച്ചിത്തുരുമ്പിൽ
പിടിച്ച് അദ്ദേഹം കരയ്ക്കുകയറി. ഇതിനു ശേഷമാണ് ബീഥോവൻ
പ്രസിദ്ധമായ പല സിംഫണികളും സൊണാറ്റകളും മറ്റും രചിച്ചത്.
ഇച്ഛാശക്തി കൊണ്ട് മാത്രം അദ്ദേഹം പുനർജ്ജനിച്ചു.

അദ്ദേഹത്തിന്റെ മറ്റൊരു രചനയായ 'Grandiose 3rd symphony'
തന്റെ പ്രിയപ്പെട്ട ഹീറോയായിരുന്ന നെപ്പോളിയൻ ബോണപ്പാർട്ടി
നാണ് സമർപ്പിച്ചത്. ഒരു പക്ഷേ ഇരുവരുടെയും ഇരുൾ വീണ ബാല്യ
കാല ജീവിതവും പിതാക്കന്മാരുമായുള്ള തകർന്ന ബന്ധവും ഒക്കെ
നെപ്പോളിയനെ ഒരു സഹോദരനെ പോലെ കണക്കാക്കാൻ ബീ
ഥോവനെ പ്രേരിപ്പിച്ചിരിക്കാം. സാധാരണക്കാരുടെ ഇടയിൽ നിന്ന് ഉ
യർന്നു വന്ന നെപ്പോളിയൻ ആ നാട്ടിലെ പാവപ്പെട്ടവർക്ക് നല്ലൊരു
ജീവിതം പ്രദാനം ചെയ്യുന്ന ഭരണാധികാരിയായി മാറ്റുമെന്ന് ബീഥോ
വൻ വെറുതെ മോഹിച്ചു. എന്നാൽ ഫ്രാൻസിലെ ചക്രവർത്തി എന്ന
സ്ഥാനത്ത് സ്വയം അവരോധിച്ചുകൊണ്ട് നെപ്പോളിയൻ കൂടുതൽ യു
ദ്ധങ്ങൾക്ക് പുറപ്പെടുകയാണ് ചെയ്തത്. ഇതിൽ നിരാശനായ അദ്ദേ
ഹം ആ കൃതി നെപ്പോളിയന് സമർപ്പിച്ചിരിക്കുന്നു എന്ന് എഴുതിയ
ഭാഗം തന്റെ രചനയിൽ നിന്ന് അദ്ദേഹം ചുരണ്ടി മാറ്റിയ ശേഷം ഈ
'ലോകത്തിലെ യഥാർത്ഥ വീരന്മാർക്ക്' എന്ന് എഴുതിയിരിക്കുന്നത്
ഇന്നും വ്യക്തമായി കാണാം.

കാലക്രമേണ അദ്ദേഹം കൂടുതൽ ബധിരനായിക്കൊണ്ടിരുന്നു. ഇ
ക്കാലത്ത് സംഗീത പരിപാടികൾ നടത്തുന്നത് അവസാനിപ്പിക്കുക
യും കൂടുതലായി രചനയിൽ ശ്രദ്ധ പുലർത്തുകയും ചെയ്തു. ഇതി
നിടയിൽ പലപ്രാവശ്യം പലതരം പ്രേമബന്ധങ്ങളിലൂടെ കടന്നു പോ
വുകയും അവരെല്ലാം തന്നെ വിവാഹത്തിന് വിസമ്മതം പ്രകടിപ്പിച്ച
പ്പോൾ കുടുംബ ജീവിതത്തെ പറ്റിയുള്ള ബിഥോവന്റെ സ്വപ്നം അ
വസാനിച്ചു. പിന്നീട് അദ്ദേഹത്തിന്റെ കാമുകിയും ഭാര്യയും കുടുംബ
വും എല്ലാം സംഗീതം മാത്രമായിരുന്നു. 1814 രചിച്ച 'ഫിഡെ ലിയോ'
എന്ന ഓപ്പറ അന്നത്തെ യൂറോപ്യൻ വേൾഡ് കോൺഫറൻസിൽ
അതിഥികൾക്കായി പ്രദർശിപ്പിച്ചു. മാനവികതയിൽ ഉള്ള വിശ്വാസം

ഊട്ടിയുറപ്പിക്കുന്ന ഈ രചന അദ്ദേഹത്തിന് വളരെയധികം പ്രശംസ നേടിക്കൊടുത്തു.

ഇക്കാലത്താണ് അദ്ദേഹത്തിന്റെ സ്വകാര്യജീവിതത്തിൽ, വളരെ വേദനയുണ്ടാക്കിയ ഒരു നിയമ യുദ്ധം നടന്നത്. മരണപ്പെട്ട തന്റെ സഹോദരന്റെ ഒറ്റ മകനെ അമ്മയിൽ നിന്നും വേർപെടുത്തി തനിക്ക് നൽകണമെന്ന് ആവശ്യപ്പെട്ടു കൊണ്ടുള്ള കേസ് അഞ്ചുകൊല്ലം നടന്നു. അവസാനം ധാരാളം പേരുടെ അതൃപ്തിയും ദുഃഖവും ബാക്കിയാക്കിക്കൊണ്ട് കോടതി കുട്ടിയെ ബീഥോവന് നൽകി. ആ കുട്ടി ബിഥോവനോടൊപ്പം താമസമാക്കി. രണ്ടു പേർക്കും ഒട്ടും സന്തോഷകരമല്ലായിരുന്നു ഈ താമസം. തനിക്ക് കിട്ടാതെ പോയ പിതാവിന്റെ സ്നേഹവും ശ്രദ്ധയും കാരുണ്യവും ഈ കുട്ടിക്ക് നൽകാനാണ് അദ്ദേഹം ഉദ്ദേശിച്ചത്. എന്നാൽ ഒരു പിതാവിന്റെ റോൾ നന്നായി അഭിനയിക്കാൻ പോലും അദ്ദേഹത്തിന് കഴിഞ്ഞില്ല!.

ഇക്കാലത്ത് 50 വയസ്സായിരുന്ന അദ്ദേഹത്തിന്റെ ആരോഗ്യവും കേൾവിയും വളരെ മോശമായിക്കഴിഞ്ഞിരുന്നു. മറ്റുള്ളവരുടെ വികാരങ്ങൾ മാനിക്കാതെയുള്ള വിചിത്രമായ പെരുമാറ്റങ്ങൾ, അദ്ദേഹത്തിന് ചുറ്റുപാടുമുള്ള വരെ കൂടുതൽ അകറ്റാൻ മാത്രമേ സഹായകരമായുള്ളൂ. ലോകമറിയുന്ന ഏറ്റവും പ്രസിദ്ധനായ കമ്പോസർ അനാഥനെ പോലെ തെരുവുകളിൽ അലഞ്ഞു നടന്നു. കുട്ടികൾ കൈയിൽ കിട്ടിയതെല്ലാം എടുത്ത് അദ്ദേഹത്തെ എറിഞ്ഞു. മദൃപിച്ച് ലക്കുകെട്ട് നടന്ന അദ്ദേഹം പലപ്പോഴും ഒരു വസ്ത്രം മൂന്നാഴ്ചയിൽ കൂടുതൽ ധരിച്ചു. പല വാടകക്കാരും അവരുടെ വീടിന്റെ വൃത്തികെട്ട അവസ്ഥ കണ്ട് അദ്ദേഹത്തെ വീട്ടിൽനിന്ന് ഇറക്കിവിട്ടു. പക്ഷേ ഈ കാലത്തും അദ്ദേഹം സംഗീത രചന നടത്തിയിരുന്നു.

1823 ൽ പെട്ടെന്ന് അദ്ദേഹം ആധ്യാത്മിക ജീവിതത്തിൽ തല്പരനായി. പലപ്പോഴും അദ്ദേഹത്തിന് ലഭിക്കുന്ന കയ്യടികളും അനുമോദന വാക്കുകളും അദ്ദേഹത്തിന് തീരെ കേൾക്കാൻ വയ്യാത്ത അവസ്ഥയിലായി. കൂടെ താമസിച്ചിരുന്ന സഹോദരന്റെ മകൻ ഈ കാലത്ത് ആത്മഹത്യാ ശ്രമം നടത്തി. ഇത് അദ്ദേഹത്തിന് വലിയ മാനസിക ആഘാതമുണ്ടാക്കി. കഠിനമായ വയറുവേദനയും ഉത്കണ്ഠയും കൊണ്ട് വലഞ്ഞ കാലമായിരുന്നു ഇത്. 1827 മാർച്ച് 22ന് അദ്ദേഹം അന്ത്യ കൂദാശ സ്വീകരിച്ചു. അഞ്ചു ദിവസം കഴിഞ്ഞു ഒരുനാൾ ഭയങ്കരമായ പേമാരിയും ഇടിയും മിന്നലും ആരംഭിച്ചു. ഇതിനിടയ്ക്ക് അദ്ദേഹം മയക്കത്തിൽ നിന്ന് ഞെട്ടി ഉണർന്ന് കയ്യുയർത്തി എന്തോ പറയൂ

വാൻ തുടങ്ങി; പക്ഷേ,അത് മുഴുമിപ്പിക്കാതെ കിടക്കയിലേക്ക് തളർ
ന്നു വീണു. അതോടെ ലോകം കണ്ട ഏറ്റവും മഹാനായ സംഗീത
ജ്ഞന്റെ ജീവിതത്തിന് തിരശ്ശീല വീണു. അദ്ദേഹത്തിന്റെ വിൽപത്രം
അനുസരിച്ച് തന്റെ സഹോദര പുത്രനാണ് അദ്ദേഹത്തിൻറെ എല്ലാ
സ്വത്തുക്കളും. മരിച്ച ഉടൻ തന്നെ അദ്ദേഹത്തിന്റെ മുഖത്തിന്റെ ആ
കൃതിയിൽ ഒരു മാസ്ക് നിർമ്മിക്കപ്പെട്ടു. മുടി മുഴുവനും മുറിച്ചു മാ
റ്റി. അത് ലേലം ചെയ്ത് വിറ്റപ്പോൾ ആരാധകരിൽ പലരും അത് വാ
ങ്ങി. അക്കാലത്ത് ജൂതവംശത്തിൽപ്പെട്ട ഒരാൾക്ക് നാസി ജർമ്മനി
യിൽ നിന്നും രക്ഷപ്പെടാൻ ഈ മുടിയുടെ കുറച്ചു കഷണങ്ങൾ കൊ
ടുത്താൽ മതിയായിരുന്നു എന്നത് ഒരു സത്യം മാത്രമായിരുന്നു. അ
ദ്ദേഹത്തിന്റെ ശവസംസ്കാര ഘോഷയാത്രയിൽ ഇരുപതിനായിരം
ആളുകൾ പങ്കെടുത്തു.

മരണത്തോടടുത്ത സമയത്ത് അദ്ദേഹം ഒരു കലാകാരൻ മാത്രമാ
യിരുന്നില്ല, തന്റെ കലയുടെ പൂർണതയ്ക്കുവേണ്ടി ഒരു കലാകാരൻ
നേരിടേണ്ടി വരുന്ന കഷ്ടപ്പാടുകളുടെയും ഒത്തുതീർപ്പില്ലായ്മകളുടെ
യും മുകളിൽ വിജയക്കൊടി പാറിച്ച പോരാളിയായിട്ടാണ്, ആരാധ
കർ അദ്ദേഹത്തെ കണ്ടത്. അദ്ദേഹത്തിന്റെ 'Ode to Joy' എന്ന പ്ര
സിദ്ധരചന 1985ൽ യൂറോപ്പിയൻ യൂണിയന്റെ വേദഗാനം (Anthem)
ആയി തിരഞ്ഞെടുക്കപ്പെട്ടു. അദ്ദേഹത്തിന്റെ ഒൻപതാം സിംഫണി
യുടെ നീളം 70 മിനിറ്റാണ്; ഇത് ഒരു അളവ് കോലാക്കിക്കൊണ്ടാണ്
1982ൽ 80 മിനിറ്റ് നീളമുള്ള സിംഫണികൾ നിർമ്മിക്കപ്പെട്ടു തുടങ്ങി
യത്. വോയേജർ എന്ന് ബഹിരാകാശ പേടകം ശൂന്യാകാശത്തേക്ക്
അദ്ദേഹത്തിന്റെ സംഗീതവുമായി യാത്ര ചെയ്തു. ബർലിൻ മതിൽ
തകർത്തശേഷം നടന്ന സംഗീതപരിപാടിയിൽ ഇദ്ദേഹത്തിന്റെ രച
നകൾ ആലപിക്കപ്പെട്ടു. ഇന്നും ആ സംഗീതം മനുഷ്യമനസ്സുകളെ
ആനന്ദത്തിലാറാടിക്കുന്നു; അവരുടെ വേദനകളിൽ മരുന്ന് പുരട്ടുന്നു.
ലോകമുള്ള കാലം വരെയും അത് അങ്ങനെ തന്നെ തുടരും!

14. ബെൽവിദേയർ കൊട്ടാരവും മ്യൂസിയവും

താമസ സ്ഥലത്തെ അടുക്കളയിൽ തട്ടിക്കൂട്ടിയ പ്രാതൽ കഴിഞ്ഞ് ഞങ്ങൾ രാവിലെ തന്നെ ഒരു ടാക്സിയിൽ ബെൽവിദേയർ പാലസി ലേക്ക് പോയി. 'ബെൽവിദേയർ' എന്നാൽ സുന്ദരമായ കാഴ്ച എ ന്നാണ് അർത്ഥം. അപ്പർ എന്നും ലോവർ എന്നും ഈ സമുച്ചയത്തെ രണ്ടായി വിഭജിച്ചിട്ടുണ്ട്. അപ്പർ സെക്ഷനിൽ നിന്നാൽ താഴെ വളരെ വിശാലമായ തോട്ടവും ലോവർ എന്നറിയപ്പെടുന്ന ഭാഗത്ത് വിയന്ന യുടെ സുന്ദരമായ ആകാശക്കാഴ്ച്ചയും കാണാനാകും.

ജനറൽ പ്രിൻസ് യൂജിന്റെ(1663–1736)വേനൽക്കാലവസതിയായാ ണ് ഇത് പണി കഴിപ്പിച്ചത്. ബറോക് ശൈലിയിൽ നിർമ്മിക്കപ്പെട്ട ഈ സമുച്ചയം അപ്പർ പാലസ്, ലോവർ പാലസ്, ഓറഞ്ചറി, കുതിരാ ലയങ്ങൾ എന്നിങ്ങനെ കുറേ മന്ദിരങ്ങൾ ചേർന്നതാണ്. ഫ്രാൻസിൽ ജനിച്ച ഇദ്ദേഹം ലുയി പതിനാലാമന്റെ അപ്രീതിക്ക് പാത്രമായ ഒരു കടുംബത്തിലെ അംഗമായിരുന്നു. ഉയരവും സൗന്ദര്യവും കുറവായി രുന്നത് പല ജോലികൾക്കും അദ്ദേഹത്തെ അയോഗ്യനാക്കി. എങ്കി ലും സൈന്യത്തിൽ തന്നെ തന്റെ പ്രാവീണ്യം തെളിയിക്കുമെന്ന് പ ത്തൊൻപതാമത്തെ വയസ്സിൽ അദ്ദേഹം ഉറപ്പിച്ചു. പല കാരണങ്ങൾ കൊണ്ട്   രാജ്യം വിട്ട് പോകേണ്ടി വന്ന അദ്ദേഹം ആസ്ത്രിയയിൽ എത്തി. പ്രിൻസ് യൂജീന് ഹാപ്സ്ബർഗ് സാമ്രാജ്യത്തിന്റെ സൈന്യ ത്തിൽ ഏറ്റവും ഉന്നത സ്ഥാനത്തെത്തുവാൻ അധികം കാലം വേ ണ്ടി വന്നില്ല. രാജ്യത്തെ ഫ്രെഞ്ച് ആക്രമണത്തിൽ നിന്ന് രക്ഷിക്കുക യും ഓട്ടോമനു (14 മുതൽ 19നൂറ്റാണ്ട് വരെ തെക്കു കിഴക്കൻ യൂറോ പ്പിലും തുർക്കിയിലും നില നിന്ന സാമ്രാജ്യം) കളുമായുള്ള യുദ്ധ ത്തിൽ വിജയം നേടുകയും ചെയ്തതോടെ അദ്ദേഹം ചക്രവർത്തി ക്ക് ഏറ്റവും പ്രിയപ്പെട്ടയാളായി മാറി. യുദ്ധ വിജയങ്ങളുടെ പുറകേ ധനവും മാന്യതയും ഒക്കെ ഒഴുകി വന്നു. ഇതിന്റെ മുഴുവൻ പ്രദർശ

നവും അപ്പര്‍ ബെല്‍വിദെയര്‍ മ്യൂസിയത്തില്‍ കാണാം. അവിവാഹി തനായ അദ്ദേഹം അവകാശികളില്ലാതെയാണ് മരിച്ചത്. ജോസഫ് ര ണ്ടാമന്‍ എന്ന ചക്രവര്‍ത്തിയാണ് ഈ കൊട്ടാരത്തെ രാജ്യത്തിലെ ആദ്യത്തെ ആര്‍ട്ട് മ്യൂസിയമാക്കി മാറ്റിയത്.

കുറേയധികം പടിക്കെട്ടുകള്‍ കയറിയാണ് രണ്ടാം നിലയിലുള്ള മ്യൂസിയത്തില്‍ എത്തേണ്ടത്. ആദ്യ ഭാഗത്തായി കാണുന്ന മാര്‍ബിള്‍ ഹാളില്‍ വച്ചാണ് 1955ല്‍ ആസ്ത്രിയന്‍ സ്റ്റേറ്റ് ട്രീറ്റി ഒപ്പ് വച്ചത്. മാര്‍ ബിള്‍ ഹാളിന് മുകള്‍ത്തട്ടിലെ പെയിന്റിംഗുകള്‍ ആരെയും ആകര്‍ ഷിക്കും. മാലാഖമാരും ക്യൂപ്പിഡുകളും (പ്രേമത്തിന്റെ ദേവന്‍) രാജ ചിഹ്നങ്ങളും ഷാന്‍ഡ്‌ലിയറുകളും ഒക്കെ ചേര്‍ന്ന് സൗന്ദര്യത്തിന്റെയും പ്രൗഢിയുടെയും ഒരു പ്രദര്‍ശനം തന്നെയാണ് ആ മച്ചില്‍ കാണു ന്നത്.

മധ്യ കാലം മുതല്‍ ഇങ്ങോട്ടുള്ള കാലഘട്ടത്തില്‍ ജീവിച്ച കലാ കാരന്മാരുടെ ആയിരക്കണക്കിന് പെയിന്റിംഗുകള്‍ ഇവിടെ കാണാം. ആസ്ത്രിയന്‍ ചരിത്രവും കലാസൃഷ്ടികളും കൂട്ടിക്കലര്‍ത്തി കാലക്ര

മാര്‍ബിള്‍ ഹാളിന്റെ മുകള്‍ത്തട്ട്

മം അനുസരിച്ചാണ് ഇത് പ്രദർശിപ്പിച്ചിരിക്കുന്നതു്. ഒന്നാം നിലയിൽ ഒരു ഭാഗത്ത് കൊട്ടാരത്തിന്റെ ചരിത്രം വിശദീകരിക്കുന്ന പ്രദർശന വും മദ്ധ്യകാലത്തെ കലാകാരന്മാരുടെ സൃഷ്ടികളും കാണാം. ഒ ന്നാം നിലയുടെ മറ്റു ഭാഗങ്ങൾ ബറോക് ശൈലി, റൊമാന്റിസിസം, നിയോ ക്ലാസ്സിസിസം എന്നിവക്കും 19-20 നൂറ്റാണ്ടുകളിൽ ജീവിച്ച കലാകാരന്മാർക്കും വേണ്ടി മാറ്റി വച്ചിരിക്കുന്നു. രണ്ടാം നില രണ്ട് ലോകമഹായുദ്ധങ്ങൾക്കിടയ്ക്കുള്ള സൃഷ്ടികൾക്കും റിയലിസം, ഇം പ്രഷനിസം, എന്നിവയുടെയും ഇടമാണ്. കിഴക്ക് ഭാഗത്ത് കാണുന്ന മുറികളിൽ റെനെ, മൊണെ, വാൻഗോഗ് എന്നിവരുടെ ക്യാൻവാസു കൾ കാണാം. ഇങ്ങനെ കാലത്തിന് അനുസരിച്ച് സൃഷ്ടികൾ ക്രമീക രിച്ചിരിച്ചിരിക്കുന്നത് മൂലം അക്കാലത്തെ ചരിത്ര സംഭവങ്ങളും സാ മൂഹ്യ മാറ്റങ്ങളും മറ്റും ഈ ചിത്രങ്ങളിൽ നിന്ന് വായിച്ചെടുക്കാം. ഓ രോ കാലത്തെയും വസ്ത്രധാരണ രീതികൾ, ഭക്ഷണം, പ്രകൃതി, എ ന്നിവയെപ്പറ്റിയും ഒരു ഏകദേശ രൂപം ഇവയിൽ നിന്ന് ഗ്രഹിക്കാം. ക്യാമറ കണ്ട് പിടിക്കുന്നതിന് വളരെ മുൻപുള്ള ഈ കാലത്തെപ്പറ്റി യുള്ള ചരിത്രരേഖകളും കൂടിയാണ് ഈ കലാസൃഷ്ടികൾ! എന്റെ ജോ ലിയുമായി ബന്ധപ്പെട്ടത് കൊണ്ടാവാം, ഒരു ചിത്രം പ്രത്യേക ശ്രദ്ധ ആകർഷിച്ചു. വൈദ്യ വിദ്യാർത്ഥികൾ ഒരു ഓപ്പറേഷൻ തിയേറ്ററിൽ സർജറി നടക്കുന്നത് ബാൽക്കണിയിലെ ഇരിപ്പിടങ്ങളിൽ നിന്ന് നോ ക്കിക്കാണുന്നതാണ് ചിത്രകാരൻ വരച്ചു ചേർത്തിരിക്കുന്നത്. വർഷ ങ്ങൾക്ക് മുൻപുള്ള വൈദ്യ പഠനത്തിന്റെ രീതികളുടെ ഒരു നേർച്ചി ത്രം ഇതിൽ നിന്നും ലഭിക്കും.

അടുത്ത രണ്ടു മുറികൾ പ്രമുഖ ആസ്ട്രിയൻ കലാകാരനായ ഗു സ്റ്റാവ് ക്ലിന്റിന്റെ പെയിന്റിംഗുകൾക്കുള്ളതാണ്. 1901ൽ വരച്ച ജുഡി ത്ത് എന്ന ചെയിന്റിംഗാണ് ഇതിൽ ഏറ്റവും പ്രസിദ്ധം! ബൈബിൾ കഥാപാത്രമായല്ല, മറിച്ച് വിയന്നയിലെ ഉന്നതകുലജാതയും സുന്ദരി യും ആയ ഒരു ആധുനിക വനിത ഒരു മനുഷ്യന്റെ തലയുമായി നില്‍ ക്കുന്നതാണ് ചിത്രത്തിൽ. ആ തല ചിത്രകാരന്റേതാണ്. പാതിയട ഞ്ഞ കണ്ണുകളും അല്‍പം വിടർന്ന ചുണ്ടുകളും അവളുടെ നിഗൂഢ മായ ആകർഷണീയത വർദ്ധിപ്പിയ്ക്കുന്നതേയുള്ളു. അദ്ദേഹത്തിന്റെ തന്നെ മറ്റൊരു പ്രസിദ്ധ ചിത്രമാണ് ദി കിസ്സ് (The Kiss). ഇതിൽ ഫ ലഭൂയിഷ്ഠമായ ഒരു ഭൂവിഭാഗത്തിന്റെ പശ്ചാത്തലത്തിൽ ക്ലിന്റും കാ മുകിയും നിർവൃതിയുടെ സ്വർണ്ണവർണ്ണമാർന്ന പുതപ്പിനുള്ളിൽ ആ ലിംഗനബദ്ധരായിരിക്കുന്ന രംഗം ചിത്രീകരിച്ചിരിക്കുന്നു. ഈ മുറി

യിൽ കാഴ്ച്ചക്കാരുടെ നല്ല തിരക്കാണ്. മുൻപിലെത്തി പെയിന്റിംഗി ന്റെ അടുത്ത് നിന്നുള്ള ഫോട്ടോ എടുക്കാൻ കുറേ കാത്തു നില്ക്കേ ണ്ടി വന്നു. മഞ്ഞയും സ്വർണനിറവും പിംഗല വർണ്ണവും കൂടിച്ചേർ ന്ന് ഈ കലാസൃഷ്ടിക്ക് അപൂർവ്വചാരുത നൽകുന്നു. ക്ലിംന്റിന്റെ സൃ ഷ്ടികൾ മിക്കവാറും സ്ത്രീകളെ ചിത്രീകരിച്ചു കൊണ്ടുള്ളതാണ്. സു ഖാനുഭൂതികളെ (Hedonism) വിഷയമാക്കിയ തന്റെ പെയിന്റിംഗുക ളിലെ വരകളെ നിയന്ത്രിക്കാനുള്ള അവകാശം ആർക്കും നൽകാൻ അദ്ദേഹം ഇഷ്ടപ്പെട്ടില്ല. ഇത് മൂലം ഭരണകൂടത്തിന്റെ ഒരു പ്രോജക്ടു കളും അദ്ദേഹം പിൽക്കാലത്ത് ഏറ്റെടുത്തില്ല.

പന്ത്രണ്ടാം നൂറ്റാണ്ട് മുതലുള്ള സംഗീത ഉപകരണങ്ങളുടെ വലി യൊരു ശേഖരം ഇവിടെ കാണാം. കമ്പോസർമാരെയും പാട്ടുകാരെ യും വളരെയധികം പ്രോത്സാഹിപ്പിച്ചിരുന്ന പാരമ്പര്യമായിരുന്നു രാ ജകുടുംബത്തിന്. ഇവരിൽ പലരും നല്ല സംഗീതജ്ഞരായിരുന്നു. രാ ജകടുംബാംഗങ്ങളുടെ ചിത്രങ്ങൾ, കൊട്ടാരത്തിലെ പൂന്തോട്ടത്തിലെ കാഴ്ചകൾ, ആസ്ത്രിയയിലെ ഗ്രാമീണ ദൃശ്യങ്ങൾ എന്നിവ ഉൾപ്പെ ട്ട പെയിന്റിംഗുകളും കാണാം.

കൊട്ടാരത്തിന്റെ മുകളിലെ ബാൽക്കണിയിൽ നിന്നും താഴെയു ള്ള പൂന്തോട്ടത്തിന്റെ കാഴ്ച ഹൃദയഹാരിയാണ്.

മടങ്ങിപ്പോകുമ്പോൾ ഒരിടത്ത് മിലിറ്ററി പരേഡ് കണ്ടു. കുറെയ ധികം ഹെലികോപ്റ്ററുകൾ ലാൻഡ് ചെയ്യുന്നുണ്ടായിരുന്നു. 28 ഒ ക്ടോബർ ഈ നാടിന്റെ ചരിത്രത്തിലെ ഒരു പ്രധാന ദിനമാണ്. ഇതു മായി ബന്ധപ്പെട്ട ചടങ്ങുകൾക്കുള്ള ഒരുക്കങ്ങളാണ് നടക്കുന്നത്. ചെ ക്കൊസ്ലോവാക്കിയ ആസ്ട്രോഹംഗേറിയൻ സാമ്രാജ്യത്തിൽ നിന്ന് സ്വാതന്ത്ര്യം പ്രഖ്യാപിച്ചത് ഈ ദിവസമാണ്. ഹംഗറി ഒരു പ്രത്യേക രാജ്യമായി മാറാനുള്ള നടപടികളും ഇതോടെ ആരംഭിച്ചു. ഇതുമാ യി ബന്ധപ്പെട്ട് ധാരാളം റോഡ് ബ്ലോക്കുകളും പലയിടത്തും കണ്ടു. പിന്നീട് ചെറിയ തോതിലുള്ള ഉച്ചഭക്ഷണത്തിനായി ഞങ്ങൾ ബർ ഗർ കിംങ്ങിലേക്ക് നടന്നു.

15. വിയന്ന ഓപ്പെറ

ഇന്ന് വിയന്നയിലെ അവസാന ദിവസമാണ്. രണ്ടുമണിക്കായിരു
ന്നു വിയന്ന ഓപ്പെറ ഹൗസിനകത്തെ ടൂർ. ഓപ്പെറയ്ക്ക് ടിക്കറ്റെടു
ത്താൽ ഈ ടൂർ ഫ്രീ ആണ്. പക്ഷേ ഞങ്ങൾക്ക് അത് അറിയില്ലായി
രുന്നു. ലോബിയിൽ അല്പ സമയം കാത്ത് നിന്നപ്പോൾ ഒരു സ്ത്രീ
പ്രത്യക്ഷപ്പെട്ടു. വളരെ 'തണുത്ത' ഒരു സ്ത്രീയായിരുന്നു ഗൈഡ്
ആയി വന്നത്. അവർ ഓപ്പെറാ ഹൗസിന്റെ മുഴുവൻ ഭാഗങ്ങളും അതി
ന്റെ ചരിത്രം വിവരിച്ചു കൊണ്ടു ഞങ്ങളെ കൊണ്ടു നടന്ന് കാണിച്ചു
തന്നു. ഒരു ഗ്രൂപ്പിൽ 20 ഓളം പേരുണ്ടായിരുന്നു. ഇത് പോലെ വേറെ
പല ഗ്രൂപ്പുകളെയും ഞങ്ങൾ ടൂറിനിടയിൽ കണ്ടു. ഇറ്റാലിയൻ, ജർ
മ്മൻ, ഫ്രഞ്ച്, റഷ്യൻ, പോളിഷ്, എന്നീ ഭാഷകളിൽ ഓപ്പെറകൾ ഉണ്ട്.
ഏഴ് കലാരൂപങ്ങൾ കൂടിച്ചേർന്നതാണ് ഓപ്പെറ. അഭിനയം, ഡാൻസ്,
ഡ്രാമ, ആർക്കിടെക്ചർ, ശില്പകല, സംഗീതം, ചിത്രരചന എന്നിവ
യാണ് ഈ ഏഴ് കലാരൂപങ്ങൾ. ഒരു തരത്തിലുള്ള സംഗീത നാട
കം എന്ന് ചുരുക്കി പറയാം. സ്റ്റേജിൽ അഭിനേതാക്കൾ പാടി അഭിന
യിക്കുകയാണ്. ഒർക്കെസ്ട്രയുടെ സ്ഥാനം സ്റ്റേജിന്റെ തൊട്ടുമുന്നിൽ
തന്നെയാണ്. സൗന്ദര്യവും പാടാനുള്ള കഴിവും അഭിനയ സിദ്ധിയും
ഒത്തിണങ്ങിയവർക്ക് മാത്രമേ ഓപ്പെറയിൽ പങ്കെടുക്കാൻ സാധിക്കു
കയുള്ളൂ. ലോകത്തിലെ ഏറ്റവും പ്രസിദ്ധിയാർജിച്ചവയിൽ ഒന്നാണ്
വിയന്ന ഫിൽഹാർമോണിക്ക് ഒക്കെസ്ട്ര. 1600 നൂറ്റാണ്ടിന്റെ അവസാ
നത്തിലാണ് ഓപ്പെറ എന്ന കലാരൂപത്തിന്റെ ജനനം.

വിയന്ന സ്റ്റേറ്റ് ഓപ്പെറ എന്നാണ് മന്ദിരത്തിന്റെ ഔദ്യോഗിക നാ
മം. വിയന്ന ഫിൽഹാർമോണിക്ക് ഒർക്കെസ്ട്രയുടെ ആസ്ഥാനവും
ഇത് തന്നെ. 1860ൽ നിർമ്മിച്ച ഈ മന്ദിരം ഈ പട്ടണത്തിന്റെ അഭിമാ
നസ്തംഭമാണ്. ദിവസം പല പ്രവശ്യം ഇതിനകം കാണാനായുള്ള
വാക്കിംഗ് ടൂറുകൾ ഉണ്ട്. ചക്രവർത്തി ഓപ്പെറ കാണാൻ വരുമ്പോൾ
ഉപയോഗിച്ചിരുന്ന കോഫി റൂം പ്രത്യേകമായി സൂക്ഷിച്ചിട്ടുണ്ട്. 2260
സീറ്റുകൾ ഉളള ഓഡിറ്റോറിയം ചുവന്ന വെൽവെറ്റും സ്വർണ നിറ
വും കൊണ്ട് ഭംഗിയാക്കിയിരിക്കുന്നു. ഹാളിന്റെ ഒത്ത മദ്ധ്യഭാഗത്താ

യി സുന്ദരമായ വളരെ വലിയ ഒരു ഷാൻഡലിയർ ഉണ്ട്. വളരെയധി
കം ചിത്രപ്പണികളും ചെയിന്റിങ്ങുകളും ശില്പങ്ങളും കൊണ്ട് മനോ
ഹരമാക്കിയിട്ടുണ്ട് ഇതിന്റെ ഭിത്തികളും കൈവരികളും മേൽത്തട്ടും.
ഒരോ മുക്കും മൂലയും പ്രത്യേക താല്പര്യമെടുത്ത് സുന്ദരമാക്കിയി
ട്ടുള്ളതാണെന്ന് ഇത് കാണുന്ന ആരും സമ്മതിക്കും. 1709 പേർക്ക് ഇ
രിക്കാനും 567 പേർക്ക് നിന്ന് കാണാനും സൗകര്യമുള്ള ഇതിന്റെ
ഉൾഭാഗം വളരെ സുന്ദരമാണ്. 1869ൽ പ്രവർത്തനമാരംഭിച്ച ഈ മന്ദി
രത്തിന് പലപ്പോഴായി യുദ്ധം മൂലവും തീപിടിത്തം മൂലവും കേടുപാ
ടുകൾ സംഭവിച്ചിട്ടുണ്ട്. പണി പൂർത്തിയായ ഓപ്പറ ഹൗസിന് ചക്ര
വർത്തിയുടെ പക്കൽ നിന്ന് പ്രതീക്ഷിച്ച രീതിയിലുള്ള അനുമോദ
നം ലഭിച്ചില്ല. ഇതിൽ മനം നൊന്ത് ഇതിന്റെ ആർക്കിടെക്കുകളിൽ ഒ
രാൾ ആത്മഹത്യ ചെയ്തു. മറ്റൊരു ആർക്കിടെക്റ്റ് രണ്ടു മാസം ക
ഴിഞ്ഞപ്പോൾ ക്ഷയരോഗംമൂലം മരണപ്പെട്ടു. ഡോൺ ജിയോവാനി
എന്ന മെസാർട്ടിന്റെ ഓപ്പറയയാണ് ഉദ്ഘാടന ദിവസം അവതരിപ്പിക്ക
പ്പെട്ടത്. എംപറർ ഫ്രാൻസ് ജോസഫും ഭാര്യ സിസിയും അന്ന് ഓപ്പ
റ കാണാനെത്തിയ പ്രമുഖരിൽപ്പെടും.

രണ്ടാം ലോകമഹായുദ്ധകാലത്ത് അമേരിക്കൻ ആക്രമണത്തിൽ
ഈ മന്ദിരത്തിന്റെ പല പ്രധാന ഭാഗങ്ങൾ, അഭിനേതാക്കളുടെ വസ്
ത്രങ്ങൾ, ഓപ്പറയ്ക്ക് ഉപയോഗിയ്ക്കുന്ന പല തരം വസ്തുക്കൾ എ
ന്നിവ നശിച്ചുപോയി. പിന്നീട് ഇത് പുനർനിർമ്മിക്കാനായി സോവി
യറ്റ് യൂണിയൻ വലിയ താല്പര്യമെടുത്തു. പല പ്രമുഖ വ്യക്തികളും
ഇതിനു വേണ്ടി വലിയ തുകകൾ സംഭാവന ചെയ്തു. സാധാരണ
ക്കാർക്ക് കൂടി ഇതിൽ പങ്കെടുക്കാനുള്ള അവസരം നൽകാനായി, പ
ട്ടണത്തിന്റെ പല ഭാഗത്തും നാണയങ്ങൾ നിക്ഷേപിക്കാൻ ഉള്ള പെ
ട്ടികൾ സ്ഥാപിച്ചു. ഇത് തങ്ങളുടേത് കൂടിയാണ് എന്ന ബോദ്ധ്യം വ
രാൻ വേണ്ടിയായിരുന്നു ഇങ്ങനെ ചെയ്തത്. ഇന്ന് വിയന്ന സ്റ്റേറ്റ് ഓ
പ്പറയും വിയന്ന ഫിൽഹാർമോണിക്ക് ഓർക്കെസ്ട്രയും ഈ സ്ഥാപ
നത്തിന്റെ രണ്ട് കൈകൾ പോലെ പ്രവർത്തിക്കുന്നു. ആയിരത്തില
ധികം ആളുകൾ ഇവിടെ പല തസ്തികകളിലായി ജോലി ചെയ്യുന്നു
ണ്ട്. ഏറ്റവും മുൻവരിയിൽ ഉള്ള സീറ്റിൽ ഇരിക്കാൻ 200 യൂറോയോ
ളം ചിലവഴിക്കണം. എല്ലാ ദിവസവും ഓപ്പറ തുടങ്ങുന്നതിന് 80 മിനി
റ്റിന് മുൻപ് 24 യൂറോയ്ക്ക് ഏറ്റവും പുറകിൽ നിന്ന് കൊണ്ട് ഓപ്പറ
കാണുന്നതിനുള്ള ടിക്കറ്റുകൾ ലഭിക്കും. ഇത്തരത്തിൽ സ്ഥിരമായി
ഓപ്പറ കാണാൻ വരുന്ന ഒരു കൂട്ടം ആളുകൾ ഉണ്ട്. സാധാരണയാ

യി ഓപ്പെറകൾ എഴുതപ്പെട്ട ഭാഷയിൽ തന്നെയാണ് അവതരിപ്പിക്കു
ക; എല്ലാ സീറ്റിനും മുൻപിൽ ഒരു കമ്പ്യൂട്ടർ സ്ക്രീൻ ഉണ്ട് അതിൽ
സംഭാഷണങ്ങളും പാട്ടുകളും കാഴ്ചക്കാരന് ആവശ്യമുള്ള ഭാഷയിൽ
പരിഭാഷപ്പെടുത്തി കാണിച്ച് തരും. ഇംഗ്ലീഷ് ഉൾപ്പടെ യൂറോപ്പിലെ
പ്രധാന ഭാഷകളെല്ലാം ഈ ലിസ്റ്റിൽ കണ്ടു.

വാക്കിങ് ടൂർ കഴിഞ്ഞു പുറത്തിറങ്ങുന്നത് ഗിഫ്റ്റ് ഷോപ്പ് വഴിയാ
ണ്. അതുവഴി ഇറങ്ങുന്ന സമയത്ത് ജോഹാൻസ്ട്രാസിന്റെ പേരിലു
ള്ള പെർഫ്യൂം ഗിഫ്റ്റ് ഷോപ്പിൽ നിന്നും വാങ്ങി. അതു കഴിഞ്ഞു ഞ
ങ്ങൾ കാപ്പി കുടിക്കാൻ പോയി.

ഞങ്ങളുടെ ഗ്രൂപ്പിൽ രണ്ടു പേർക്ക് ഓപ്പറ കാണാൻ താല്പര്യം
ഇല്ലായിരുന്നെങ്കിലും ഞാൻ ഉൾപ്പെട്ട രണ്ടാം ഗ്രൂപ്പിന് ഉള്ള അമിത
മായ താല്പര്യം കാരണം അവരും ഓപ്പറ കാണാൻ സമ്മതിച്ചു. ഓ
പ്പറ ഹൗസിന് വെളിയിൽ തിളങ്ങുന്ന നാടകീയമായ വേഷം ധരിച്ച
കുറേ ആളുളെ കാണാം. ഇവർ ടിക്കറ്റ് ഏജന്റുമാരാണ്. ഇവർ ആദ്യം
ഒരു ടിക്കറ്റിന് 75 യൂറോ വില എന്ന് പറഞ്ഞു. 75 പിന്നീട് 45, 30 ഒ
ക്കെ ആയി കുറഞ്ഞു വന്നു. അപ്പോഴാണ് ഞങ്ങൾക്ക് വെളിപാടു
ണ്ടായത് എന്തുകൊണ്ട് ഇവരുടെ കയ്യിൽ നിന്നും വാങ്ങുന്നതിനേ
ക്കാൾ, ബോക്സ് ഓഫീസിൽ നിന്നും നേരിട്ട് തന്നെ വാങ്ങിക്കൂടാ
എന്ന് തോന്നിയത്. ഞങ്ങൾ അവിടെ ചെന്ന് അന്വേഷിച്ചപ്പോൾ ഈ
ടിക്കറ്റ് തന്നെ 15 യൂറോയ്ക്ക് അവിടെ കിട്ടാനുണ്ട്. അവിടെ നിന്ന്
നാല് ടിക്കറ്റ് വാങ്ങി. ബാൽക്കണി ടിക്കറ്റ് ആയത് കാരണം ഏറ്റവും
മുകളിലത്തെ നിലയിലേക്ക് കയറേണ്ടി വന്നു. പടികളുടെ നിർമ്മാ
ണത്തിന്റെ പ്രത്യേകത കാരണം ആയിരിക്കാം, അധികം പടികൾ ക
യറിയിട്ടും വലിയ ബുദ്ധിമുട്ട് തോന്നിയില്ല. നല്ല വിശാലമായ ഗോവ
ണിപ്പടികൾ, പച്ചകാർപ്പെറ്റ് വിരിച്ച് ഭംഗിയാക്കിയിട്ടുണ്ട്. ഒരു ഭാഗത്ത്
കഫ്റ്റേറിയയും ഗിഫ്റ്റ് ഷോപ്പും കാണാം.

'ലോഹൻഗ്രിൻ' എന്ന ഓപ്പറയാണ് അന്നു കണ്ടത്. ഓപ്പറ കാ
ണാൻ പോകുമ്പോൾ സാധാരണ നന്നായി ഡ്രസ്സ് ചെയ്താണ് പോ
കേണ്ടത്. പക്ഷേ ടൂറിസ്റ്റ് സീസണിൽ അതൊന്നും അത്ര ആരും ശ്ര
ദ്ധിക്കാറില്ല അങ്ങനെ ഞങ്ങൾ ഫാൾ ജാക്കറ്റും സ്പോർട്ട്സ് ഷൂവു
മായി ഓപ്പറ കാണാൻ കയറി. ജാക്കറ്റും മറ്റും കോട്ട് ചെക്കിൽ കൊ
ടുത്ത് ടോക്കൺ വാങ്ങി. ഓപ്പറ നടക്കുന്ന സമയം, വീഡിയോ എടു
ക്കാൻ പാടില്ല എന്ന് ആദ്യം തന്നെ പറഞ്ഞിരുന്നു. ബാൽക്കണി അ
ഞ്ച് ലവലിൽ ഉണ്ട്. എല്ലാം ചുവന്ന കാർപ്പറ്റ് വിരിച്ച് ഭംഗിയാക്കിട്ടു

ണ്ട് ഹാളിന്റെ മേൽത്തട്ടിലെ ഷാൻഡലിയർ കാണേണ്ടത് തന്നെ! ഞ ങ്ങൾ അകത്ത്ചെന്ന് സീറ്റ് കണ്ടു പിടിച്ച ശേഷം കുറേ ഫോട്ടോകൾ എടുത്ത് കഴിഞ്ഞപ്പോഴേക്കും ഹാൾ നിറഞ്ഞു.

1861ൽ റിച്ചാർഡ് വാഗ്നർ എഴുതിയ ലോഹൻഗ്രിൻ മദ്ധ്യകാലഘ ട്ടത്തിൽ നടക്കുന്ന ഒരു പ്രേമകഥയാണ്. യൂറോപ്പിലെ നാട്ടുരാജ്യമാ യ ബ്രബാന്റിലെ ഡ്യൂക്കിന്റെ മകളായി എൽസയും ലോഹൻഗ്രിൻ എന്ന യുദ്ധവീരനുമായുള്ള പ്രേമവും അവസാനം തിന്മയുടെ മേൽ നന്മ തേടുന്ന വിജയവും ഒക്കെയാണ് കഥ. മദ്ധ്യകാലത്തെ സമൂഹി കവും ജാതീയവുമായ വ്യവസ്ഥകളുടെയും വിശ്വാസപ്രമാണങ്ങളു ടെയും ഏകദേശരൂപം കാഴ്ചക്കാരന് ലഭിക്കും. ഭാഷ അറിയാത്തത് കൊണ്ടു് ഇടയ്ക്കിടെ മുൻപിലുള്ള കമ്പ്യൂട്ടർ സ്ക്രീനിൽ നോക്കി കഥ മനസ്സിലാക്കേണ്ടിവരുന്നതു ഒരു കല്ലു കടിയായി. എന്നാലും, വി യന്നയിൽ വന്ന് ഓപ്പറ കാണാതെ മടങ്ങുന്നത് അചിന്തനീയം! അന്ന ത്തെ ഒർക്കെസ്ട്ര നയിച്ചത് ഒരു സ്ത്രീയായിരുന്നു. അവസാനം അ ഭിനേതാക്കൾ, സംഗീതജ്ഞർ തുടങ്ങി എല്ലാവരും സ്റ്റേജിൽ വന്ന് ആരാധകരുടെ അഭിനന്ദനം ഏറ്റു വാങ്ങി. ഇത് പടിഞ്ഞാറൻ നാടുക ളിൽ സാധാരണയാണ്.

'ഓപ്പറ ബാൾ' എന്നത് വിയന്ന ഓപ്പറ ഹൗസിൽ സാധാരണയാ യി ഫെബ്രുവരിയിലോ മാർച്ചിലോ നടക്കുന്ന ഒരു ഡാൻസ് പാർട്ടി യാണ്. ഇതിന് വേണ്ടിയുള്ള ഡാൻസ് ഫ്ളോർ നിർമ്മിക്കാനായി പ്ര ധാനഹാളിലുള്ള എല്ലാ സീറ്റകളും എടുത്ത് മാറ്റും. പ്രത്യേകം തെര ഞ്ഞെടുക്കപ്പെട്ട 180 ജോഡികളാണ് ഇതിൽ പങ്കെടുക്കുക. നിലം തൊ ട്ടുകിടക്കുന്ന വെളുത്ത ഗൗൺ ആണ് സ്ത്രീകളുടെ വേഷം. പുരുഷ ന്മാർ പ്രത്യേക ഡിസൈനിലുള്ള കറുത്ത കോട്ടും വെളുത്ത ടൈയും ധരിച്ചിരിക്കും. രാത്രി പത്ത് മണിക്ക് ആസ്ത്രിയൻ പ്രസിഡന്റിന്റെ വ രവോടെ ആരംഭിക്കുന്ന ചടങ്ങുകളും നൃത്തവും രാവിലെ ആറ് മണി വരെ തുടരും. ഓരോ വർഷത്തെയും ഏറ്റവും 'യോഗ്യരായ സ്ത്രീപു രുഷന്മാരെ' സമൂഹത്തിലെ ഉന്നതശ്രേണിയിലുള്ളവർക്ക് പരിചയപ്പെ ടുത്തുന്നത് ഇതിന്റെ ഉദ്ദേശങ്ങളിൽപ്പെടും .

ഓപ്പറ കഴിഞ്ഞപ്പോഴേക്കും മഴ പെയ്തു തുടങ്ങിയിരുന്നു. അത് കൊണ്ട് ഞങ്ങൾ ടാക്സിയിൽ താമസസ്ഥലത്തേക്ക് പോയി.

16. വീണ്ടും പ്രാഗിലേക്ക്

ഇന്ന് പ്രാഗിലേക്ക് മടങ്ങുകയാണ്. വിയന്നയിൽ താമസിച്ചിരുന്ന എയർ ബി &ബി അപ്പാർട്ട്മെന്റ് പോകുന്നതിനു മുൻപ് വൃത്തിയാ ക്കി തിരിച്ചേൽപ്പിക്കണം. അതുകൊണ്ട് രാവിലെ തന്നെ പാക്കിങ്ങും ക്ലീനിങ്ങും ഒക്കെ കഴിച്ചു. 12 മണിക്കാണ് റെയിൽവേ സ്റ്റേഷനിലേ ക്ക് പോകാനുള്ളത്. ചുമതലക്കാരനായ തോമസ് 11.50 തന്നെ വന്നു ഞങ്ങളോട് നല്ല വാക്കുകൾ പറഞ്ഞു യാത്രയാക്കി. പെട്ടികൾ പല തും അദ്ദേഹം തന്നെ താഴേക്ക് എത്തിക്കുകയും ടാക്സിയിൽ ലോ ഡ് ചെയ്യാൻ സഹായിക്കുകയും ചെയ്തു. 5 മിനിറ്റ് കഴിഞ്ഞപ്പോൾ തന്നെ, ഞങ്ങളെപ്പറ്റിയുള്ള അദ്ദേഹത്തിന്റെ 'വളരെ നല്ല അഭിപ്രാ യം' എയർ ബി&ബിയുടെ വെബ് സൈറ്റിൽ കാണാൻ സാധിച്ചു.

വിയന്നയിലെ ടാക്സികളെപ്പറ്റി എന്തെങ്കിലും പറയാതിരിക്കുന്ന ത് ശരിയല്ല കാരണം, അവരുടെ സർവീസ് അത്ര നല്ലതാണ്. ടാക് സി കിട്ടാനും എളുപ്പമാണ്. കൂടാതെ വഴിയിൽ കൈ കാണിച്ചാലും നിർത്തും. കൂടുതലും BMW, LEXUS, മെഴ്സിഡസ് ബെൻസ് എന്നീ വണ്ടികളാണ് ടാക്സിയായി ഞങ്ങൾ കണ്ടത്. അറബി സംസാരി ക്കുന്നവരും ബ്രൗൺ നിറത്തിലും ഉള്ള ആളുകളെയാണ് കൂടുതൽ പ്രാവശ്യവും ഡ്രൈവർമാരായി കിട്ടിയത്. അവർക്കും അവരുടെ നിറ ത്തിലുള്ള മനുഷ്യരെ കണ്ടപ്പോൾ വളരെ സന്തോഷം. മീറ്ററിൽ കാ ണുന്ന തുക മാത്രം കൊടുത്താൽ മതി; 10 മുതൽ 15 ശതമാനം വരെ ടിപ്പ് ആവശ്യമുണ്ടെങ്കിൽ കൊടുക്കാം.

വലിയ റെയിൽവേ സ്റ്റേഷൻ ആയത് കാരണം നേരത്തെ തന്നെ എത്തി. പ്ലാറ്റ് ഫോം നേരത്തേ കണ്ടുപിടിച്ചു. അധികം സമയം ബാ ക്കി ഉണ്ടായിരുന്നത് കൊണ്ട് ലഞ്ച് കഴിക്കാം എന്ന് തീരുമാനിച്ചു. സ്റ്റേഷനിൽ തന്നെ ഒരു 'Chutney Cafe' ഉണ്ടായിരുന്നു. ഇന്ത്യൻ ഫു ഡ് നന്നായി ഒരുക്കി വെച്ചിരിക്കുന്നത് കണ്ടാൽ തന്നെ കൊതിയാ വും. കുറേ ദിവസമായി ചോറും കറിയും കഴിക്കാത്ത കാരണം വലി യ വിഷമം ഉള്ളവരും ഞങ്ങളുടെ കൂട്ടത്തിലുണ്ടായിരുന്നു. ഒരു ഊ ണിനു 16 യൂറോ ആണ് വില; പക്ഷേ അരി ഭക്ഷണം കഴിക്കാൻ ആ

ഗ്രഹം തോന്നിക്കഴിഞ്ഞാൽ പിന്നെ വിലയെപ്പറ്റി നോട്ടം ഇല്ലല്ലോ!

ഉച്ചയ്ക്ക് ഒന്ന് പത്തിനായിരുന്നു ട്രെയിൻ. കൃത്യസമയത്ത് തന്നെ പുറപ്പെട്ടു. വളരെ കുറച്ച് നിറമുള്ള ആളുകളെ ഉള്ളൂ മിക്കവാറും എല്ലാവരും വെള്ളക്കാർ തന്നെ. ചെക്ക് റിപ്പബ്ലിക്കിലേക്കു കടന്നാൽ ഗ്രാമങ്ങളിലൊക്കെ ചെറിയ വീടുകളാണ്. അതല്ലെങ്കിൽ കമ്മ്യൂണിസ്റ്റ് ഭരണകാലത്ത് ഉണ്ടാക്കിയ അപാർട്ട്മെന്റുകൾ നിറഞ്ഞ ബഹുനിലക്കെട്ടിടങ്ങൾ. തമാശയായി 'മുയൽക്കൂടുകൾ' എന്നു വിളിക്കപ്പെടുന്ന ഈ ചെറിയ താമസസ്ഥലങ്ങളിൽ ഏറ്റവും അത്യാവശ്യ സൗകര്യങ്ങൾ മാത്രമേ ഉള്ളൂ. നിറമുള്ള പെയിന്റ് ആണ് അവിടെ കണ്ട ഏറ്റവും വലിയ ആർഭാടം. ഉള്ളിലും അതു പോലെ തന്നെയാണ് എന്ന് ഇവയെപ്പറ്റി അന്വേഷിച്ചപ്പോൾ അറിയാൻ കഴിഞ്ഞു. ട്രെയിൻ കൃത്യം അഞ്ചു മണിക്കു തന്നെ പ്രാഗിലെ റെയിൽവേ സ്റ്റേഷനിൽ എത്തി. 10 മിനിറ്റ് കൊണ്ട് ഞങ്ങൾ എയർ ബി&ബി ബുക്ക് ചെയ്തിരുന്ന വീട്ടിൽ എത്തി. ലുസെർണ പാലസ് തൊട്ടടുത്താണ്; വെൻസസ്ലാസ് സ്ക്വയറിൽ നിന്ന് രണ്ടു മിനിറ്റ് നടക്കുന്ന ദൂരം മാത്രമേയുള്ളൂ. സിറ്റി സെന്ററിന് തൊട്ടടുത്ത് ആയതു കാരണം ഇത് പിന്നീടുള്ള ദിവസങ്ങളിൽ വളരെ സൗകര്യമായി.

അപ്പാർട്ട്മെന്റിൽ ഞങ്ങളെ സ്വീകരിക്കാനായി സാറ എന്ന പെൺകുട്ടിയാണ് കാത്തിരുന്നത്. ഫിലിം സ്കൂളിൽ വിദ്യാർത്ഥിനിയാണ്; ഡോക്യുമെന്ററി പ്രൊഡക്ഷൻ പഠിക്കുന്നു. ബോയ്ഫ്രണ്ടിന്റെ കുടുംബ വകയാണ് ഈ ഫ്ലാറ്റ്; ഇപ്പോൾ സാറയാണ് നോക്കി നടത്തുന്നത്. കോറിഡോറും സ്റ്റെയർകേസും ലിഫ്റ്റും എല്ലാം പത്തൊമ്പതാം നൂറ്റാണ്ടിലെ അവസാന കാലത്തെ സ്റ്റൈലിലാണ്. വാതിൽ തുറന്ന് അകത്തുകയറി. അത്ഭുതകരമായ ഒരു വാതിലാണ് വീട്ടിലുള്ളത്. അത് ഒരു ലോക്കർ ആണോ എന്ന് ആരും സംശയിച്ചു പോകും. കാരണം അത്രമാത്രം സുരക്ഷാ സംവിധാനങ്ങളാണ് അതിൽ ഒരുക്കിയിരിക്കുന്നത്. വാതിൽ ഏകദേശം നാലിഞ്ച് വണ്ണമുള്ള തടി കൊണ്ടാണ് നിർമ്മിച്ചിരിക്കുന്നത്. ഏകദേശം 10 അടി ഉയരവും 5 അടി വീതിയും ഉണ്ട്. അകത്ത് ലംബമായി ആയി സ്ലൈഡ് ചെയ്തു നീങ്ങുന്ന രണ്ട് സെറ്റ് ഇരുമ്പ് കമ്പികൾ ഇതിന്റെ താക്കോലുമായി ബന്ധിപ്പിച്ചിട്ടുണ്ട്. മൂന്ന് പൂട്ടുകൾ ഉണ്ടെങ്കിലും രണ്ട് പൂട്ട് തുറന്നാൽ മാത്രമേ വീട്ടിനകത്തേക്ക് കടക്കാൻ സാദ്ധ്യമാകുകയുള്ളൂ. ഇതിനെല്ലാം പുറമേ ഉൾഭാഗം ഒരു കട്ടിയുള്ള സ്റ്റീൽ ഷീറ്റുകൊണ്ട് പൊതിഞ്ഞിട്ടുണ്ട്. സാറ പറഞ്ഞതനുസരിച്ച് പഴയകാലത്തെ ഗവൺമെൻ

റിൽ ഉന്നത ഉദ്യോഗസ്ഥനായിരുന്നു അവളുടെ ബോയ്ഫ്രണ്ടിന്റെ അ
ച്ഛൻ. പട്ടണ ഹൃദയത്തോട് ഇത്ര അടുത്ത് നിൽക്കുന്ന ഒരു സ്ഥല
ത്ത് ഒരു വീടുണ്ടാകുക വലിയ ഭാഗ്യം തന്നെ. കാരണം, 'എല്ലാം ന
ടന്നിരുന്നതും ഇന്നും നടക്കുന്നതും' വെൻസസ്ലാസ് സ്ക്വയറിൽ
ആണല്ലോ! വീടിന്റെ ഭിത്തികളും തറയും ഒക്കെ പഴയ രീതിയിലാ
ണെങ്കിലും പൂർണമായും പുതുക്കിപ്പണിഞ്ഞിട്ടുണ്ട്. ഫർണിച്ചർ എ
ല്ലാം പുതുപുത്തൻ; വളരെ സുന്ദരമായി, അടുക്കും ചിട്ടയോടും കൂ
ടി വീട് അലങ്കരിച്ചു വച്ചിട്ടുണ്ട്.

പ്രാഗിലെ ടാക്സികളുടെ സർവീസ് വളരെ തരം താഴ്ന്നതാണ്.
ഒരു പക്ഷേ അതായിരിക്കും ഈ പട്ടണത്തെ പറ്റി ഏറ്റവും മോശ
മായി പറയാവുന്നത്. ഇതിനെപ്പറ്റി മേയറുടെ തന്നെ നോട്ടീസ് അവി
ടവിടെ പതിച്ചു വച്ചിരിക്കുന്നത് കാണാം. ലോകത്തിലെ തന്നെ ഏറ്റ
വും കൂടുതൽ ടാക്സി ചാർജ്ജ് ഈടാക്കുന്ന പട്ടണങ്ങളിൽ ഒന്നാ
ണ് പ്രാഗ്. ടോക്കിയോയേക്കാൾ കൂടുതൽ! സാറയും താഴെ ഞങ്ങൾ
പരിചയപ്പെട്ട വേറെ ഒന്ന് രണ്ടു പേരും ഇതിനെപ്പറ്റി മുൻകൂട്ടിത്ത
ന്നെ പറഞ്ഞിരുന്നതു കൊണ്ട് ഞങ്ങൾ ഇക്കാര്യത്തിൽ പ്രത്യേകം
ശ്രദ്ധ വച്ചു. ഊബർ ടാക്സി രണ്ടു പ്രാവശ്യം വിളിച്ചെങ്കിലും രണ്ടു
പ്രാവശ്യവും വളരെ മോശം അനുഭവമാണ് ഉണ്ടായത്. രണ്ടാമത്തെ
പ്രാവശ്യം അവർ സർവീസ് തരാതെ രണ്ട് യൂറോ ബുക്കിങ്ങിന് ആ
യി എടുത്തു. പക്ഷേ ഞങ്ങൾ കുറേനേരം കാത്തു നിന്നിട്ടും അവർ
വരാതിരുന്നതാണെന്നുള്ള വിവരം പറഞ്ഞു വിളിച്ചു പരാതി പറഞ്ഞ
പ്പോൾ പണം എടുത്തത്,ക്യാൻസൽ ചെയ്തു. ട്രാമും ട്രെയിനും വള
രെ നല്ല സർവീസ് ആയതു കൊണ്ട് ഞങ്ങൾ ബുദ്ധിമുട്ടിയില്ല.

എയർ ബി&ബിയിൽ വന്നു അല്പം വിശ്രമിച്ചശേഷം ഞങ്ങൾ
പ്രഭാത ഭക്ഷണത്തിനുള്ള സാധനങ്ങൾ വാങ്ങാൻ പുറത്തേക്കു പോ
യി. വഴിയോരക്കാഴ്ചകളൊക്കെ കാണാമെന്ന് കരുതി നടന്നാണ് പോ
യത്. വഴിയിൽ ഒരു ചെറിയ കടയിൽ കയറിയപ്പോൾ ചില ഷെൽ
ഫുകളിൽ മുഴുവനായും മരിജുവാന കൊണ്ടുണ്ടാക്കിയ വസ്തുക്ക
ളാണ്; ബിസ്ക്കറ്റുകൾ, തുള്ളിമരുന്ന്, പുരട്ടാനുള്ള ക്രീം, വലിക്കാനു
ള്ള ഉണങ്ങിയ ഇല, ലോലിപോപ്പുകൾ, ചോക്ലേറ്റ്, വേപ്പ് ചെയ്യാനു
ള്ള ഉപകരണങ്ങൾ എന്നിവ ഉണ്ട്. ഇത് ഇവിടെ നിയമപരമല്ലെന്നും
,മരിജുവാനയുടെ രുചിയിൽ ഉണ്ടാക്കിയവ മാത്രമാണ് ഇവ എന്നു
മാണ് അന്വേഷിച്ചപ്പോൾ അറിയാൻ കഴിഞ്ഞത്. ഇത്തരം കടകൾ പ
ലയിടത്തും കണ്ടു. ഇതിനെപ്പറ്റി കൂടുതൽ വായിച്ചപ്പോൾ അറിയാൻ

കഴിഞ്ഞത് ചെക്ക് റിപ്പബ്ലിക്കിൽ മരിജുവാന ലഹരിക്കായി ഉപയോ ഗിക്കുന്നത് നിരോധിച്ചിട്ടുണ്ട് എന്നാണ്. എന്നാൽ ചികിത്സയുടെ ആ വശ്യത്തിനായി ഇത് ഉപയോഗിക്കുന്നത് 2013 മുതൽ നിയമപരമായി അനുവദിച്ചിട്ടുണ്ട്. അതുകൊണ്ട് ആവശ്യത്തിനുള്ള റെക്കോർഡുകൾ കയ്യിലുണ്ടെങ്കിൽ ഇതിന്റെ 15 ഗ്രാം ഉണങ്ങിയ ഇല കൈവശം വയ് ക്കുന്നതിനോ അല്ലെങ്കിൽ അഞ്ച് ചെടികൾ വളർത്താനോ ഉള്ള അ വകാശം എല്ലാ പൗരന്മാർക്കും ഇവിടെ അനുവദിച്ചു കൊടുത്തിട്ടുണ്ട ത്രേ!

കുറെ കറങ്ങി നടന്ന ശേഷം ഭക്ഷണം കഴിക്കാനായി ഒരു ഒരു ഷോപ്പിംഗ് മാളിൽ എത്തി. തീരെ പ്രതീക്ഷിക്കാത്ത ഒരു കാഴ്ച ഞ ങ്ങളെ അവിടെ കാത്തിരിക്കുന്നുണ്ടായിരുന്നു. കാഫ്കയുടെ 'The magnificent Moving Statue -The Head of Kafka' ഇവിടെ കണ്ടു. ഇത് ലോക പ്രസിദ്ധമായ ഒരു പ്രതിമയാണ്. ഡേവിഡ് സെർണി (David Cerny) എന്ന ശില്പിയാണ് ഈ ചലിച്ചു കൊണ്ടിരിക്കുന്ന ശില്പത്തിന്റെ നിർമ്മാതാവ്. ക്വദ്രിയോ (Quadrio) എന്ന ഷോപ്പിം ഗ് സെൻററിന്റെ മുന്നിലാണ് ഇത് സ്ഥാപിച്ചിരിക്കുന്നത്. 11 മീറ്റർ പൊക്കമുള്ള ഈ സ്മാരകം ചലിച്ചു കൊണ്ടിരിക്കുന്ന 42 സ്റ്റീൽ പാ ളികൾ കൊണ്ടാണ് നിർമ്മിച്ചിരിക്കുന്നത്. മാളിൽ ഒന്ന് കറങ്ങിയ ശേ ഷം മുകളിൽ ചെല്ലുമ്പോൾ അവിടെ ഒരു ഇന്ത്യൻ റസ്റ്റോറന്റ് ക ണ്ടു. അവിടെ നിന്ന് ഭക്ഷണം കഴിച്ചു. അത് കഴിഞ്ഞു ബില്ല എന്ന ഗ്രോസറി സ്റ്റോറിൽ പോയി ബ്രഡും മറ്റും വാങ്ങി താമസസ്ഥലത്തേ ക്കു നടന്നു .

 | ഡോ. സലീമ ഹമീദ്

17. പ്രാഗ് കാസിൽ

ഇന്ന് രാവിലെ പ്രാഗ് കാസിൽ കാണാണമെന്നാണ് പ്ലാൻ. അതി
ന് മുൻപ് ഞങ്ങൾക്ക് കയ്യിലുണ്ടായിരുന്ന യൂറോ പ്രാഗിലെ കറൻസി
യായ ക്രോണ (ക്രൗൺ) ആക്കി മാറ്റേണ്ടതുണ്ടായിരുന്നു. അതിനെ
പ്പറ്റി ഇൻർനെറ്റിലും അല്ലാതെയുമൊക്കെ അന്വേഷിച്ചു നോക്കിയ
പ്പോൾ വളരെ വ്യത്യസ്തങ്ങളായ റേറ്റുകൾ ആണ് കണ്ടത്. ഒരു യൂ
റോയ്ക്ക് 16 മുതൽ 24 ക്രൗൺ വരെ പലയിടങ്ങളിൽ പലതരത്തിലാ
ണ് കണ്ടത്. തെരുവിൽ നിന്നും ഇങ്ങനെ കാശ് മാറ്റി തരുന്നവരുടെ
കയ്യിൽ നിന്നും ഒരു കാരണവശാലും വാങ്ങരുതെന്ന് പലരും നേര
ത്തെ ഉപദേശിച്ചിരുന്നു. ഞങ്ങൾക്ക് നല്ല റേറ്റിൽ തന്നെ യൂറോ മാ
റാൻ കഴിഞ്ഞു. ഈ കാര്യത്തിൽ ധാരാളം തട്ടിപ്പ് നടക്കുന്നുണ്ട്. പ്ര
ത്യേകിച്ചും തീരെ ഹോംവർക്ക് ചെയ്യാതെ വരുന്ന ആളുകൾക്ക് നല്ല
നഷ്ടം വരാൻ സാധ്യതയുണ്ട്. ചില സ്ഥലങ്ങളിൽ നമ്മൾ മാറുന്ന തു
കയുടെ 20 ശതമാനം കമ്മീഷനായി അവർ എടുക്കും, എക്സ്ചേഞ്ച്
ഫീസ് എന്ന പേരിൽ. പക്ഷേ ഇതൊന്നും ഇല്ലാതെ നല്ല റേറ്റു തരു
ന്ന സ്ഥലങ്ങളും ഉണ്ട്. കുറച്ച് അന്വേഷിച്ച് നടക്കണമെന്ന് മാത്രം.

നല്ല തെളിഞ്ഞ സുന്ദരമായ ദിവസമായിരുന്നു അത്. ഇലപൊഴി
യും കാലം ആരംഭിച്ചെങ്കിലും റോഡരികിൽ അവിടവിടെ പുഷ്പങ്ങ
ളുടെ നിറച്ചാർത്തുകൾ കണ്ടു. ഞങ്ങൾ നേരെ പോയത് ബസ് സ്റ്റാൻ
ഡിലേക്കാണ്. നമ്പർ 22 ബസ്സാണ് പ്രാഗ് കാസിലിലേക്കു പോകുന്ന
ത്. പ്രാഗിന്റെ ചരിത്രം ഈ കാസിലും ആയി വളരെയധികം ബന്ധ
പ്പെട്ടിരിക്കുന്നു. വ്ലട്ടാവ നദിയുടെ കരയിലുള്ള കുന്നിൻ മുകളിലാ
ണ് ഇത് നിലകൊള്ളുന്നത്. പട്ടണം മുഴുവൻ ഇവിടെ നിന്ന് കാണാൻ
സാധിക്കും. വളരെ ദൂരെ നിന്നു തന്നെ കോട്ടമതിലോട് കൂടിയ ആ
കൊട്ടാര സമുച്ചയം കാണാം. ഇതിന്റെ വലിപ്പമാണ് കാഴ്ചക്കാരനെ
ഏറ്റവും ആദ്യം ആകർഷിക്കുന്നത്. ആയിരം കൊല്ലങ്ങളോളം പഴക്ക
മുള്ള കാസിലിനു ധാരാളം കഥകൾ പറയാനുണ്ട്. അക്കാലത്ത് വ

ളരെ ഉയരത്തിൽ കൊട്ടാരങ്ങൾ പണിയുന്നത് സാധാരണയായിരു
ന്നു. ആക്രമണങ്ങൾ മുൻകൂട്ടിക്കാണാൻ ഇത് സഹായകരമാണല്ലോ.
കൊട്ടാരം പലപ്രാവശ്യം പുതുക്കിപ്പണിയുകയും വലിപ്പം കൂട്ടുകയും
ചെയ്തിട്ടുണ്ട്. പ്രധാനമായും ചാൾസ് നാലാമൻ രാജാവിന്റെ കാല
ത്താണ് ഇത് നടന്നത്.

1541ലെ തീപിടുത്തം കൊട്ടാരത്തിന് വലിയ തോതിൽ നാശം വ
രുത്തി അതിനുശേഷം നവോത്ഥാന ശൈലിയിൽ ഇത് പുനർനിർമ്മി
ക്കപ്പെട്ടു. പിന്നീട് കുറേക്കാലം ഇത് അവഗണിക്കപ്പെട്ടു കിടന്നു. 1618
മെയ്23ന് 100 പ്രൊട്ടസ്റ്റന്റ് പ്രഭുക്കന്മാർ ഈ കൊട്ടാരത്തിലേക്ക് അ
തിക്രമിച്ചു കടന്നു. ഹാപ്സ്ബർഗ് രാജാവായിരുന്ന ആർച്ച് ഡ്യൂക്ക്
ഫെർഡിനന്റിന്റെ ഭരണത്തിലുള്ള അസംതൃപ്തി ആയിരുന്നു ഇതി
ന് കാരണം. ഇവർ കൊട്ടാരത്തിന്റെ മുകളിലുള്ള മുറികളിൽ നിന്ന് ര
ണ്ടു കാത്തലിക്ക് ഗവർണർമാരെയും അവരുടെ സെക്രട്ടറിയെയും 50
അടി താഴേക്ക് എറിഞ്ഞു. അവർ വീണത് ചാണകക്കുഴിയിലായത്
കൊണ്ടു ജീവനോടെ രക്ഷപ്പെട്ടു. എന്നാൽ ചില മാലാഖമാർ അവ
രെ രക്ഷപ്പെടുത്തിയെന്നാണ് അവർ അവകാശപ്പെട്ടത്. '30 years war'
എന്ന പേരിൽ അറിയപ്പെടുന്ന യുദ്ധങ്ങളുടെ ആരംഭം കുറിച്ചത് ഈ
സംഭവമായിരുന്നു. ആസ്ത്രിയയിലെ ഹാപ്സ് ബർഗ് രാജകുടുംബം
പ്രാഗ് ഭരിച്ചിരുന്ന കാലത്ത് അവരുടെ ഭരണസിരാകേന്ദ്രം വിയന്ന ത
ന്നെയായിരുന്നു. ഇത് നിമിത്തം പ്രാഗ് അവഗണിക്കപ്പെട്ടു. മറിയ തെ
രേസ ചക്രവർത്തിനി പതിനെട്ടാം നൂറ്റാണ്ടു മുതൽ പ്രാഗിന്റെ പുനർ
നിർമ്മാണത്തിൽ കൂടുതൽ താല്പര്യമെടുത്തു. 1918ൽ ഈ കാസിൽ
വീണ്ടും നവീകരിക്കപ്പെട്ടു.

ഒരു ചെറു പട്ടണത്തിന്റെ വലിപ്പമുള്ള ഈ കോംപ്ലക്സിൽ താമ
സത്തിനു മാത്രമുള്ള മന്ദിരങ്ങൾ, ഓഫീസുകൾ, ചർച്ചുകൾ, മ്യൂസി
യങ്ങൾ, പൂന്തോട്ടങ്ങൾ എന്നിവയുണ്ട്. ഇന്നും ചെക്ക് പ്രസിഡന്റി
ന്റെ ആസ്ഥാനം ഇവിടെയാണ്. അദ്ദേഹം ഓഫീസിൽ ഉണ്ടാവുമ്പോൾ
കൊടി മുകളിലേക്ക് കയറ്റി കെട്ടും. ഒരു പ്രസിഡണ്ടിന്റെ ഭരണത്തിൽ
അതൃപ്തി തോന്നിയ ഏതോ ഒരാൾ കാസിലിനു മുകളിൽ ഒരു ചു
വന്ന അണ്ടർവെയർ കൊടിയായി ഉയർത്തി കെട്ടിയ കാര്യവും തമാ
ശയായി ഇവിടെ പറഞ്ഞു കേട്ടു. ഇതിന്റെ നടുമുറ്റവും അതിനടുത്ത
തന്നെയുള്ള സെൻറ് വൈറ്റസ് കത്തീഡ്രലും പരിസരവും മൊസാർ
ട്ടിന്റെ ജീവിതം ആസ്പദമാക്കി നിർമ്മിച്ച 'അമാഡിയോസ്' എന്ന
ഓസ്കാർ സമ്മാനം ലഭിച്ച സിനിമയുടെ ചിത്രീകരണം നടന്ന ഇട

മാണ്. ഓരോ മണിക്കൂറിന്റെയും അവസാനം 'Change of Gaurds' എന്നറിയപ്പെടുന്ന കാവൽക്കാരുടെ പരേഡ് ഉണ്ടാകും. ലണ്ടനിൽ ബ ക്കിംഗ്ഹാം കൊട്ടാരത്തിൽ കാണുന്ന അത്ര കാണുന്നത്ര ഗംഭീരം ഒ ന്നുമല്ലെങ്കിലും സഞ്ചാരികൾക്ക് ഇത് ഒരു പ്രിയപ്പെട്ട കാഴ്ചയാണ്.

കാസിലിന്റെ അകത്തുള്ള വലിയ ഒരു നടുമുറ്റത്തിലേക്കാണ് സന്ദർശകർ പ്രവേശിക്കുന്നത്. പഴയൊരു ജലധാര അതിന്റെ ഒരു ഭാ ഗത്ത് കാണാം. അകത്തു കയറി കഴിഞ്ഞാൽ ഇതിനു നാലുചുറ്റുമാ യിട്ടാണ് മേൽപ്പറഞ്ഞ എല്ലാം മന്ദിരങ്ങളും സ്ഥിതി ചെയ്യുന്നത്. ക യറുന്നതിനുമുമ്പ് ബോഡി ചെക്കിങ്ങും അത് കഴിഞ്ഞ് മെറ്റൽ ഡിറ്റ ക്ടർ പരിശോധന എന്നിവയും കഴിയ്ക്കണം. വാനിറ്റി ബാഗ് തുട ങ്ങി കയ്യിലുള്ള വസ്തുക്കൾ എല്ലാം നന്നായി പരിശോധിച്ച ശേഷമേ അകത്തേക്കു പ്രവേശിപ്പിച്ചുള്ളു. ഞങ്ങൾ ചെന്ന ദിവസം ക്യൂവിന് നല്ല നീളമുണ്ടായിരുന്നു. കാസിലും പള്ളിയും നടന്നു കണ്ടു. പ്രധാ ന്യമുള്ളതൊന്നും കാസിലിന് ഉള്ളിലില്ല എന്ന് കേട്ടത് കാരണം ഞ ങ്ങൾ അതിനുള്ള ടിക്കറ്റ് വാങ്ങിയില്ല. അത് കഴിഞ്ഞു അകത്തു ത ന്നെയുള്ള റസ്റ്റോറന്റിൽ നിന്നും കാപ്പി കുടിച്ചു.

സെന്റ് വൈറ്റസ് കത്തീഡ്രൽ ഈ സമുച്ചയത്തിനകത്തെ മറ്റൊ രു സുന്ദര നിർമ്മിതി ആണ്. 585 വർഷങ്ങൾ ഈ പള്ളിയുടെ നിർമ്മാ ണം പൂർത്തീകരിക്കാൻ ആവശ്യമായി വന്നു എന്നുള്ള വസ്തുത ഇ തിനകത്തെ കാഴ്ചകളെപ്പറ്റി ഒരു ഏകദേശ രൂപം തരും. അംബരചും ബികളായ ഇതിന്റെ ഗോപുരങ്ങൾ പ്രാഗിന്റെ ഏത് ഭാഗത്ത് നിന്നും കാണാൻ കഴിയും. എ.ഡി. 926ൽ വെൻസസ്ലാസ് രാജാവാണ് ഇവി ടെ ഒരു പള്ളി നിർമ്മിക്കണമെന്ന് തീരുമാനിക്കുന്നതും അതിന് തുട ക്കം കുറിയ്ക്കുന്നതും. 1334ൽ ജോൺ ഒഫ് ലക്സംബർഗ് ആണ് പി ന്നീട് ഇതിന്റെ നിർമ്മാണത്തിന് ചുക്കാൻ പിടിച്ചത്. എങ്കിലും 1929ൽ മാത്രമാണ് നിർമ്മാണം പൂർത്തിയായതും ഇത് ദൈവത്തിനായി സ മർപ്പിക്കപ്പെട്ടതും. പലതരം ജീവികളുടെ മുഖങ്ങളുടെ ആകൃതിയി ലുള്ള ശില്പങ്ങളും, കൊത്തു പണികളും കൊണ്ട് സമൃദ്ധമാണ് ഇ വിടം. നിറമുള്ള കണ്ണാടികഷണങ്ങൾ കൊണ്ട് നിർമ്മിച്ച കഥ പറയു ന്ന ചിത്രങ്ങൾ നിറഞ്ഞ ജനാലകൾ കൊണ്ട് അലങ്കരിക്കപ്പെട്ട ഈ പള്ളി പ്രാഗിന്റെ മദ്ധ്യകാല ചരിത്രവുമായി അടുത്ത് ബന്ധപ്പെട്ടിരിയ് ക്കുന്നു. രണ്ട് വ്യക്തികളെയാണ് പള്ളിയുടെ അകത്ത് അടക്കിയിട്ടു ള്ളത്. ഒന്നാമൻ 10ാം നൂറ്റാണ്ടിലെ ബൊഹീമിയൻ ചക്രവർത്തിയായി രുന്ന സെന്റ് വെൻസസ്ലാവ് ആണ്. രണ്ടാമതായി കാണുന്ന വെള്ളി

കൊണ്ടുള്ള ഒരു ശവപേടകം, രാജാവിന്റെ ഭാര്യയെ മരണത്തിൽ നി
ന്നും രക്ഷിച്ച ഒരു വീരയോദ്ധാവിന്റെ ശവകുടീരമാണ്. 600 മീറ്റർ നീ
ളമുള്ള ലോകത്തിലെ തന്നെ ഏറ്റവും വലിയ പള്ളികളിൽ ഒന്നാണ്
ഇത്. നവോത്ഥാന കാലത്ത് സ്ഥാപിക്കപ്പെട്ട നാല് വലിയ മണികൾ
ഇവിടെയുണ്ട്. സിഗ്മണ്ടു എന്ന് വിളിക്കപ്പെടുന്ന 16.5 ടൺ ഭാരമുള്ള
മണി അടിക്കാൻ നാലു പേർ വേണം. പടിഞ്ഞാറ് ഭാഗത്ത് ഉള്ള വാ
തിലിൽ കൂടിയുള്ള പ്രവേശനം സൗജന്യമാണ്.

ഗോൾഡൻ ലെയിൻ

ഗോൾഡൻ ലെയിൻ എന്നത് രാജാക്കന്മാരുടെ അംഗരക്ഷകരു
ടെയും സ്വർണ്ണപ്പണിക്കാരുടെയും വാസഗൃഹങ്ങൾ സ്ഥിതി ചെയ്തി
രുന്ന തെരുവാണ്. 1500ൽ റുഡോൾഫ് രണ്ടാമൻ രാജാവിന്റെ അംഗര
ക്ഷകരായിരുന്നു ഇവിടെ താമസം. പതിനേഴാം നൂറ്റാണ്ടിൽ രാജാവി
ന്റെ സ്വർണ്ണപ്പണിക്കാരുടെ വാസസ്ഥലം ആയിരുന്നതു മൂലമാണ് തെരു
വിന് ഈ പേര് ലഭിച്ചത്. ഇവർ അക്കാലത്ത് വില കുറഞ്ഞ ലോ
ഹങ്ങൾ സ്വർണമാക്കുന്ന ആൽക്കമി എന്ന വിദ്യ അറിയാവുന്നവരാ
യിരുന്നുവത്രേ! ഈ ഭാഗം കാണണമെങ്കിൽ പ്രത്യേക ടിക്കറ്റ് എടു
ക്കണം. അഞ്ചു മണിക്ക് ശേഷം പ്രവേശനം സൗജന്യമാണ്. പക്ഷേ
ആരും അതവിടെ പറഞ്ഞു കേട്ടില്ല. വളരെ വീതി കുറഞ്ഞ ഈ തെ
രുവിന്റെ ഒരു വശത്തായി കാണുന്ന കടും നിറത്തിൽ ചായമടിച്ച വള
രെ ചെറിയ വീടുകൾ ആണ് ഈ തെരുവിലെ കാഴ്ച. രാജഭരണം
അവസാനിച്ച ശേഷം കുറേക്കാലം ഇത് ആരാലും ശ്രദ്ധിക്കപ്പെടാ
തെ കിടന്നു. അതിനുശേഷം 1950ൽ ഈ ഭാഗങ്ങൾ വൃത്തിയാക്കിയെ
ടുത്തു. പിന്നീട് കുറേക്കാലം കഴിഞ്ഞപ്പോൾ പ്രസിദ്ധരായ ചില വ്യ
ക്തികൾ ഇവിടെ താമസം തുടങ്ങി. തെരുവിലെ 22 നമ്പർ വീട്ടിൽ പ്ര
സിദ്ധ സാഹിത്യകാരനായ കാഫ്ക്ക താമസിച്ചിരുന്നതായി രേഖകൾ
ഉണ്ട്. ഇന്ന് അതൊരു ചെറിയ ബുക്ക് ഷോപ്പ് ആണ്. ഇപ്പോൾ മിക്ക
വാറും ഈ വീടുകളെല്ലാം പുസ്തകങ്ങളും കൗതുക വസ്തുക്കളും
വിൽക്കുന്ന കടകളായി മാറിയിട്ടുണ്ട്. കാര്യമായ മാറ്റങ്ങളൊന്നും കൂ
ടാതെ തന്നെ ഈ തെരുവ് സംരക്ഷിക്കപ്പെടുന്നുണ്ട്.

ഹാപ്സ്ബർഗ് ഭരണകാലത്ത് അക്കാലത്തെ രാജാവായിരുന്ന ജോ
സഫ് രണ്ടാമൻ 1783ൽ എല്ലാ പള്ളികളും മൊണാസ്റ്ററികളും അടച്ചു
പൂട്ടി. സ്ട്രഹോവ് മൊണാസ്റ്ററിയെ ഇതിൽനിന്നും ഒഴിവാക്കിയതിന്
ഒരു നിബന്ധന വെച്ചിരുന്നു. ഇതിന്റെ കീഴിലുള്ള പുരോഹിതന്മാർ

ഇവിടെയുള്ള ലൈബ്രറിയിൽ ഗവേഷണം തുടർന്ന് പോകണമെന്ന തായിരുന്നു ഇതു്. അക്കാലത്തെ മതസ്ഥാപനങ്ങളുടെ പ്രവർത്തന ത്തെയും ചരിത്ര സംഭവങ്ങളെയും വെളിവാക്കുന്ന പല രേഖകളുടെ യും ചിത്രങ്ങളുടെയും പുസ്തകങ്ങളുടെയും ഇരിപ്പിടമാണിത്.

ഇതിനകത്തുള്ള ലോബ്കോവിച്ച് കൊട്ടാരം ഇപ്പോൾ ഇതേ പേ രിലുള്ള ഒരു മ്യൂസിയമായി പ്രവർത്തിക്കുന്നു. ഈ കുടുംബത്തിന്റെ കൈവശമിരിക്കുന്ന പത്താം നൂറ്റാണ്ട് മുതലുള്ള ചരിത്രരേഖകൾ, പെ യിന്റിംഗുകൾ, കലാശേഖരങ്ങൾ, സെറാമിക്സ്, പ്രസിദ്ധ കമ്പോസർ മാരുടെ രചനകളുടെ ഒറിജിനലുകൾ, പഴയ കാല സംഗീത ഉപകര ണങ്ങൾ എന്നിവ ഇവിടെ പ്രദർശിപ്പിച്ചിട്ടുണ്ട്.

പിന്നീട് കുന്നിന്റെ താഴ്‌വാരത്തിലുള്ള കാഴ്ചകൾ കാണാനു ള്ള പ്രത്യേകമായി നിർമ്മിക്കപ്പെട്ട പ്ലാറ്റ് ഫോമിലേക്ക് ആണ് പോയ ത്. അവിടെ നിന്നാൽ പട്ടണം മുഴുവൻ വളരെ നന്നായി കാണാൻ ക ഴിയും. അവിടെ നിന്ന് ഫോട്ടോകൾ എടുക്കുകയും കുന്നിൻ ചെരു വിലുള്ള പടിക്കെട്ടുകളിലൂടെ താഴേക്ക് നടക്ക് നടക്കുകയും ചെയ്യാം.

പ്രാഗ് നഗരം കുന്നിൽ മുകളിൽ നിന്ന്

വശങ്ങളിൽ വളരെ വിശാലമായ മുന്തിരിത്തോട്ടങ്ങളാണ്. പത്താം നൂ റ്റാണ്ടു മുതൽ ഈ മുന്തിരിത്തോട്ടങ്ങൾ ഇവിടെയുണ്ട്. ചരിഞ്ഞ, വെ ള്ളം കെട്ടി നിൽക്കാത്ത ഭൂമിയും കാലാവസ്ഥയും മുന്തിരിക്കൃഷിക്ക് വളരെ അനുയോജ്യമാണ്. ആദ്യകാലത്ത് ധാരാളം ഇനങ്ങൾ വളർ ത്തിയിരുന്നുവെങ്കിലും ഇപ്പോൾ രണ്ടു തരം മാത്രമേയുള്ളൂ വെളു ത്തതും കറുത്തതുമായ മുന്തിരികൾ. ആദ്യകാലത്ത് പള്ളിയിലെ കുർ ബാനയ്ക്ക് ആവശ്യമായ വൈൻ ഉണ്ടാക്കാൻ വേണ്ടിയാണ് ഇങ്ങനെ കൃഷി തുടങ്ങിയത്. പിന്നീട് ഇത് ഈ നാട്ടുകാരുടെ വളരെ പ്രിയപ്പെ ട്ട ഒരു ബ്രാൻഡ് ആയി മാറി. അവിടെ വൈൻ, പഴവർഗങ്ങൾ എന്നി വ വില്കുന്ന ചെറിയ കുറേ കടകൾ കണ്ടു.

ഈ പടിക്കെട്ടുകൾ ഇറങ്ങി നേരെ ചെല്ലുന്നത് ബസ് സ്റ്റോപ്പി ലേക്ക് ആണ്. ഞങ്ങൾ പക്ഷേ ഗാർഡനിലേക്ക് ആണ് പോയത്. പഴ യ കാലത്ത് ഇവിടം ഒരു വെടിവയ്പ്പ് പരിശീലനത്തിനുള്ള സ്ഥലമാ യിരുന്നു. വളരെ വിശാലമായ തോട്ടമാണിത്. ആദ്യകാലത്ത് സംഗീ ത പരിപാടികളും മറ്റും ഇവിടെ നടക്കുമായിരുന്നു. ഇപ്പോൾ പ്രസി ഡൻറ് ഔദ്യോഗികമായ പാർട്ടികളും ചടങ്ങുകളും ഇവിടെ വച്ച് ന ടത്താറുണ്ട്.. കുറച്ച് ഭാഗം ഇപ്പോഴും വളരെ ഭംഗിയായി സൂക്ഷിച്ചി ട്ടുണ്ട്. കാനഡയുടെ വിദേശകാര്യമന്ത്രി 1958ൽ ഇവിടെ വന്നപ്പോൾ നട്ട ഒരു മേപ്പിൾ മരം പാർക്കിൽ കണ്ടു!

പൂന്തോട്ടത്തിൽ നിന്നും പുറത്തിറങ്ങുന്ന വഴിയിൽ പക്ഷികളെ പ്ര ദർശിപ്പിച്ചിരിക്കുന്ന ഒരു ഇടമുണ്ട്. സാധാരണ ഈ നാട്ടിലെ കാടുക ളിൽ കാണപ്പെടുന്ന പക്ഷികളെ ഇവിടെ കാണാം. വേട്ടയാടാനാണ് ഇവയിൽ പലതിനെയും പ്രധാനമായി ഉപയോഗിക്കുന്നത്. പല നിറ ത്തിലും വലിപ്പത്തിലുള്ള മൂങ്ങകളും അക്കൂട്ടത്തിൽ ഉണ്ട്. ഇതിനെ പറ്റിയുള്ള വിവരങ്ങൾ പറഞ്ഞു തരാനും പക്ഷികളെ കയ്യിൽ വച്ച കൊണ്ട് ഫോട്ടോ എടുക്കണമെങ്കിൽ അതിന് സഹായിക്കാനുമായി ഒരു പെൺകുട്ടിയെ അവിടെ കണ്ടു. മൂങ്ങയെ പിടിക്കുമ്പോൾ വയ റിൻറെ ഭാഗത്ത് മാത്രമേ തൊടാൻ പാടുള്ളൂ എന്നാണ് അവൾ പറ ഞ്ഞത്!

18. കാഫ്ക – കാലത്തിന് മുൻപേ നടന്ന ഒരാൾ

പ്രാഗിന്റെ ഏറ്റവും പ്രശസ്തരായ പുത്രന്മാരിൽ ഒരാളായ കാഫ് കയുടെ ജീവിത കഥ കൂടി പറയാതെ പ്രാഗിന്റെ ചരിത്രം പൂർണ്ണമാ വുകയില്ല. അസ്തിത്വവാദത്തിന്റെ ഉപാസകരിലൊരാളും മലയാള ത്തിൽ ഈ ആശയ സംഹിതയുടെ പ്രചാരകരായ നമ്മുടെ പ്രിയപ്പെ ട്ട പല എഴുത്തുകാരുടെയും മാനസ ഗുരുവുമായ കാഫ്കയുടെ എ ഴുത്തിന്റെ സാംഗത്യം ഇന്നും ഒളി മങ്ങാതെ നിൽക്കുന്നു എന്നത് അ ദ്ദേഹത്തിന്റെ പ്രതിഭയുടെ നിദർശനം തന്നെയാണ്. നമ്മിലോരുത്ത രിലുമുള്ള, അപമാനിതനായ, ദുഖിതനായ, പേടിച്ചരണ്ട മനുഷ്യനെ യാണ് കാഫ്ക തന്റെ എഴുത്തിലൂടെ സംസാരിപ്പിച്ചത്. സാഹിത്യ ത്തിന്റെ പ്രധാന ധർമ്മവും അത് തന്നെയാണ് എന്ന് അദ്ദേഹം ക രുതി.

ഹെർമാൻ കാഫ്കയുടെയും ജൂലി കാഫ്കയുടെയും മകനായി ഫ്രാൻസ് കാഫ്ക 1888 ജൂലൈ 3ന് പ്രാഗിൽ ജനിച്ചു. ന്യൂന പക്ഷ ത്തിന്റെ അവശതകൾ അനുഭവിച്ചു കൊണ്ടാണ് അദ്ദേഹം വളർന്നത്. ക്രിസ്ത്യാനികളുടെ നടുവിൽ ഒരു ജൂതന്റെ മകനായും, ചെക്കുഭാഷ സംസാരിക്കുന്നവരുടെ നടുവിൽ ജർമ്മൻഭാഷ സംസാരിക്കുന്നയാളാ യും ജീവിയ്ക്കുന്ന ഒരു ബാലന് ഒറ്റപ്പെടലല്ലാതെ വേറെ മാർഗമില്ലാ യിരുന്നു. അതിൽ നിന്ന് രക്ഷപ്പെടാനായി എഴുത്തിനെ കൂട്ടു പിടിച്ച കാഫ്കക്ക് മരണശേഷം ലഭിച്ച താര പദവി, ജീവിച്ചിരുന്ന കാലത്ത് അദ്ദേഹത്തിന്റെ വിദൂരസ്വപ്നങ്ങളിൽ പോലും ഇല്ലായിരുന്നു. അദ്ദേ ഹം തന്റെ ജീവിത യാത്രയ്ക്കിടയിൽ താമസിക്കുകയും അനശ്വരമാ യ സൃഷ്ടികൾക്ക് രൂപം നൽകുകയും ചെയ്ത പല ഇടങ്ങളിലും പോ കാൻ ഈ പ്രാഗ് സന്ദർശനത്തിനിടയിൽ ഭാഗ്യം ലഭിച്ചു.

ഓൾഡ് ടൗൺ സ്കയറിനുടുത്തുള്ള കാഫ്ക ജനിച്ച വീടിനോട് ചേർന്നുള്ള തെരുവ് അദ്ദേഹത്തിന്റെ പേരിലാണ് ഇന്ന് അറിയപ്പെടു ന്നത്. പുറമെ കഥാകാരന്റെ ഒരു ചെറു പ്രതിമ സ്ഥാപിച്ച് ആ വീട് പ്ര

ത്യേകമായി അടയാളപ്പെടുത്തിയിട്ടുണ്ട്. പിതാവിൽ നിന്ന് വളരെയ ധികം മാനസിക പീഡനങ്ങൾക്ക് വിധേയനായാണ് ആ കുട്ടി വളർ ന്നത്. ചെറിയ കുട്ടിയായിരിയ്ക്കുമ്പോൾ ഒരു രാത്രിയിൽ ഒരു ഗ്ലാസ്സ് വെള്ളം ആവശ്യപ്പെട്ടു കൊണ്ട് ബഹളമുണ്ടാക്കിയ ഫ്രാൻസിനെ പി താവ്, പൊക്കിയെടുത്ത് ബാൽക്കണിയിൽ കൊടും തണുപ്പത്ത് കൊ ണ്ടു നിർത്തിയ ശേഷം, അദ്ദേഹം വാതിലടച്ച് ഉറങ്ങാൻ പോയി. ഈ അനുഭവം ആ കുട്ടിയുടെ മനസ്സിലുണ്ടാക്കിയ ഭയം, മരണം വരെയും അദ്ദേഹത്തെ വിട്ട് പോയില്ല. ഈ സംഭവം നടന്ന വീട് ഇന്നൊരു റെ സ്റ്റോറന്റാണ്. മിനുട്ടി ഹൗസ് എന്ന് പേരുള്ള ഈ കെട്ടിടത്തിൽ 1889 മുതൽ 8 കൊല്ലം കാഫ്ക കുടുംബത്തോടൊപ്പം താമസിച്ചിരുന്നു. ഇ വിടെയാണ് കാഫ്കയുടെ മൂന്ന് സഹോദരിമാരും ജനിച്ചത്. ഇന്ന് ഇ വിടെ അതേ പേരിലുള്ള ഒരു റെസ്റ്റോറന്റ് പ്രവർത്തിക്കുന്നു. ഇതിന്റെ പുറകിൽ ഉള്ള നടുത്തളത്തിൽ ചെന്നാൽ ആ ബാൽക്കണി ഇന്നും അത് പോലെ കാണാം. സ്ക്രഫിറ്റോ എന്ന പേരിലുള്ള ഒരു പ്രത്യേ ക തരം ചിത്രകല ഈ മന്ദിരത്തിന്റെ ഭിത്തികളിൽ കാണാം. ഇത് ന വോത്ഥാനകാലത്തെ കെട്ടിടങ്ങളുടെ മാത്യകയായി കരുതപ്പെടുന്നു.

വർഷങ്ങൾക്ക് ശേഷവും ഭീമാകാരനായ ഒരാൾ കാഫ്കയെ എടു ത്ത് കൊണ്ട് ഇരുട്ടിലേക്ക് പോകുന്ന രംഗം അദ്ദേഹത്തിന്റെ ഓർമ്മക ളിൽ തെളിഞ്ഞും അല്ലാതെയും പ്രത്യക്ഷപ്പെട്ടു കൊണ്ടിരുന്നു. മരി ക്കുന്നതിന് അഞ്ചു വർഷം മുൻപ് ഇത്തരം ക്രൂരമായ പെരുമാറ്റങ്ങൾ തന്നിലുണ്ടാക്കിയ മുറിവുകളെ പറ്റി പിതാവിനെ അറിയിക്കാനായി 47 പേജുള്ള ഒരു കത്ത് എഴുതി. ഇത് പിതാവിനു കൊടുക്കാനായി അമ്മയെ ഏൽപ്പിച്ചെങ്കിലും, അമ്മ അത് വായിച്ച ശേഷം, രണ്ടു ദിവ സം കഴിഞ്ഞ് മടക്കിക്കൊടുക്കുകയാണുണ്ടായത്.

കാഫ്കയുടെ കാമുകിയായിരുന്ന ഫെലിസ് ബാവർ എന്ന സ്ത്രീ യുടെ പേരുള്ള ഒരു കഫേ പ്രാഗിൽ ഉണ്ട്. രണ്ടു പ്രാവശ്യം ഇവരുമാ യുള്ള വിവാഹനിശ്ചയം റദ്ദാക്കപ്പെട്ടു. ജീവിതാവസാനം വരെ നീണ്ട് നില്ക്കുന്ന അത്തരം സമർപ്പണങ്ങൾക്കൊന്നും അദ്ദേഹം മനസ്സു കൊ ണ്ട് തയ്യാറല്ലായിരുന്നു. 'എഴുത്താണ് എന്നെ ജീവനോടെയിരിക്കാൻ സഹായിക്കുന്നത്. വിവാഹം എഴുത്തിന് പ്രതിബന്ധമാകുമോ എന്ന് ഞാൻ ഭയക്കുന്നു' എന്ന് അദ്ദേഹം ഫെലിസിന് എഴുതി. ഇവിടുത്തെ മെനുവിൽ മുഴുവൻ കാഫ്കയുമായി ബന്ധപ്പെട്ട പേരുകളാണ്. എ ന്തും വില്പനച്ചരക്കാകുന്ന പുതിയ കാലം അദ്ദേഹത്തെ ഏത് രീതി യിൽ ഉപയോഗിക്കുന്നു എന്നതിന് മറ്റൊരു ദൃഷ്ടാന്തം! എഴുത്തുകാ

രനാകാൻ ആഗ്രഹിച്ച ആൾക്ക് ഒരു വക്കീലിന്റെ ഓഫീസിലും ഇൻ
ഷുറൻസ് കമ്പനിയിലും വളരെ വിരസമായ ജോലി ചെയ്യാനായിരു
ന്നു നിയോഗം. ആ ഇൻഷുറൻസ് കമ്പനി ഓഫീസിൽ ഇന്ന് സെൻ
ചുറി ഹോട്ടൽ സ്ഥിതി ചെയ്യുന്നു. ഇവിടുത്തെ ഇരുന്നൂറ്റി പതിനാലാ
മത്തെ മുറി ആണ് കാഫ്ക ഉപയോഗിച്ചിരുന്നത്. പുറത്ത് ഒരു ഫോ
ട്ടോയും ഒരു കുറിപ്പും നൽകി ഈ മുറി അവർ സൂക്ഷിച്ചിട്ടുണ്ട്.

പല സ്ത്രീകളും അദ്ദേഹത്തിന്റെ ജീവിതത്തിൽ കയറിയിറങ്ങി
പോയെങ്കിലും സ്ഥിരമായി ഒരു മാനസികബന്ധം സൃഷ്ടിക്കാനോ വി
വാഹിതനാകാനോ അദ്ദേഹത്തിന് കഴിഞ്ഞില്ല. പോളണ്ടുകാരിയായ
ഡോറ ഡൈമാന്റ് ആയിരുന്നു കാഫ്കയുടെ ജീവിതത്തിലെ അവ
സാനത്തെ സ്ത്രീ. അവരുമായുള്ള ബന്ധം അദ്ദേഹത്തിന്റെ ജീവിത
ത്തിൽ സന്തോഷവും സംതൃപ്തിയും നിറച്ചു. അവരൊന്നിച്ച് പാല
സ്തീനിലേക്ക് പോയി, അവിടെ ഒരു റസ്റ്റോറന്റ് തുടങ്ങാൻ ഇരുവ
രും ആഗ്രഹിച്ചിരുന്നു. പക്ഷേ അപ്പോഴേക്കും രോഗം അദ്ദേഹത്തെ
പതുക്കെ കീഴടക്കിത്തുടങ്ങി. ഒരു രാത്രിയിൽ ചുമച്ച് തുപ്പിയ വാഷ്
ബെയ്സിനിൽ കണ്ട രക്തത്തിന്റെ അളവ് ക്രമേണ കൂടിക്കൂടി വ
ന്നു. രോഗപീഡകളുടെ കാലത്ത് ആശുപത്രി സന്ദർശനങ്ങളില്ലൊാം
ഡോറ അദ്ദേഹത്തോടൊപ്പം ഉണ്ടാകുമായിരുന്നു. അവരുടെ കൈക
ളിൽ കിടന്നാണ് അദ്ദേഹം ഈ ലോകത്തോട് വിട വാങ്ങിയത്. 'അ
ദ്ദേഹത്തോടൊപ്പം ജീവിച്ച ഒരു ദിവസം അദ്ദേഹത്തിന്റെ ഏല്ലാ സൃ
ഷ്ടികൾക്കും മുകളിലാണ്' എന്ന ഡോറയുടെ വാക്കുകൾ മാത്രം മതി
അവരുടെ ആത്മബന്ധത്തിന്റെ ആഴം അറിയാൻ! അവർ നിയമപര
മായി വിവാഹിതരാല്ലെങ്കിൽ പോലും മരണശേഷം, കാഫ്കയ്ക്ക് അ
വകാശപ്പെട്ട റോയൽറ്റി ഡോറയ്ക്കാണ് ലഭിച്ചു കൊണ്ടിരുന്നത്.

1909-11 കാലത്ത് കാഫ്ക നിയമപഠനത്തിനിടയിൽ പരിചയപ്പെട്ട
തന്റെ പ്രിയപ്പെട്ട ചങ്ങാതി മാക്സ് ബ്രോഡുമായി ചേർന്ന് ജർമ്മനി,
ഫ്രാൻസ്, ഇറ്റലി, സ്വിറ്റ്സർലന്റ് എന്നിവിടങ്ങിൽ നടത്തിയ യാത്ര
കൾ അദ്ദേഹത്തിന്റെ സർഗാത്മകതയെ വളരെയധികം പുഷ്ടിപ്പെടു
ത്തി. ഈ യാത്രകളിൽ അവർ രണ്ടു പേരും ഡയറികൾ എഴുതുമായി
രുന്നു. യാത്രാവസാനം രണ്ടു പേരും ഒരേ കാര്യങ്ങളെ എങ്ങനെ വ്യ
ത്യസ്തമായി അനുഭവിച്ചു എന്നതിനെ പറ്റി ഈ കുറിപ്പുകൾ വായി
ച്ചു ചർച്ച ചെയ്തിരുന്നതായി ബ്രോഡ് തന്റെ ഓർമ്മക്കുറിപ്പുകളിൽ
പറയുന്നു. രണ്ട് സുഹൃത്തുക്കൾ ഇത്തരം ഒരു യാത്ര പോകുന്നതി
നെപ്പറ്റിയുള്ള ഒരു നോവൽ അവർ ഇരുവരും ചേർന്ന് തുടക്കമിട്ടു

വെങ്കിലും അത് അപൂർണമായിത്തന്നെ അവസാനിച്ചു.

നിക്കോളസ് സ്ലാസ എന്ന ഭാഗത്ത് കാഫ്ക താമസിച്ചിരുന്ന അ പ്പാർട്ട്മെൻറുള്ള കെട്ടിടവും ഇന്ന് ഹോട്ടലാണ്. പ്രാഗ് കാസിലിന് തൊട്ടടുത്ത ഗോൾഡൻ ലെയ്നിലെ ഒരു വീട്ടിലും അദ്ദേഹം താമസി ച്ചിരുന്നു. അവിടെ കാണുന്ന കടയിൽ നിന്ന് കാഫ്കയുടെ കൃതികൾ വാങ്ങാം. ഇവിടെ വച്ചാണ് കൺട്രി ഡോക്ടർ എന്ന കഥ അദ്ദേഹം എഴുതുന്നത്. 35 വയസുള്ളപ്പോൾ തൊണ്ടയിൽ ക്ഷയരോഗബാധിത നായ അദ്ദേഹം ഏഴ് വർഷം തന്റെ രോഗവുമായി മല്ലിട്ടു. ക്ഷയരോ ഗം പൂർണമായി ചികിത്സിച്ച് മാറ്റാൻ ശക്തിയുള്ള മരുന്നുകൾ അ ക്കാലത്ത് കണ്ടു പിടിച്ചിട്ടുണ്ടായില്ല. കുറേക്കാലം ആൽപ്സ് പർവത നിരകളിലെ ഒരു TB സാനട്ടോറിയത്തിൽ താമസിച്ചാണ് കാലം കഴി ച്ചത് . സൂര്യ പ്രകാശമേൽക്കലും പ്രത്യേക രീതിയിലുള്ള സസ്യഭ ക്ഷണവുമായിരുന്നു ചികിത്സ. ദുരിതപൂർണമായ ഈ കാലത്ത് അ ദ്ദേഹം കുറിച്ചിട്ട സൂക്തങ്ങളുടെ ശേഖരം മാക്സ് പിൽക്കാലത്ത് പ്ര സിദ്ധീകരിച്ചു. അവയിലൊന്ന് ഇങ്ങനെ 'I am a cage in search of a bird'(കിളിയെ തേടുന്ന ഒരു കൂടാണ് ഞാൻ)

അവസാന കാലത്ത് ഭക്ഷണം കഴിക്കുന്നത് പോലും വേദനാജ നകമായ കൃത്യമായി മാറി. ഇക്കാലത്താണ് Hunger Artist എന്ന ത ന്റെ അവസാന രചന നിർവ്വഹിച്ചത്. പൊതുജനം ക്രൂരമായ അബദ്ധ ധാരണകളോടെ ഒരുവന്റെ സൃഷ്ടിപരമായ വിജയം നോക്കിക്കാണു ന്നതും അത് അയാളുടെ നാശത്തിൽ കലാശിയ്ക്കുന്നതും ആണ് ക ഥ. മരണശേഷം ലോകം തന്നെ എങ്ങനെ വായിക്കും എന്ന് അദ്ദേ ഹം അതിലൂടെ മുൻകൂട്ടി പ്രവചിച്ചത് പോലെ വായനക്കാരന് അനു ഭവപ്പെടും. അന്ത്യം വിയന്നയിലെ ഒരു സാനിറ്റോറിയത്തിൽ വച്ചായി രുന്നു. 1924 ജൂൺ 3ന് മരിച്ച അദ്ദേഹം പ്രാഗിലെ ജൂതസെമിത്തേരി യിലാണ് അന്ത്യ വിശ്രമം കൊള്ളുന്നത്. പ്രസിദ്ധി അപ്രധാനമെന്ന് കരുതിയ ഈ എഴുത്തുകാരന്റെ മരണാനന്തര ചടങ്ങുകൾക്ക് ആറിൽ താഴെ പേർ മാത്രമാണ് പങ്കെടുത്തത്. പക്ഷേ ഇന്ന് കാഫ്കയുടെ ആരാധകർക്ക് ഇവിടം ഒരു ദേവാലയമാണ്. അവിടെ നാണയങ്ങൾ, അദ്ദേഹത്തോടുള്ള പ്രാർത്ഥനകൾ എഴുതിയ ചെറിയ കടലാസു ക ഷണങ്ങൾ മുതലായവ നിവേദിച്ചിരിയുന്നത് കാണാം. ജോസഫോ വിലെ കാഫ്ക്കയുടെ പ്രതിമ ധാരാളം പേരെ ആകർഷിക്കുന്നു.

സ്വന്തം ജീവിത കാലത്ത് കാഫ്ക മൂന്ന് ചെറുകഥാ സമാഹാര ങ്ങൾ മാത്രമേ പ്രസിദ്ധീകരിച്ചിട്ടുള്ളു. ഇതിൽ 'മെറ്റമോർഫോസിസ്'

എന്ന പ്രസിദ്ധമായ ചെറുകഥയും ഉൾപ്പെടുന്നു. മരണശേഷം ലഭിച്ച രാജ്യാന്തര പ്രശസ്തിയും ആരാധക വൃന്ദവും പിന്നീട് പ്രസിദ്ധികരിച്ച മൂന്ന് നോവലുകളുടെ പേരിലാണ്. അമേരിക്ക, ദിട്രയൽ, ദികാ സിൽ എന്നിവയാണ് ആ കൃതികൾ. സമ്പൂർണ്ണതാവാദി(Perfectionist) യായ അദ്ദേഹത്തിന് ഈ കൃതികളുടെ മേന്മയെപ്പറ്റി തീരെ മതിപ്പു ണ്ടായിരുന്നില്ല. മരണശേഷം ഇവ നശിപ്പിച്ച് കളയാനായി സുഹൃത്താ യ മാക്സ് ബ്രോഡിനെ ഏൽപ്പിക്കുകയായിരുന്നു. മാക്സ് ആ കൃതി കളുടെ മഹത്വം കണ്ടറിഞ്ഞു അവ പ്രസിദ്ധീകരിക്കാൻ തീരുമാനി ച്ചു. ഇവ കൂടാതെ അദ്ദേഹത്തിന്റെ ഡയറികൾ കത്തുകൾ, ജീവചരി ത്രം എന്നിവയും പ്രസിദ്ധീകരിച്ചു. ഇന്ന് കാഫ്ക എന്തായി അറിയ പ്പെടുന്നോ, ആ മിത്ത് നിർമ്മിക്കാൻ ഇവ പ്രധാന പങ്ക് വഹിച്ചു എന്ന് പറയാതിരിക്കാനാവില്ല. അന്താരാഷ്ട്ര സാഹിത്യ സദസ്സുകളിൽ ആ കൃതികൾക്ക് പ്രചാരം കൊടുക്കാനായി മാക്സ് കഠിനമായി അദ്ധ്വാ നിക്കുകയും ചെയ്തു. അദ്ദേഹത്തിന്റെ ആ പ്രവൃത്തി സാഹിത്യ ത്തിന് വലിയ മുതൽക്കൂട്ടായി. 1930ൽ ഇംഗ്ലീഷിലും ഫ്രഞ്ചിലും ഉ ണ്ടായ പരിഭാഷകളാണ് ആദ്യം ലോകശ്രദ്ധ അദ്ദേഹത്തിലേക്ക് തിരി ച്ചത്. അന്ന് മുതൽ മനശാസ്ത്രജ്ഞന്മാർ, തത്വചിന്തകർ, മതവ്യാ ഖ്യാതാക്കൾ, സാഹിത്യനിരൂപകർ എന്നിവർ പല കാലങ്ങളിലായി അദ്ദേഹം കറുപ്പിലും വെളുപ്പിലും എഴുതിയ എല്ലാ വരികൾക്കും ത ങ്ങളുടേതായ വ്യഖ്യാനങ്ങൾ നൽകി. ഓരോരുത്തരും ഓരോ കാല ത്ത് ഓരോന്ന് പുതുതായി കണ്ടെത്തി. ഈ മൗലികമായ ഉഭയഭാവന (radical ambivalence)യായിരുന്നു അദ്ദേഹത്തിന്റെ പ്രതിഭയുടെ കാ തൽ. ഓരോരുത്തർക്കും അവനവന്റെ രീതിയിൽ ആ എഴുത്തിനെ വ്യഖ്യാനിക്കാം. 'കാലത്തിന് മുൻപേ നടക്കുകയും ചിന്തിക്കുകയും ചെയ്ത ആൾ' എന്ന് പലരും അദ്ദേഹത്തെ വിശേഷിപ്പിച്ചിട്ടുണ്ട്. പു തിയ കാലത്തിന്റെ കണ്ണാടിയിലൂടെ അദ്ദേഹത്തിന്റെ എഴുത്ത് പുതി യൊരു അർത്ഥത്തിൽ വായിക്കാൻ സാധിക്കുന്നു എന്നുള്ളത് അദ്ദേ ഹത്തിന്റെ പ്രസക്തി വർദ്ധിപ്പിക്കുന്നു. അധികാരസ്ഥാനങ്ങൾക്ക് മു ന്നിൽ ഹതാശരായ വ്യക്തികളുടെ ദുഃഖങ്ങളെ വെളിവാക്കുന്ന എഴു ത്ത് അക്കാലത്തെ നാസികൾക്കും കമ്മ്യൂണിസ്റ്റുകൾക്കും അദ്ദേഹത്തെ അപ്രിയനാക്കി. വർഷങ്ങളോളം അത് ജീർണതയുടെ സാഹിത്യമാ യി കണക്കാക്കപ്പെട്ടു.

അധികാരത്തിന്റെ മുന്നിൽ പകച്ച് നിലക്കുന്ന ദുർബലരായ സാ ധാരണക്കാരെയാണ് അദ്ദേഹത്തിന്റെ കഥകളിൽ കാണുന്നത്. ഇത്

അധികാരസ്ഥാനങ്ങളിലുള്ള ഉന്നതകുലജാതരോ, വ്യവസായികളോ, ജഡ്ജിയോ അങ്ങനെ ആരു വേണമെങ്കിലും ആകാം; ഒരു പക്ഷേ കരുണയില്ലാത്ത ഒരു പിതാവിന്റെ രൂപത്തിൽ പോലും അധികാരം ദുർബലന്റെ മേൽ മാനസികവും ശരീരികവുമായ പീഡനങ്ങളേൽപ്പി

കാഫ്കയുടെ സ്മാരകം

ക്കും. ഇത്തരം അധികാര സ്ഥാപനങ്ങളുടെയും വ്യക്തികളുടെയും കരാളഹസ്തങ്ങളിൽ നിന്ന് രക്ഷപ്പെടാനാവാതെ അവസാനത്തെ ആശ്രയമായി സ്വയം മരണം പോലും വരിക്കുന്നവരെയാണ് അദ്ദേഹ ത്തിന്റെ സൃഷ്ടിയുടെ ലോകത്ത് കാണുന്നത്.

കാഫ്കയുടെ കൃതികൾ പഠന വിഷയമാക്കുന്ന ആരും അദ്ദേഹ ത്തിന്റെ പിതാവുമായുള്ള ബന്ധം ഗവേഷണ വിധേയമാക്കേണ്ടതാ ണ്. അച്ഛനെ പറ്റി കാഫ്ക ഒരിടത്തും എഴുതിയിട്ടില്ല. പക്ഷേ വളരെ കയ്പ്പ് നിറഞ്ഞ ഈ ബന്ധത്തിന്റെ അരുചി ആ സൃഷ്ടികളിലാകെ പ ടർന്ന് കിടപ്പുണ്ട്. 'ആൺ കുട്ടിക്ക് ഒരു പൂർണ്ണ പുരുഷനായി മാറാൻ പിതാവിന്റെ സഹായവും അംഗീകാരവും ആവശ്യമുണ്ട്.' എന്ന് അ ദ്ദേഹം എഴുതി. അത് ലഭിക്കാതെ വളർന്ന ആ കുട്ടിയുടെ മനസ്സിൽ അസംതൃപ്തിയും അപര്യാപ്തതയും ഉൾപ്പകയും മാത്രം ബാക്കി യായി.

കാഫ്കയുടെ കുടുംബത്തേയും നിർഭാഗ്യങ്ങൾ കൈവിട്ടില്ല. അ ദ്ദേഹത്തിന്റെ പ്രശസ്തി വാനോളം ഉയർന്ന് നില്ക്കുന്ന രണ്ടാം ലോ ക മഹായുദ്ധ കാലത്താണ് കാഫ്കയുടെ വല്ലി, എല്ലി, ഒട്ട്ല എന്നീ മൂന്ന് സഹോദരിമാരും ടെറെസിൻ എന്ന കോൺസെൻട്രേഷൻ ക്യാമ്പിലെ ഹോളോ കാസ്റ്റിൽ മരിക്കുന്നത്. കാഫ്കയ്ക് ഏറ്റവും പ്രിയപ്പെട്ട, മൂന്നാമത്തെ സഹോദരി ഒട്ട്ല ജൂതനല്ലാത്ത ഒരാളെയാ ണ് വിവാഹം ചെയ്തിരുന്നത്. ദാരുണമായ ഭാഗധേയത്തിൽ നിന്ന് ഭർത്താവിനെയും കുട്ടികളെയും രക്ഷിക്കാനായി അവർ വിവാഹമോ ചിതയായി. അതിന് ശേഷം അവർ നാസി അധികാരികൾക്ക് മുൻ പിൽ സ്വയം ഹാജരായി. അവിടെ അവർ ക്യാമ്പിലെ കുട്ടികളുടെ ചു മതലക്കാരിയായിരുന്നു. 1943ൽ അവർ ആ കുട്ടികളോടൊപ്പം ട്രെയി നിൽ ഓഷ്യവിറ്റ്സിലേക്ക് കൊണ്ടുവരപ്പെട്ടു. അവിടെയെത്തി അധി കം താമസിയാതെ തന്നെ എല്ലാവരും കൊല്ലപ്പെടുകയായിരുന്നു. മ റ്റൊരു സഹോദരിയുടെ മകൾ 2015ൽ തൊണ്ണൂറ്റിനാലാമത്തെ വയസ്സിൽ പ്രാഗിൽ വച്ചു മരിച്ചു. അവരുടെ മകൻ കാഫ്കയുടെ കത്തുകൾ പ രിഭാഷപ്പെടുത്തിയിട്ടുണ്ട്.

19. കാമ്പാദ്വീപും ചാൾസ്ബ്രിഡ്ജും

പ്രാഗ് കാസിൽ കണ്ട ശേഷം ഞങ്ങൾ ഒരു ട്രാമിൽ കാമ്പാ ഐ ലൻഡിലേക്ക് പോയി. പ്രാഗിലെ ഏറ്റവും പഴയതും സൗകര്യപ്രദവു മായ പൊതുവാഹനമാണ് ട്രാം. പട്ടണത്തിന്റെ മിക്ക ഭാഗങ്ങളിലേ ക്കും ഇതിന് സർവീസ് ഉണ്ട്. സിറ്റി സെന്ററിലേക്ക് ബസുകൾക്ക് പ്ര വേശനമില്ല. പ്രധാനമായും എയർ പോർട്ടിലേക്ക് ഉള്ള യാത്രക്കും പിന്നെ കാഴ്ച ബംഗ്ലാവ് പോലെ പട്ടണത്തിന് പുറത്തുള്ള സ്ഥലങ്ങ ളിൽ പോകാനും മാത്രമേ ബസ്സുകൾക്ക് അനുവാദമുള്ളു. ഒരേ ടി ക്കറ്റുകൊണ്ടു് മെട്രോയിലും ബസിലും സഞ്ചരിക്കാം. ഈ ടിക്കറ്റു കൾ മുൻകൂട്ടി വാങ്ങണം. 30 മിനിറ്റിൽ കുറവുള്ള യാത്രകൾക്ക് 24 ക്രൗണും 90 മിനിറ്റ് ഉള്ള യാത്രകൾക്ക് 32 ക്രൗണും ഒരു ദിവസത്തെ യാത്രയ്ക്ക് മുഴുവനുമായി 110 ക്രൗണും ആണ് ചാർജ്ജ്. ഒരു ചെക് ക്രോണ ഏകദേശം മൂന്നര രൂപയാണ്. ഞങ്ങൾ സൗകര്യാർത്ഥം 110ന്റെ ടിക്കറ്റാണ് വാങ്ങിയത്. ടിക്കറ്റ് 'വാലിഡേറ്റ്' ചെയ്യുക എന്നൊ രു കാര്യം നിർബന്ധമായും ചെയ്തിരിക്കണം. കയറുന്ന വാതിലിന ടുത്ത് തന്നെ കാണുന്ന ഒരു മഞ്ഞ മെഷിനിൽ ഇത് സ്കാൻ ചെയ്യ ണം വാലിഡേറ്റ് ചെയ്യാത്ത ടിക്കറ്റുമായി യാത്ര ചെയ്തു പിടിക്കപ്പെ ട്ടാൽ 1500 ക്രോണ പിഴ അടയ്ക്കേണ്ടിവരും. ഇതിനായി യൂണി ഫോം ഇല്ലാത്ത ഇൻസ്പെക്ടർമാർ ഇടക്കിടെ പ്രത്യക്ഷപ്പെടും. 6 വയ സിന് താഴെ പ്രായമുള്ളവർക്ക് ടിക്കറ്റ് ആവശ്യമില്ല. 6 മുതൽ 15 വ രെയുള്ളവർക്ക് ഹാഫ് ടിക്കറ്റാണ്. സൈക്കിൾ യാത്രക്കാർക്കും കാൽ നടയാത്രക്കാർക്കും വളരെ പ്രധാന്യം കൊടുക്കുന്ന ഒരു പട്ടണമാ ണിത്. നഗരത്തിന്റെ മിക്ക റോഡുകളിലും സൈക്കിളുകൾക്ക് മാത്ര മായ ലെയിനുകൾ ഉണ്ട്. ടാക്സികളെ തീരെ ആശ്രയിക്കാൻ വയ്യാ ത്തത് കൊണ്ട് ട്രാമും മെട്രോ റെയിലും വളരെ ജനപ്രിയമാണ്. സാവധാനത്തിൽ വളരെ നിശബ്ദമായി വരുന്ന ട്രാം ഇടിച്ചു ഒരു പ്ര ശസ്ത ഇന്ത്യൻ സിനിമാനടിയുടെ അമ്മ മരിച്ചെന്ന് ഒരു കഥ കേട്ടി രുന്നത് കാരണം വളരെ ശ്രദ്ധിച്ചാണ് റോഡ് മുറിച്ചു കടന്നിരുന്നത്. പ്രാഗിന്റെ മാലാസ്ട്രാനാ എന്ന ഭാഗത്ത് വ്ളാട്ടാവ നദിയിൽ കാ

ണുന്ന ഒരു ചെറു ദ്വീപാണ് കാമ്പ. 1541ൽ പ്രാഗിൽ ഉണ്ടായ വൻതീ പിടിത്തത്തിൽ കത്തി നശിച്ച സാധനങ്ങളുടെ അവശിഷ്ടങ്ങൾ മുഴു വൻ വ്ളാട്ടാവ നദിയിലേക്ക് കൊണ്ടു വന്ന് തള്ളി. അവിടെ മണ്ണടി ഞ്ഞു ഒരു ദ്വീപായി മാറുകയായിരുന്നു. 'ഡെവിൾസ് സ്ട്രീം' എന്ന് പേരായ ഒരു ചെറു അരുവി ഇതിനെ മാലാസ്ട്രാനായിൽ നിന്ന് വേർ തിരിച്ചിരിയ്ക്കുന്നു. ചെറിയൊരു പാലം കടന്നാൽ ഈ ദ്വീപിൽ എ ത്താം. ഇതിനടുത്ത് സെവൻ ഡെവിൾസ് എന്ന പേരിലുള്ള ഒരു ഭവ നത്തിൽ ചാട്ടുളി പോലെയുള്ള നാക്കുള്ള ഒരു സ്ത്രീ പണ്ടുകാല ത്ത് താമസിച്ചിരുന്നതു നിമിത്തമാണ് ചെറുനദിക്ക് ഈ പേര് വന്ന തത്രേ! ഈ അരുവിയിൽ അക്കാലത്ത് സാധാരണമായിരുന്ന, വെള്ളം കൊണ്ട് പ്രവർത്തിക്കുന്ന അനേകം ചോളം പൊടിക്കുന്ന മില്ലുകൾ ഉണ്ടായിരുന്നു. ഇന്ന് അവയിൽ മൂന്നെണ്ണം മാത്രമേ ബാക്കിയുള്ളൂ. അതിൽ രണ്ടെണ്ണം കാണാൻ സാധിച്ചു. പഴയ കാലത്തു കേരളത്തിൽ പലയിടങ്ങളിലും കൃഷിക്കായി വെള്ളം തേവാൻ ഉപയോഗിച്ചിരു ന്ന ചക്രം പോലെയൊന്നാണ് അവിടെ കണ്ടത്. അതിൽ ഒരെണ്ണം അരുവിയുടെ കരയിലുള്ള ഒരു കോഫി ഷോപ്പിന്റെ അകത്തേക്ക് കയറി നിൽക്കുന്നുണ്ട്. 1938വരെ ഈ രീതിയിലുള്ള ഒരു മില്ല് ഈ കെട്ടിടത്തിൽ പ്രവർത്തിച്ചിരുന്നു. എന്നാൽ ഇന്ന് അവിടെ ഒരു ചെ റിയ കോഫിഷോപ് പ്രവർത്തിക്കുന്നുണ്ട്. ഇതിന്റെ ഇരുകരകളി ലും ധാരാളം സുന്ദരമായ വീടുകൾ കാണാം.

ഈ ഭാഗത്തെ 'പ്രാഗിന്റെ വെനീസ്' എന്നും പറയാറുണ്ട്. ധാരാ ളം പാർക്കുകളും പൂന്തോട്ടങ്ങളും നടവഴികളും ഒക്കെയായി വളരെ ശാന്തവും സുന്ദരവുമായ ഒരു പ്രദേശമാണിത്. ശരത്കാലം അടുത്തി രുന്നത് കൊണ്ട് ഇലകളെല്ലാം മഞ്ഞനിറത്തിൽ! നദിയിൽ കുറേ വെ ളുത്ത അരയന്നങ്ങൾ നീന്തി നടക്കുന്നത് കണ്ടു. ഇടക്കിടെ വിനോദ സഞ്ചാരികളെ വഹിച്ചു കൊണ്ട് വലിയ ബോട്ടുകൾ നീങ്ങുന്നു. ഭക്ഷ ണവും സംഗീതവും ഒക്കെയുള്ള ബോട്ടുകളാണ്. ദ്വീപിനകത്തു റോ ഡുകളും ഗതാഗതവും അനുവദിച്ചിട്ടില്ല. സാധാരണ ഇവിടുത്തുകാർ ഒരു പകൽ നീളുന്ന പിക്നിക്കിനോ, കമിതാക്കൾ ഒരു സായാഹ്ന സവാരിക്കോ തിരഞ്ഞെടുക്കുന്ന സ്ഥലം! ചില നവവധുവരന്മാർ വി വാഹ വേഷത്തിൽ സുന്ദരമായ കോണുകളിൽ നിന്ന് ഫോട്ടോ എടു ക്കുന്നുണ്ടായിരുന്നു. ഇതിനടുത്ത് തന്നെ AD 724ൽ ജനിച്ച ചാർലി മെയ്ൻ രാജാവ് മുതൽ ചെക്കൊസ്ലൊവാക്യ ഭരിച്ചിരുന്ന മുഴുവൻ രാ ജാക്കന്മാരുടെ പേര് വിവരവും അവരെക്കുറിച്ചുള്ള ഒരു സംക്ഷിപ്ത

വിവരണവും അടങ്ങിയ ഒരു ബോർഡ് ഇവിടെ കാണാം. നദിക്കര യിൽ തന്നെ, ശ്രീചിന്മയി എന്നൊരു സ്വാമിയുടെ പ്രതിമയും കാ ണാം. 'If u can create Harmony in your life ,this Harmony will enter the vast world' എന്ന് അദ്ദേഹത്തിൻെറ പ്രതിമക്ക് താഴെ എഴുതി വച്ചിട്ടുണ്ട്.

പഴയ കാലത്തെ ഫർണിച്ചറും സംഗീതവും ഒക്കെയായി കുറേ ഭ ക്ഷണശാലകളും ബേക്കറികളും ദ്വീപിനകത്തു കാണാം. ഇവിടെ ത്തന്നെയാണ് കാമ്പാ മ്യൂസിയം ഒഫ് മോഡേൺ ആർട്ട് (Campa Museum of Modern Art). രണ്ടു വ്യക്തികളുടെ സ്വകാര്യശേഖര ത്തിൽപ്പെട്ട കലാവസ്തുക്കളാണ് ഇവിടെ പ്രദർശിപ്പിച്ചിരിയ്ക്കുന്ന ത്. ഇരുപതാം നൂറ്റാണ്ടിലെ കുറേ പെയിന്റിംഗുകളും ശില്പങ്ങളും അവിടെ കാണാം. ഇതിനടുത്തു ഒന്നര ആൾപ്പൊക്കത്തിലുള്ള 'ബാർ കോഡ്' മുഖമുള്ള കുറേ 'വലിയ' കുഞ്ഞുങ്ങളുടെ ഇരുമ്പ് പ്രതിമ കൾ കാണാം. കമ്പോളം സംസ്കാരത്തെ കളിയാക്കിക്കൊണ്ടുള്ള ഒ രു ആർട്ട് വർക്ക് ആണിത്. ഈ പ്രതിമകളുടെ പൃഷ്ഠത്തിൽ ഉമ്മവയ് ക്കുന്നതു ഭാഗ്യം കൊണ്ടു വരുമെന്ന് ഇവിടെ ഒരു വിശ്വാസമുണ്ട്. അ ധികം ഭാഗ്യം ആവശ്യമില്ലെങ്കിൽ അവിടെ ഒന്ന് തൊട്ടാലും മതി! ഞാൻ എന്തായാലും ഒന്ന് തൊട്ടു. അതിന് ശേഷം ദ്വീപിൽ നിന്ന് പുറത്തേ ക്ക് നടന്നു.

അടുത്ത് തന്നെയുള്ള ഒരു ചെറുപാലം കടന്നാൽ ദ്വീപിൽ നിന്ന് പുറത്തിറങ്ങാം. അവിടെ നിന്ന് ചാൾസ് ബ്രിഡ്ജിലേക്ക് നടക്കാമെ ന്നായിരുന്നു പ്ലാൻ. വഴിയിൽ സെപ്റ്റംബർ 11ന് ന്യൂയോർക്കിൽ ജീവൻ നഷ്ടപ്പെട്ട അഗ്നിശമന സേനാപ്രവർത്തകരുടെ സ്മാരകം കണ്ടു.

ചരടു കൊണ്ട് കൈകാലുകൾ ചലിപ്പിക്കുന്ന പാവകളുടെ നിർ മ്മാണം ഈ നാട്ടിലെ മാരിയണെറ്റ് (Marionette) എന്ന ഒരു പഴയ കലാരൂപമാണ്. പ്ലാസ്റ്റർ, സെറാമിക്, തടി എന്നീ വസ്തുക്കൾ കൊ ണ്ട് ഇത്തരം പാവകൾ ഉണ്ടാക്കാം. ശരീരഭാഗങ്ങളെ പ്രത്യേകമായി ഉണ്ടാക്കി യോജിപ്പിച്ചാണ് ഇത് നിർമ്മിക്കുന്നത്. പലതരത്തിലുള്ള സുന്ദരമായ നിറങ്ങളും വസ്ത്രങ്ങളും ആഭരണങ്ങളും ഇവയെ അ ണിയിക്കും. ചരട് മൂലം ഇവയുടെ ശരീരചലനങ്ങൾ നിയന്ത്രിക്കാൻ സാധിക്കും ഇത്തരം പാവകളെ കഥാപാത്രങ്ങൾ ആക്കിയിട്ടുള്ള നാ ടകങ്ങൾ മാരിയണറ്റ് തിയേറ്റർ എന്ന പേരിൽ ഇവിടെ പ്രസിദ്ധമാ ണ്. ഈ കല പഠിപ്പിക്കുന്ന കോളേജുകളും ഈ നാട്ടിലുണ്ട്. നമ്മു ടെ നാട്ടിലെ പാവക്കൂത്തിനു തുല്യമായ ഒന്നാണിത്. തടി കൊണ്ട്

ഈ രൂപങ്ങളെ ചെത്തി ഉണ്ടാക്കുന്നത് അത്ര എളുപ്പമുള്ള കാര്യമല്ല. പാരമ്പര്യമായി ഇത്തരം ജോലികൾ ചെയ്തു വരുന്ന പല കുടുംബ ങ്ങളും ഇവിടെ ഉണ്ട്. ഇതിൽ ജസ്റ്റർ എന്ന് പേരുള്ള ഒരു പാവയാണ് ഏറ്റവും കൂടുതൽ ജനപ്രിയമായത്. കാരണം ഏത് നാടകത്തിന്റെ യും തുടക്കത്തിൽ വന്ന് കഥയും കഥാപാത്രങ്ങളെയും പരിചയപ്പെ ടുത്തുന്നത് ഇയാളാണ്. മൊസാർട്ട് എഴുതിയ ജിയോവാനി എന്ന ഓപ്പറ ഒരു മാരിയണറ്റ് നാടകമാക്കി പുനർനിർമ്മിക്കപ്പെട്ടിട്ടുണ്ട്. വ ളരെ ജനപ്രിയമായ ഈ കലാരൂപം പ്രാഗ് അക്കാഡമി പെർഫോമി ങ് ആർട്ട്സിൽ പഠിപ്പിച്ച വരുന്നു. ഇത് യുനെസ്കോയുടെ ലിസ്റ്റിൽ പ്പെട്ടതാണ്. ഒരു ഷോയുടെ ടിക്കറ്റ് വില 100-200 ക്രൗൺ ആണ്.

ഇതിനടുത്തുതന്നെ ഉള്ള ഒരു ചെറു പാലം പ്രണയികൾക്ക് വേ ണ്ടിയിട്ടുള്ള പൂട്ടുകൾ കൊണ്ടു നിറഞ്ഞതാണ്. കൈ വരികളുടെ ഏ തെങ്കിലും ഒരു ഭാഗത്ത് തങ്ങളുടെ പേരെഴുതിയ പൂട്ട് ഇട്ട് പൂട്ടിയശേ ഷം താക്കോൽ നദിയിലേക്ക് എറിഞ്ഞുകളയും; ഇങ്ങനെ ചെയ്താൽ ആ ഇണകളുടെ പ്രേമം അനന്തമായി നിലനിൽക്കും എന്നാണ് വി ശ്വാസം. ചില ഇന്ത്യൻ പേരുകളും ആ പൂട്ടുകളിൽ കണ്ടു. ഇത്തരം പ്രണയപ്പൂട്ടുകൾ നിറഞ്ഞ പാലങ്ങൾ പാരീസ്, വിയന്ന തുടങ്ങിയ ചിലയിടങ്ങളിലും കണ്ടിട്ടുണ്ട് .

ചാൾസ് ബ്രിഡ്ജിലേക്ക് പ്രവേശിക്കുന്ന ഭാഗത്ത് പുരാതന കാ ലം മുതലുള്ള കുറേ കടകളുണ്ട്. പ്രസിദ്ധമായ ബൊഹീമിയൻ ക്രി സ്റ്റലുകൾ വിൽക്കുന്ന കടകളിൽ ഒന്നിൽ കയറി. പൊട്ടാഷും ലെഡും ചേർത്ത് തിളക്കവും തെളിച്ചവും കാഠിന്യവും കൂട്ടിയുണ്ടാക്കുന്ന ഈ ഗ്ലാസുപയോഗിച്ച് അലങ്കാര വസ്തുക്കൾ, പൂപ്പാത്രങ്ങൾ, ശരറാന്ത ലുകൾ, വൈൻഗ്ലാസുകൾ എന്നിവ നിർമ്മിക്കുന്നു. ഇതിന്റെ ചരിത്രം നവോത്ഥാന കാലം വരെ നീണ്ടു കിടക്കുന്നു. പ്രാഗിലെത്തുന്ന എ ല്ലാവരും ബൊഹീമിയൻ ഗ്ലാസ് കൊണ്ടുണ്ടാക്കിയ എന്തെങ്കിലും വാ ങ്ങാറുണ്ട്.

ട്രെടെൽനിക്ക് (Trdelnik) എന്ന പേരിലുള്ള പലഹാരം വില്ക്കു ന്ന കടകൾ ഇവിടെ ഏത് കോണിലും കാണാം. ഐസ്ക്രീം കോൺ പോലെ മാവ് കൊണ്ട് സിലിണ്ടർ ആകൃതിയിൽ ഉള്ള് പൊള്ളയായി ഉണ്ടാക്കിയെടുക്കുന്ന പലഹാരമാണിത്. തടിയിലോ ഇരുമ്പിലോ ഉ ണ്ടാക്കിയ ഉരുണ്ട വടികളിൽ മാവ് കുഴച്ചത് റിബൺ പോലെയാക്കി ചുറ്റി കനലിൽ ചുട്ടെടുക്കുന്നതാണ് ഈ പലഹാരം. റോഡു വക്കിൽ തന്നെയാണ് ഉണ്ടാക്കിയെടുക്കുന്ന ഇത് ചൂടോടെ പൊടിച്ച പഞ്ച

സാരയും കറുവാപ്പട്ടയുടെ പൊടിയും വിതറി തരും. ആവശ്യമനുസ രിച്ചു ഐസ്ക്രീമോ, ചോക്കലേറ്റോ സോസേജോ, ടൊമാറ്റോയും ചീ സുമോ നിറച്ചും നൽകും. ഏകദേശം 110 ക്രൗൺ ആണ് വില. ഇവി ടെ ധാരാളമായി കാണാമെങ്കിലും ഇത് ഒരു വിദേശിയാണ്. ഇതിന്റെ പല രൂപങ്ങൾ ഓസ്ട്രിയ, ഹംഗറി, സൗത്ത് ആഫ്രിക്ക തുടങ്ങിയ പ ല രാജ്യങ്ങളിലും കാണാം. കുറേ നടന്ന് ക്ഷീണിച്ചപ്പോൾ ഞങ്ങൾ ഒ രു കടയിൽ നിന്ന് ഇത് വാങ്ങി കഴിച്ചു. ഇത് ഉണ്ടാക്കുന്നതിന്റെ കു റേ ഫോട്ടോകളും എടുത്തു. പാലത്തിനടിയിൽ സുന്ദരങ്ങളായ ചില ഗ്രഫീറ്റികൾ   കണ്ടു.

അവിടെ നിന്ന് കുറേക്കൂടി മുന്നോട്ട് നടന്നപ്പോൾ ബിഥോവൻ താമസിച്ചിരുന്ന ഒരു വീട് കണ്ടു. അദ്ദേഹത്തിന്റെ ചിത്രം പതിച്ചു അ ത് പ്രത്യേകമായി അടയാളപ്പെടുത്തിയിട്ടുണ്ട്. സൂര്യനസ്തമിക്കുന്ന തിന് മുൻപുള്ള സമയമായിരുന്നു. വഴിയരികിലുള്ള ഭക്ഷണശാലകൾ ഭംഗിയായി ഒരുക്കി വച്ച മേശകളും സംഗീതവുമായി അതിഥികളെ കാത്തിരിക്കുന്നു. ഭക്ഷണത്തിന്റെ ഗന്ധം കാറ്റിൽ പരന്നിട്ടുണ്ട്. സാ ധാരണ പടിഞ്ഞാറൻ രാജ്യങ്ങളിലെല്ലാം രാത്രി ഭക്ഷണം 6 മണിയോ ടെയാണ്.

അൽപ്പം അകലെയായി തിരക്കുള്ള ഒരു ഭാഗം കണ്ടപ്പോൾ അ ങ്ങോട്ട് നടന്നു. 'ലെന്നൻ മതിലി'ന്റെ മുന്നിലെ ആൾക്കൂട്ടം ആണത്. ബീറ്റിൽസ് സംഗീത ബാന്റിലെ അംഗമായ ജോൺ ലെന്നന്റെ ആരാ ധകരായ ധാരാളം ചെറുപ്പക്കാരെ അവിടെ കണ്ടു. അദ്ദേഹം 1980ൽ വെടിയേറ്റ് മരിച്ച ശേഷം ആരോ ഒരാൾ അദ്ദേഹത്തിന്റെ ചിത്രം ഈ ഭിത്തിയിൽ വരച്ചു. പക്ഷേ അദ്ദേഹം എന്തിനു വേണ്ടിയാണോ നിലകൊണ്ടിരുന്നത്, ആ ആദർശങ്ങൾ അക്കാലത്തെ പ്രാഗിലെ ക മ്മ്യൂണിസ്റ്റ് ഭരണാധികാരികൾക്ക് അപ്രിയമായിരുന്നു. ഇക്കാരണം കൊ ണ്ട് ആ പടം പിറ്റേന്ന് തന്നെ മായ്ച്ചു കളയാൻ ഉത്തരവ് വന്നു. പ ക്ഷേ എത്ര പ്രാവശ്യം മായ്ച്ചുകളഞ്ഞോ, അത്രയും പ്രാവശ്യം അദ്ദേ ഹത്തിന്റെ ചിത്രം വീണ്ടും അവിടെ പ്രത്യക്ഷപ്പെട്ടു. അങ്ങനെ ആ രോരും അറിയാതെ അദ്ദേഹത്തിനു വേണ്ടി ഒരു സ്മാരകം അവിടെ ഉയർന്നു വന്നു. ലോകത്തിലെ എല്ലാ ആളുകളും ഒരു പോലെയും സ്നേഹത്തോടെയും ജീവിക്കുന്നു കാലം സ്വപ്നം കണ്ടിരുന്ന ('Imagine' എന്ന ഗാനം ഓർക്കുക) ആ കലാകാരനു വേണ്ടിയുള്ള ഒരു അൾത്താരയായി മാറി ഇവിടം. അതിനുശേഷം അദ്ദേഹത്തിന്റെ വരികളും പാട്ടുകളും ഉൾപ്പെട്ട പലതരം സന്ദേശങ്ങളും കുറിപ്പുക

ളും അവിടവിടെയായി എഴുതിച്ചേർക്കപ്പെട്ടു. ഇന്നും അവിടം സന്ദർ ശിക്കുന്ന പലരും സ്വന്തം പേരും കയ്യൊപ്പും സന്ദേശങ്ങളും ആ ഭി ത്തിയിൽ എഴുതി ചേർക്കാറുണ്ട്. ചിലർ വിവാഹിതരായ ശേഷം വി വാഹ വസ്ത്രത്തോടെ ഇവിടെ എത്തി ഇതിന് മുമ്പിൽനിന്ന് ചിത്രം എടുക്കാറുണ്ട്. ലെന്നന്റെ 'Imagine' എന്ന പാട്ട് ഫോണിൽ നിന്ന് കേട്ട് കൊണ്ട് പ്രാർത്ഥനാപൂർണ്ണമായ മൂഡിൽ നിൽക്കുന്ന ഒരു കൂട്ടം യുവതി യുവാക്കളെ ഞങ്ങൾ അവിടെ കണ്ടു.

ലോകത്തിലെ ഏറ്റവും വീതികുറഞ്ഞ തെരുവ് ഇതിനടുത്താണ്; രണ്ട് കെട്ടിടങ്ങൾക്ക് ഇടയിലുള്ള വളരെ ഇടുങ്ങിയ ഒരു വഴിയാണി ത്; കഷ്ടിച്ച് ഒരാളിന് നടന്നു പോകാം. അതിനകത്തേക്കു കടക്കു മ്പോൾ ഒരു ചുവന്ന ലൈറ്റ് പ്രകാശിപ്പിച്ച ശേഷം വേണം, നടന്നു പോകാൻ; കാരണം മറുവശത്ത് നിന്നും ഒരാൾ നടന്നു വരികയാ ണെങ്കിൽ രണ്ടു പേർക്കും അങ്ങോട്ടുമിങ്ങോട്ടും കടന്നുപോകാനുള്ള സ്ഥലം ഇല്ല. ഒരാൾ പുറത്തിറങ്ങി കഴിഞ്ഞ ശേഷം മാത്രമേ മറ്റൊ രാൾക്ക് അതുവഴി കടക്കാൻ സാധിക്കുകയയുള്ളൂ.

ഡേവിഡ് സെർണി നിർമ്മിച്ച ഫൗണ്ടനോട് കൂടിയ മറ്റൊരു ശിൽ പ്പം മലാസ്ട്രാനയിലെ കാഫ്ക മ്യൂസിയത്തിന്റെ മുൻപിൽ കാണാം. ചെക്കു റിപ്പബ്ലിക്കിന്റെ രൂപത്തിലുള്ള വെള്ളം നിറച്ച ഒരു നിർമ്മി തിയിൽ നിന്ന് കൊണ്ട് മൂത്രമൊഴിക്കുന്ന രണ്ടു പുരുഷന്മാരെയാണ് ഇവിടെ കാണുന്നത്. പ്രാഗിലെ തന്ത്രശാലികൾ ആയ രാഷ്ട്രീയക്കാ രുടെ മേൽ മൂത്രമൊഴിക്കുന്ന സാധാരണക്കാരനെയാണ് ഇവിടെ ചിത്രീകരിച്ചിരിക്കുന്നത്. ഇതിനടുത്ത് ജിഞ്ചർബ്രെഡ് കുക്കികൾ (ചു ക്ക് ചേർത്ത ബിസ്ക്കറ്റ്) വിൽക്കുന്ന ഒരു കടയിൽ വളരെ ഭംഗിയു ള്ള പലതരം ബിസ്കറ്റുകൾ കണ്ടു. ഞങ്ങൾ അതിനകത്തു കയ റി കുറേ ഫോട്ടോകൾ എടുത്തു. പിന്നീട് ചാൾസ്ബ്രിഡ്ജിലേ ക്കാണ് പോയത്.

പ്രാഗിലെ വ്ളറ്റാവാ നദിക്കു കുറുകെ പ്രാഗ് കാസിലിനെയും ഓൾ ഡ് ടൗൺ സ്കയറിനെയും ബന്ധിപ്പിക്കുന്ന ഭാഗത്താണ് ചാൾസ് ബ്രിഡ്ജ്. കിഴക്കും പടിഞ്ഞാറും എന്ന് ഈ പട്ടണത്തെ രണ്ടായി വി ഭജിക്കുന്ന 550 മീറ്ററുള്ള ചാൾസ് ബ്രിഡ്ജ് ആണ് ഈ നഗരത്തിലെ ഏറ്റവും പ്രധാന കാഴ്ച. പാലത്തിലൂടെ വാഹന ഗതാഗതം പൂർണ മായും നിരോധിച്ചിരിക്കുന്നു. രാപ്പകലന്യേ ഇതിൽ എപ്പോഴും ആളു കൾ നിറഞ്ഞൊഴുകുന്നുണ്ടാവും. പതിനാലാം നൂറ്റാണ്ടിൽ നിർമ്മിക്ക പ്പെട്ട ഈ പാലം രാത്രിയും പകലും തീർത്തും വ്യത്യസ്തമായ കാ

ഴ്ചകളാണ് സമ്മാനിക്കുന്നത്. ഒരു സഞ്ചാരിയും ഇത് രണ്ടും വിട്ടു കളയരുത്. 1170ൽ ഈ സ്ഥലത്തു നിർമ്മിക്കപ്പെട്ട ജൂഡിത്ത് ബ്രിഡ് ജ് 1342 ലെ വെള്ളപ്പൊക്കത്തിൽ ഒലിച്ചുപോയിരുന്നു. പഴയ പാല ത്തിന്റെ ഫൗണ്ടേഷൻ സ്റ്റോൺ ഉൾപ്പെടെ കുറേ ഭാഗങ്ങൾ ഇന്നും ഇ തിനടുത്ത് കാണാം. പാലത്തിൽ രേഖപ്പെടുത്തിയ പാലിൻഡ്രോം (മുൻ പിലോട്ടും പിറകിലേക്കും വായിക്കുമ്പോൾ ഒരു പോലെ വരുന്ന ന മ്പറുകളോ വാക്കുകളോ) നമ്പർ അനുസരിച്ച് 9 ജൂലൈ 1,357 5 മണി 31 മിനിറ്റ്(13579, 75:31) സമയത്ത് രാവിലെ ചാൾസ് നാലാമൻ ഈ പാലത്തിന് തറക്കല്ല് ഇട്ടതായാണ് രേഖകളിൽ. അക്കാലത്തെ ന്യൂമ റോളജിസ്റ്റുകളും അസ്ട്രോളജർമാരും മുൻപ് ആ സ്ഥാനത്തുണ്ടായ പാലത്തിന്റെ ഗതി ഇതിനു വരാതിരിക്കാനായി നല്ല സമയം നോക്കി പാലത്തിന്റെ നിർമ്മാണം ആരംഭിക്കാൻ നിർദ്ദേശിക്കുകയായിരുന്നു. ചാൾസിന്റെ കാലത്ത് തന്നെ ആണ്, ഗോത്തിക് ചർച്ചായ സെൻറ് വൈറ്റസ് കത്തീഡ്രലും, അക്കാലത്തെ ഏറ്റവും പ്രധാന സർവക ലാശാലയായ ചാൾസ് യൂണിവേഴ്സിറ്റിയും നിർമ്മാണം ആരംഭിച്ച ത്. നാണയങ്ങൾ നിർമ്മിക്കാനായി ഒരു കമ്മട്ടവും (mint) ഇക്കാല ത്ത് സ്ഥാപിക്കപ്പെട്ടു. സമൂഹത്തിൽ നിലവിലിരുന്ന ഉച്ചനീചത്വങ്ങൾ മൂലം ജനങ്ങൾ അസംതൃപ്തരായിരുന്നു. പണക്കാർ കൂടുതൽ പണ ക്കാരായും, പാവപ്പെട്ടവർ കൂടുതൽ പാവപ്പെട്ടവരായും മാറിക്കൊണ്ടി രുന്നു. പ്രാഗ് കാസിലിൽ ഒരു ഭാഗത്ത് കാണപ്പെടുന്ന 'ഹംഗർ വാൾ', ചാൾസ് നാലാമന്റെ നിർദ്ദേശപ്രകാരം 1360ൽ നിർമ്മിക്കപ്പെട്ടതാണ്. ഈ ഭിത്തിയുടെ നിർമ്മാണം പാവപ്പെട്ട ആളുകൾക്ക് ജോലിയും ഭ ക്ഷണവും പ്രദാനം ചെയ്തു; അങ്ങനെ കുറെ കുടുംബങ്ങൾ ദാരി ദ്ര്യത്തിൽനിന്നും കരകയറി.

പാലത്തിൻെറ നിർമ്മാണം പൂർത്തിയായശേഷം 400 കൊല്ലത്തോ ളം സിറ്റിയുടെ കിഴക്കും പടിഞ്ഞാറും ബന്ധിപ്പിക്കാനായി ഈയൊരു മാർഗം മാത്രമേ ഉണ്ടായിരുന്നുള്ളു. വാഹന ഗതാഗതം നിരോധിച്ചിരി ക്കുന്ന ഈ പാലത്തിന്റെ ഇരുവശത്തുമായി ധാരാളം വഴിയോരക്കച്ച വടം നടക്കുന്നുണ്ട്. ഓരോ വഴിയോരക്കച്ചവടക്കാരനും ലൈസൻസോ ട് കൂടിയാണ് അവിടെ വിൽപ്പന നടത്തുന്നത്. ലൈസൻസ് നന്നായി കാണത്തക്ക വിധത്തിൽ പ്രദർശിപ്പിച്ചിട്ടുണ്ടാകും. പതിനാലാം നൂറ്റാ ണ്ടിൽ നിർമ്മിച്ച ഈ പാലത്തിന്റെ പല ഭാഗങ്ങളും പുതുക്കി പണി ഞ്ഞു കൊണ്ടിരിക്കുകയാണ്. അവിടവിടെയായി 30 പ്രതിമകൾ സ്ഥാ പിച്ചിട്ടുണ്ട്. രാജാക്കന്മാരുടെയും പ്രശസ്ത വ്യക്തികളുടെയും പ്രതിമ

ചാൾസ് ബ്രിഡ്ജ്

കളാണിവ. കൂട്ടത്തിൽ ചിലത് നശിച്ചു പോയത് കാരണം, അതേ രൂപ
ത്തിലും വലിപ്പത്തിലും പുതിയ   പ്രതിമയുണ്ടാക്കി സ്ഥാപിച്ചിരിക്കു
ന്നു. പിത്തള കൊണ്ടുള്ള കന്യാമറിയത്തിന്റെ ഒരു പ്രതിമയുണ്ട്; അ
തിൽ ഒന്ന് തൊട്ടു പോകുന്നത് ഭാഗ്യം നൽകുമെന്ന് പറഞ്ഞുകേട്ടു.
പാലത്തിന്റെ ഒരറ്റത്ത് ഒരു ഗോപുരം കാണാം. വളഞ്ഞ ഗോവണി വ
ഴി മുകളിലേക്ക് കയറിയാൽ പട്ടണത്തിന്റെയും നദിയുടെയും മുക
ളിൽ നിന്നുള്ള കാഴ്ചകൾ ആസ്വദിക്കാം.

പടിഞ്ഞാറുഭാഗത്താണ് മലാസ്ട്രാന സ്ക്വയർ. ചാൾസ് ബ്രിഡ്
ജിനു അടുത്ത് തന്നെയാണ് ഫ്യൂണിക്കുലർ (funicular) റെയിൽ
വേ. ഇരുമ്പുവടത്തിൽകൂടി ഓടുന്ന റെയിൽവെ ആണിത്. പത്തൊ
മ്പതാം നൂറ്റാണ്ടിൽ സ്ഥാപിച്ച ഇതിൽ കയറിയാൽ കുന്നിന് മുകളിൽ

എത്താം. അവിടെ ഈഫൽ ടവറിന്റെ മാതൃകയിൽ ഗോപുരം കാ ണാം. കമ്മ്യൂണിസ്റ് ഭരണകാലത്തു രാത്രികാലങ്ങളിൽ കാവലിന് ഉദ്ദേശിച്ചു നിർമ്മിച്ച ടവറാണിത്. ഇവരുടെ ഈഫൽ ടവർ ചെറുതാ ണെങ്കിലും അത് നിൽക്കുന്ന കുന്നിന്റെ ഉയരവും കൂടി ചേർക്കുമ്പോൾ യഥാർത്ഥ ടവറിനേക്കാൾ ഉയരം ഉണ്ടാവുമെന്ന് ഇവിടെ ആളുകൾ തമാശയായി പറയാറുണ്ട്.

ഇതിനടുത്ത് തന്നെ ഇഴഞ്ഞു നടക്കുന്ന കുഞ്ഞുങ്ങളുടെ പ്രതിമ കൾ പതിപ്പിച്ചിട്ടുള്ള ഒരു ടെലികമ്മ്യൂണിക്കേഷൻ ടവർ ഉണ്ട്. ഡേവി ഡ് ഷെറി എന്നയാളാണ് ഇത് നിർമ്മിച്ചത്. കമ്മ്യൂണിസ്റ്റ് ഭരണകാല ത്താണ് ടവർ നിർമ്മിക്കപ്പെട്ടത്. ഇതിന്റെ മറ്റൊരു വിശേഷം ടവറിന്റെ ഏറ്റവും മുകളിലുള്ള ഒറ്റമുറിയുള്ള ഹോട്ടൽ ആണ്. വളരെ ചെലവ് കൂടിയതാണെങ്കിലും എല്ലാ സൗകര്യങ്ങളും കൂടിയ ഹോട്ടൽ വളരെ മുൻകൂട്ടി ബുക്ക് ചെയ്താൽ ആർക്കും താമസിക്കാൻ ലഭിക്കും. മധു വിധുവിന് ഇവിടെയെത്തുന്നവരുടെ പ്രിയപ്പെട്ട ഇടമാണിത് .

20. പ്രാഗിലെ വഴിയോരക്കാഴ്ചകൾ

ഒക്ടോബർ 28 നാഷണൽ ഡേ ആയതുകൊണ്ട് അടുത്ത 3 ദിന
ങ്ങൾ പൊതു അവധിയാണ്. ഇന്ന് വെള്ളിയാഴ്ച ഒരു നീണ്ട വാരാ
ന്ത്യത്തിൽ തുടക്കമായതുകൊണ്ട് എല്ലാവരും ഹോളിഡേ മൂഡിലാ
യി കഴിഞ്ഞിരുന്നു. പത്തു മണിയോടെ റെഡിയായി പുറത്തിറങ്ങി
യപ്പോൾ തന്നെ അന്തരീക്ഷത്തിൽ നിന്ന് അത് തൊട്ടറിയുവാൻ
കഴിയുമായിരുന്നു. പ്രാഗിലെത്തിയതിന്റെ രണ്ടാം ദിവസം തന്നെ 'മ്യൂ
സിയം ഓഫ് കമ്മ്യൂണിസം' കണ്ടിരുന്നു. പക്ഷേ അതുമായി ബന്ധ
പ്പെട്ട ഫോട്ടോകളും മറ്റു വിവരങ്ങളും ഫോണിൽ നിന്ന് അബദ്ധവ
ശാൽ ഡിലീറ്റ് ചെയ്യപ്പെട്ടു. പക്ഷേ ഇവ ഇല്ലാതെ ഇവിടെനിന്നും മട
ങ്ങിപ്പോകാൻ തോന്നുന്നില്ല. അതുകൊണ്ടു ടിക്കറ്റിന്റെ വിലയായ
290 ക്രൗൺ കൊടുത്ത് ഒന്നുകൂടി മ്യൂസിയം കാണാൻ തീരുമാനി
ച്ചു. കൂടെ വന്ന ആർക്കും ഈ സാഹസത്തിന് താൽപര്യമുണ്ടായിരു
ന്നില്ല. അതുകൊണ്ട് അവർ എന്നെ അവിടെ ആക്കിയിട്ടു ചുറ്റുപാടും
നടന്നു കണ്ടു. ആദ്യ ദിവസം വന്നതിനേക്കാൾ നല്ല തിരക്കുണ്ടായി
രുന്ന മ്യൂസിയത്തിൽ വച്ച് ഹൈസ്കൂൾ ടീച്ചർമാരുടെ സംഘത്തി
ലെ ഒരംഗത്തോട് ഞാൻ സംസാരിച്ചു. നാഷണൽ ഡേ സംബന്ധിച്ച്
പരിപാടികളിൽ പങ്കെടുക്കാനായി യൂറോപ്പിൽനിന്നും പല രാജ്യങ്ങ
ളിലും സ്കൂളുകളിൽ നിന്നും വന്ന ഗ്രൂപ്പുകളാണ് കൂടുതലും.

റിസപ്ഷനിൽ ആദ്യത്തെ പ്രാവശ്യം കണ്ടത് പോലെ ഒരാൾ മാ
ത്രമേ ഉണ്ടായിരുന്നുള്ളൂ. അയാൾ അത്യാവശ്യം ഇംഗ്ലീഷ് സംസാരി
ക്കുന്ന ഒരു കോളേജ് വിദ്യാർത്ഥി ആണ്. പാർട്ട് ടൈമായി ഇവിടെ
ജോലിയെടുക്കുന്നു. റിസപ്ഷനോട് തൊട്ടു തന്നെ കാൾ മാക്സി
ന്റെ ഒരു പ്രതിമയും കൗതുകവസ്തുക്കളും പുസ്തകങ്ങളും വിൽപ്പ
നയ്ക്ക് വെച്ചിരിക്കുന്ന ഒരു ചെറിയ ഷെൽഫും ഉണ്ട്. ടിക്കറ്റെടുത്ത്
കഴിഞ്ഞാൽ കുത്തനെയുള്ള കുറെ പടികൾ കയറി മുകളിലേക്ക് പോ
കണം. മ്യൂസിയത്തിന്റെ മുഴുവൻ ഭാഗവും മുകളിലാണ്. പ്രദർശന വ
സ്തുക്കളും കൂടാതെ ചിത്രങ്ങളും വിവരങ്ങൾ എഴുതിയ ഫലകങ്ങ
ളുമുണ്ട് . (ചെക്ക് കമ്മ്യൂണിസത്തിന്റെ നാൾ വഴികളെപ്പറ്റി പറ്റി

അടുത്ത അദ്ധ്യായങ്ങളിൽ വിശദമായി വായിക്കാം)

അതു കഴിഞ്ഞ് ഞങ്ങൾ ഫാർമേഴ്സ് മാർക്കറ്റിലേക്ക് ആണ് പോ
യത്. ഈ നാട്ടിലെ പാരമ്പരാഗത ഭക്ഷണം, കരകൗശല വസ്തു
ക്കൾ, സിഡികൾ തുടങ്ങിയവ ചെറിയ സ്റ്റാളുകളിൽ വിൽപ്പനയ്ക്ക്
വച്ചിരിക്കുന്നു. അടുത്തുതന്നെ ഒരു സ്റ്റേജിൽ ചെക്ക് സംഗീത പരി
പാടി നടക്കുന്നുണ്ട്. ആളുകൾ ഭക്ഷണം വാങ്ങി, സ്റ്റേജിന്റെ മുൻപി
ലെ ബെഞ്ചിലിരുന്ന് കഴിക്കുകയാണ്. കുറെ നേരം സ്റ്റാളുകളിൽ ക
റങ്ങി നടന്നു; കുറെ ചിത്രങ്ങൾ എടുത്തു. 'പ്ലം ഡംപ്ലിംഗ് ' എന്ന പേ
രിലുള്ള ഒരു സ്നാക്ക് വാങ്ങി. അകത്തു കുരുവോട് കൂടിയ പ്ലം(കു
രുവുള്ള ഒരു ഫലം) വച്ച് പുറമേ കൊഴുക്കട്ട പോലെ മാവു കൊണ്ടു
ള്ള ഒരു പൊതി ഉണ്ടാക്കിയ ശേഷം, ഇത് വെള്ളത്തിലിട്ട് പുഴുങ്ങി
യെടുക്കുകയാണ് ചെയ്യുന്നത്.

ഇതിന് മുകളിൽ പഞ്ചസാരയുടെ പൊടിയും കറുത്ത കശ്കശി
ന്റെ പൊടിയും വിതറിയാണ് വിളമ്പുന്നത്. ഫ്രാൻസിസ് ജോസഫ്
ചക്രവർത്തിയുടെ ഏറ്റവും പ്രീയപ്പെട്ട വിഭവമായിരുന്നു ഇത് എന്ന്
അവിടെ എഴുതി വെച്ചിട്ടുണ്ട്. ചീസ് കൊണ്ടും ഇറച്ചി കൊണ്ടും ഉ
ണ്ടാക്കിയ പല വിഭവങ്ങളും അവിടെ കണ്ടു .

അത് കഴിഞ്ഞു ഞങ്ങൾ മ്യൂസിയം ഓഫ് ക്യൂബിസം കാണാൻ
പോകാമെന്ന് തീരുമാനിച്ചു. ഇരുപതാം നൂറ്റാണ്ടിൽ പിക്കാസോയും
കൂട്ടുകാരും തുടങ്ങിവച്ച ഒരു കലാ പ്രസ്ഥാനം ആണ് ക്യൂബിസം.
ആദ്യം പോയത് അവരുടെ ക്യൂബിസം റെസ്റ്റോറന്റിലേക്കാണ്. ഇവി
ടെയുള്ള എല്ലാ വസ്തുക്കളും ക്യൂബിസത്തിന്റെ തീമിൽ ഉണ്ടാക്കി
യിരിക്കുന്നു. മുറികളുടെ തറ നീലയും വെള്ളയും നിറത്തിലുള്ള ക്യൂ
ബുകൾ നിരത്തിയതു പോലെ തോന്നും. മുറിയിലെ അലങ്കാരങ്ങളും
ലൈറ്റുകളും പാത്രങ്ങളും ഫർണിച്ചറുകളും ക്യൂബിസത്തിന്റെ ആ
ശയം പിൻപറ്റി ഉണ്ടാക്കിയവയാണ്. ഇവിടെനിന്ന് ചോക്ലേറ്റ് മുസ്സ് ,പാ
ഷൻ ഫ്രൂട്ട് മെറിങ് എന്നിവയും ചായയും ഓർഡർ ചെയ്തു. അവർ
ഓരോ ഐറ്റവും ഉണ്ടാക്കി, കലാപരമായി വിളമ്പിയ രീതിയിലെ പ
രിപൂർണ്ണതയും അത് ഉണ്ടാക്കിയിരിക്കുന്ന നൈപുണ്യവും അത്ഭുത
കരമായിരുന്നു. ഭക്ഷണം ഉണ്ടാക്കി അലങ്കരിച്ചു വിളമ്പുന്നതു ഒരു
കലയാണെന്ന് ഏത് അരസികനും സമ്മതിച്ചു പോകും വിധമാണ്
പേസ്ട്രികൾ നിരത്തി വച്ച ഷെൽഫിലെ കാഴ്ചകൾ. ചെറിയൊരു
ട്രേയിൽ ചൂടു വെള്ളവും ചായ ഒഴിക്കാനുള്ള പാത്രങ്ങളും മധുരവും
എല്ലാം കൂടിയാണ് കൊണ്ടുവന്നത്. ഇത്ര നല്ല ഒരു ചായ കുടിയുടെ

അനുഭവം അടുത്തകാലത്തെങ്ങും ഉണ്ടായിട്ടില്ല എന്ന് ഉറപ്പിച്ചു പറ
യാം. തൊട്ടടുത്തു തന്നെ ക്യൂബിസം തീമിൽ ഉള്ള പാത്രങ്ങളുടെ
യും കൗതുക വസ്തുക്കളുടെ ഒരു മ്യൂസിയവും ഷോപ്പും ഉണ്ട്.

അടുത്ത കാഴ്ച ഹാവെൽസ്കി മാർക്കറ്റ് ആണ്. 1232ൽ വെൻ
സസ്ലാസ് ഒന്നാമൻ തുടങ്ങി വച്ചതാണിത്. അന്നു മുതൽ ഇത് ഇന്നാ
ട്ടുകാരുടെ ഏറ്റവും പ്രിയപ്പെട്ട ചന്തയായി തുടരുന്നു. ധാരാളം കര
കൗശല സാധനങ്ങൾ, പെയിന്റിങ്ങുകൾ, ഫ്ളവർവേസിലേക്കുള്ള പു
ഷ്പങ്ങൾ, തേൻ, വീട്ടിലുണ്ടായ ജാം, വൈനുകൾ, പലതരം പഴങ്ങ
ളും ബെറികളും, മരിയോനെറ്റ് പാവകൾ, സ്കാർഫുകൾ, റഷ്യൻ പാ
വകൾ എന്നിവ ധാരാളമായി കണ്ടു. സാധാരണ വാങ്ങുന്നതുപോലെ
കുറെ ഫ്രിഡ്ജ് മാഗ്നെറ്റ്കളും കൗതുകവസ്തുക്കളും ഇവിടെനിന്ന്
വാങ്ങി. സമീപകാലത്തായി ഇവിടെ ടൂറിസത്തിനു വളരെയധികം
പ്രോത്സാഹനം നൽകി വരുന്നുണ്ട്. ഈ നാട്ടിലെ തൊഴിലില്ലായ്മ
നിരക്ക് വളരെ താഴ്ന്നതാണ്.

അൽഫോൻസ് മൂക്കയുടെ പേരിലുള്ള മ്യൂസിയം ഇവിടുത്തെ ഒ
രു പ്രധാന കാഴ്ചയാണ്. പത്തൊൻപതാം നൂറ്റാണ്ടിന്റെ അവസാന
കാലത്ത് ജീവിച്ച അദ്ദേഹം പ്രധാനമായും അറിയപ്പെട്ടത്. വള്ളിച്ചെ
ടികളുടെ പുഷ്പങ്ങളുടെയും നടുവിൽ വരയക്കപ്പെട്ട സ്ത്രീശരീര
ങ്ങളുടെ പേരിലാണ്. ആദ്യകാലത്ത് പാരീസിൽ ജീവിച്ചിരുന്ന ഇദ്ദേ
ഹം തന്റെ നാൽപ്പത്തിമൂന്നാം വയസിൽ ജന്മനാടായ ചെക്കോസ്ലോ
വാക്യയിലേക്ക് തിരികെ പോയി. അവിടെവെച്ച് അദ്ദേഹം തന്റെ ഏറ്റ
വും പ്രസിദ്ധമായ 20 ചിത്ര രചനകളുടെ സീരീസായ 'The Slav Epic'
സൃഷ്ടിച്ചത്. എട്ട് മീറ്റർ വീതിയും 6 മീറ്റർ പൊക്കവുമുള്ള 20 പെയിൻ
റിംഗുകളിലൂടെ അദ്ദേഹം സ്ലാവിക് വംശത്തിന്റെ ചരിത്രത്തിലെ പ്ര
ധാന നാഴികക്കല്ലുകൾ അടയാളപ്പെടുത്തുകയായിരുന്നു. ചെക്കോസ്ലോ
വാക്യയുടെ പത്താം സ്വാതന്ത്ര്യദിനാഘോഷത്തിൽ ഇത് അദ്ദേഹം
രാജ്യത്തിനു സമർപ്പിച്ചു. ഇവ പ്രാഗിലെ നാഷണൽ ഗ്യാലറിയിൽ
കാണാം.

അൽഫോൺസ് മൂക്ക സ്ത്രീസൗന്ദര്യത്തിന്റെ അഴകും ചാരുത
യും വളവുകളും അംഗപ്പൊരുത്തവും ഏറ്റവും സുന്ദരമായി തന്റെ പെ
യിൻറിംഗുകളിലൂടെ ആവിഷ്കരിച്ചു. 1890 മുതൽ 1910 വരെയുള്ള കാ
ലത്ത് വളരെ ജനപ്രിയമായിരുന്ന 'ആർട്ട് നൂവോ' എന്ന രീതിയുടെ
പ്രയോക്താവായിരുന്നു ഇദ്ദേഹം. ഇതിന്റെ ഏറ്റവും സുന്ദര മാതൃക
കൾ ആയ കെട്ടിടങ്ങളും ചെയിന്റിംഗുകളും നിർമ്മിതികളും പ്രാഗിൽ

ഉണ്ട്. അക്കാലത്തെ ഒരു പ്രധാന നാടക നടിയായിരുന്ന സാറാ ബേൺഹാർട്ട് ആയിരുന്നു അദ്ദേഹത്തിന്റെ ഏറ്റവും പ്രസിദ്ധയായ മോഡൽ.

കലയാണ് ഓരോ പട്ടണത്തിലും അതിന്റെതായ വ്യക്തിത്വം നൽ കുന്നത്. പ്രാഗിന്റെ ഓരോ കോണിലും ഓരോ ഭിത്തിയിലും പലതരം കലാസൃഷ്ടികൾ നമുക്ക് കാണാൻ സാധിക്കും. ഈ പട്ടണം യുദ്ധ ത്തിൽ നിന്നും സംഭവിച്ച കേടുപാടുകൾ തീർക്കാനായി പലപ്രാവ ശ്യം പുതുക്കിപ്പണിഞ്ഞിട്ടുണ്ടെങ്കിലും കെട്ടിടങ്ങളും ചുറ്റുപാടും ത മ്മിലുള്ള പൊരുത്തം നഷ്ടപ്പെടാതിരിക്കാനായി പ്രത്യേകം ശ്രദ്ധ ചെ ലുത്തിയതായി കാണാം.

85% നിരീശ്വരവാദികൾ ഉള്ള ഈ നാട്ടിലെ മതം, സ്പോർട്സ് ആ ണ്. പ്രധാനമായും രണ്ട് ഫുട്ബോൾ ക്ലബ്ബുകളാണ് സ്പാർട്ട. സ്ലാവി യ എന്നിങ്ങനെ. ട്രാമുകൾ സിറ്റിയുടെ ഉള്ളിൽ പലപ്പോഴും രാത്രിയി ലും സർവീസ് നടത്താറുണ്ട്. പക്ഷേ മെട്രോ ആണ് കുറെക്കൂടി എ ളുപ്പം. നാലു മില്യൻ സന്ദർശകർ വരുന്ന ഈ നാട്ടിൽ അവർ കാൽന ടയാത്രക്കാർക്ക് കൂടുതൽ സ്ഥലം അനുവദിക്കാൻ തീരുമാനിച്ചത് ന ന്നായി. എല്ലാ പ്രധാന കാഴ്ചകളുടെ പരിസരത്തും കാൽനടയാത്ര ക്കാരെ ഒഴികെ ഒരു തരം ഗതാഗതവും അനുവദിക്കാറില്ല.

വ്ലാട്ടാവ നദിയുടെ ഇരുകരകളിലുമാണ് പ്രാഗ് സ്ഥിതി ചെയ്യു ന്നത്. ഈ നദി നോർത്ത് സി എന്നറിയപ്പെടുന്ന കടലിലേക്കാണ് ഒ ഴുകി ചേരുന്നത്. ഇതിന്റെ ഒരു കൈവഴി പട്ടണത്തിന് അകത്തേക്ക് ഒഴുകുന്നുണ്ട്.

ഏതൊരു സാധാരണ മലയാളിയെയും പോലെ ഞാനും ബാറ്റ എ ന്നാൽ ഷൂ വിൽക്കുന്ന കട എന്നാണ് കരുതിയിരുന്നത്. ഞങ്ങളുടെ ചെറുപ്പകാലത്ത് ഏറ്റവും നല്ല ചെരിപ്പുകൾ ലഭിക്കണമെങ്കിൽ ബാറ്റ യിൽ പോകണം, അതാണ് ഏറ്റവും ഉന്നത നിലവാരം. ഇവിടെ വെൻ സസ്ലാസ് സ്ക്വയറിലെ അഞ്ച് നിലകളുള്ള ബാറ്റയുടെ ഔട്ട്ലെറ്റ് ക ണ്ടപ്പോഴാണ്, അവർക്ക് അത് മാത്രമല്ല നിർമ്മിക്കുന്നതെന്ന് മനസ്സി ലായത്. പലതരം ഡ്രസ്സുകൾ, ബൂട്ടുകൾ, സ്കാർഫുകൾ, വാനിറ്റി ബാഗ് എന്നിവ വിൽപനയ്ക്കായി ഉണ്ടായിരുന്നു. ഗിന്നസ് ബുക്ക് ഓ ഫ് വേൾഡ് റെക്കോർഡ്സ് അനുസരിച്ച് ലോകത്തിലെ ഏറ്റവും വ ലിയ ചെരുപ്പ് വിൽക്കുന്ന കടകളുടെ ശൃംഖലയാണ് ബാറ്റ. 1894ൽ ചെക്ക് റിപ്പബ്ലിക്കിലാണ് കമ്പനി ആരംഭിക്കുന്നത്. പാരമ്പര്യമായി ചെരുപ്പ് കുത്തികളായിരുന്ന ഒരു കുടുംബത്തിലെ തോമസ് ബാറ്റ,

അന്റോണിൻ ബാറ്റ, അന്ന ബാറ്റ എന്നീ മൂന്ന് സഹോദരങ്ങൾ തുട
ങ്ങിയ സ്ഥാപനമാണ് വളർന്നു പന്തലിച്ചു ഇന്നത്തെ നിലയിലായ
ത്. രണ്ടാം ലോക മഹായുദ്ധ കാലത്തു കാനഡയിൽ ഒരു ശാഖ തു
ടങ്ങുകയും 1964ൽ കമ്പനിയുടെ ഹെഡ് ക്വാർട്ടേഴ്സ് കാനഡയിലെ
ടോറോന്റോയിലേക്ക് മാറ്റി സ്ഥാപിക്കുകയും ചെയ്തു. ഇന്ന് 70 രാ
ജ്യങ്ങളിലായി 5300 വിൽപ്പന കേന്ദ്രങ്ങളുള്ള ഒരു വമ്പരമാണിത് .

ഇരുട്ട് പടർന്നു തുടങ്ങിയപ്പോൾ ഞങ്ങൾ തൊട്ടടുത്തുള്ള താമ
സസ്ഥലത്ത് പോയി ഒന്ന് ഫ്രഷ് ആയ ശേഷം പിന്നെ ഓൾഡ് ടൗൺ
സ്ക്വയറിലേക്ക് പോയി. അവിടുത്തെ രാത്രിക്കാഴ്ചകൾ വളരെ സു
ന്ദരമാണ് പഴയ പള്ളികളുടെയും മന്ദിരങ്ങളുടെയും ഭംഗിയും പ്രൗ
ഢിയും ഒക്കെ ഇരട്ടിപ്പിക്കുന്ന വിധത്തിലാണ് അവിടത്തെ ലൈറ്റിങ്ങും
മറ്റും. പൂർണ ചന്ദ്രനും അതിനു മാറ്റുകൂട്ടി.പതിനൊന്നു മണിക്ക് ഞ
ങ്ങൾ താമസസ്ഥലത്തേക്കു മടങ്ങുന്ന സമയത്തും വഴിയിൽ ജനം
നിറഞ്ഞൊഴുകയായിരുന്നു.

21. ചെക്ക് കമ്മ്യൂണിസത്തിന്റെ നാൾവഴികൾ - 1

2018 ഒക്ടോബർ മാസത്തിൽ പ്രാഗ് സന്ദർശിച്ച വേളയിൽ മ്യൂസി യം ഓഫ് കമ്മ്യൂണിസം സന്ദർശിക്കാനിടയായി. അവിടെ നിന്ന് ശേ ഖരിച്ച വിവരങ്ങളാണ് ഈ ലേഖനത്തിന് ആധാരം. ഇന്ന് മുതലാളി ത്ത വ്യവസ്ഥ നിലനിൽക്കുന്ന ചെക്ക് റിപ്പബ്ലിക്കിലെ പഴയ കമ്മ്യൂ ണിസ്റ്റ് ഭരണകാലത്തെപ്പറ്റിയുള്ള അവരുടെ റിപ്പോർട്ടാണിത്.

ചെക്കൊസ്ലവാക്യ ആസ്ട്രോ ഹങ്കേറിയൻ സാമ്രാജ്യത്തിലെ ഏറ്റ വും ഫലഭൂയിഷ്ഠമായ പ്രദേശം ആണെന്ന കാര്യം അവരുടെ ചക്ര വർത്തിനിയായിരുന്ന മറിയ തെരേസ തന്നെ പറഞ്ഞിട്ടുണ്ട്. ഒന്നാം ലോകമഹായുദ്ധത്തിലെ പരാജയത്തെത്തുടർന്ന് ചെക്കോസ്ലവാക്കി യ 1918 ഒക്ടോബർ 28നു ആസ്ട്രോ ഹംഗേറിയൻ സാമ്രാജ്യത്തിൽ നിന്നും വേർപെട്ട് സ്വതന്ത്ര രാജ്യമാവുകയായിരുന്നു.

അന്ന് അമേരിക്കയിലെ ഫിലാഡെൽഫിയയിൽ ഇരുന്നു കൊണ്ടാ ണ് തോമസ് മെസാരിക്ക് പ്രസിഡന്റായി പ്രവാസി ഗവണ്മെന്റ് രൂപീ കരിയ്ക്കുന്നത്. അമേരിക്കൻ പ്രസിഡന്റ് വുഡ്രോ വിൽസണിന്റെ സഹായവും ഇതിനായി ഉണ്ടായിരുന്നു. ദശകങ്ങൾ നീണ്ട സ്വതന്ത്ര ഭരണത്തിനായുള്ള പോരാട്ടങ്ങളാണ് ഇത് സാധിതപ്രായമാക്കിയത്. ചെക്കോസ്ലോവാക്യ ഇത്തരത്തിൽ സ്വതന്ത്രമാകുമ്പോൾ, സാമ്രാജ്യ ത്തിലെ 21 ശതമാനം ഭൂമിയും 25% പൗരന്മാരെയും അവർക്ക് ലഭിച്ചു. പല വ്യവസായ ഭീമന്മാരും പുതിയ രാജ്യത്തിനു വേണ്ടിയുള്ള യാത്ര യിൽ അവരോട് ഒപ്പം സഞ്ചരിച്ചു. അമേരിക്കയിലെ ജനറൽ മോട്ടോ ഴ്സിന് തുല്യമാണ് യൂറോപ്പുകാർക്ക് സ്കോഡ. നയാഗ്രയിലെ ഹൈ ഡ്രോ ഇലക്ട്രിക് പ്രൊജക്റ്റ് കമ്പനിയ്ക്കും സുയസ് കനാലിനും ആ വശ്യമായ സ്പെയർ പാർട്ടുകൾ നൽകുന്നവരാണിവർ. സ്കോഡ ഉൾപ്പടെ മൂന്ന് ഓട്ടോമൊബൈൽ കമ്പനികളും ബാറ്റ കമ്പനിയും ഈ പുതിയ രാജ്യത്തിന്റെ ഭാഗമായി.

കമ്മ്യൂണിസ്റ്റ് പാർട്ടി പ്രാഗിൽ വേരുറപ്പിച്ച് തുടങ്ങുന്നത് ആയിര

ത്തിതൊള്ളായിരത്തി ഇരുപത്തിഒന്നിലാണ്. ആഴ്ചയിൽ 12 ക്രൗൺ(37 രൂപ) ആയിരുന്നു അക്കാലത്തെ ഒരു സാധാരണ തൊഴിലാളിയുടെ ശമ്പളം. ജീവിത പ്രാരാബ്ധങ്ങളാൽ നട്ടം തിരിഞ്ഞ ജനങ്ങൾ കമ്മ്യ ണിസ്റ്റ് പാർട്ടിയുടെ വളർച്ചയ്ക്ക് ഒരു പ്രധാന കാരണമായി. അങ്ങ നെ ചെക്ക് കമ്മ്യൂണിസ്റ്റ് പാർട്ടി ലോകത്തിലെ തന്നെ ഏറ്റവും കൂടു തൽ അംഗസംഖ്യയുള്ള പാർട്ടികളിൽ ഒന്നായി വളർന്നു. 'ഡാഡി മെ സാരിക്' എന്ന് വിളിക്കപ്പെട്ടിരുന്ന ആദ്യത്തെ പ്രസിഡണ്ട് നാല് പ്രാ വശ്യം ആ സ്ഥാനം അലങ്കരിച്ചു. നാലാമത്തെ പ്രാവശ്യം അദ്ദേഹം അനാരോഗ്യം നിമിത്തം സ്ഥാനം ഒഴിയുകയായിരുന്നു. കാൾ മാർക് സും ഫ്രെഡറിക് ഏംഗൽസും കമ്മ്യൂണിസ്റ്റ് സിദ്ധാന്തങ്ങൾ വഴി ലോ ക തൊഴിലാളികളോട് സംഘടിക്കാനും ഭരണം പിടിച്ചെടുക്കാൻ ആ ഹ്വാനം ചെയ്തു. സമ്പത്തിൽ എല്ലാവർക്കും തുല്യമായി പ്രാതിനി ധ്യം ലഭിക്കുന്ന എല്ലാവരും ഒരുപോലെ ജീവിക്കുന്നു ഒരു സ്വപ്ന ലോകമാണ് അവർ വിഭാവനം ചെയ്തത്. 1864ൽ ലോക തൊഴിലാളി യൂണിയനായ 'ഫസ്റ്റ് ഇൻറർനാഷണൽ' സ്ഥാപിക്കപ്പെട്ടു. പത്തൊ മ്പതാം നൂറ്റാണ്ടിന്റെ അവസാനത്തോടെ ലോകത്ത് പല ഭാഗങ്ങളി ലായി കമ്മ്യൂണിസ്റ്റ് ഗവൺമെന്റുകൾക്കുള്ള അടിസ്ഥാനശിലകൾ സ്ഥാ പിക്കപ്പെട്ടു. 1917ൽ സാർ രാജാക്കന്മാരുടെ ഭരണം അവസാനിപ്പിച്ചു കൊണ്ട് റഷ്യൻ വിപ്ലവം നടക്കുകയും കമ്മ്യൂണിസ്റ്റ് സർക്കാർ അധി കാരത്തിൽ വരികയും ചെയ്തു. മാർക്സിയൻ ആദർശങ്ങൾ പ്രയോ ഗത്തിൽ വരുത്താനുള്ള ശ്രമങ്ങൾക്കിടയിൽ ലോകത്തിന്റെ പല ഭാഗ ങ്ങളിലായി 100 മില്ല്യൻ മനുഷ്യർ ഭൂമുഖത്തുനിന്ന് തുടച്ചു നീക്കപ്പെ ട്ടതായി പറയപ്പെടുന്നു.

'ഗ്രേറ്റ് ഡിപ്രഷൻ'(1929-33) എന്നറിയപ്പെട്ട കാലത്ത് ദാരിദ്ര്യവും തൊഴിലില്ലായ്മയും വളരെ വ്യാപകമായിരുന്നു. തൊഴിലില്ലാത്തവരു ടെ എണ്ണം 1.3 മില്ല്യനും! ഈ കാലത്ത് 30% ഉൽപാദനം കുറയ്ക്കേ ണ്ടി വന്നു; തൽഫലമായി കയറ്റുമതിയും ശമ്പളവും ചെക്ക് കറൻസി യായ ക്രൗണിന്റെ വിലയും കുറഞ്ഞു. ഇക്കാലത്താണ് ഹിറ്റ്ലർ ജർ മ്മൻ ചാൻസലറായി അധികാരമേൽക്കുന്നത്. ഫ്രെഞ്ചുകാർ അവരു ടെ രാജ്യാതിർത്തി ഇയാളിൽ നിന്നും സംരക്ഷിക്കുന്നതിനായി മാജി നോട്ട് ലൈൻ (Maginot line) എന്നപേരിൽ ഒരു മതിൽ നിർമ്മിച്ചു. ഈ പാത പിന്തുടർന്ന് ചെക്ക് ഗവൺമെന്റ് ജനങ്ങളെയും രാജ്യത്തെ യും ഹിറ്റ്ലറിന്റെ ആക്രമണത്തിൽനിന്നും രക്ഷിക്കാനായി ആയിര ക്കണക്കിന് ബങ്കറുകൾ നിർമ്മിച്ചു. ഇവയുടെ നിർമ്മാണം വളരെയ ധികം സാമ്പത്തിക ഭാരം രാജ്യത്തിനുമേൽ അടിച്ചേൽപ്പിച്ചു. ഇത്ര

യൊക്കെ ചെയ്ത ശേഷം,1938ൽ ഒരു യുദ്ധം ഒഴിവാക്കാനായി രാജ്യ ത്തിന്റെ കുറേ ഭാഗം ഹിറ്റ്ലറിന് ഒരു പ്രതിരോധവും കൂടാതെ വിട്ടു കൊടുക്കേണ്ടി വന്നു. ഇതേത്തുടർന്ന് ഒന്നേകാൽ മില്യൻ ആളുക ളെ ഇവിടെ നിന്നും മാറ്റി താമസിപ്പിച്ചു. ചെക്കോസ്ലോവാക്യയുടെ വടക്കും തെക്കും പടിഞ്ഞാറും അതിർത്തികളിൽ താമസിക്കുന്ന ജർ മ്മൻ ഭാഷ സംസാരിക്കുന്ന ചെക്കുകൾ താമസിച്ചിരുന്ന ഭാഗമാണ് സുഡന്റൻലാൻഡ് (sudentenland) എന്ന് അറിയപ്പെട്ടിരുന്നത്. ഇവി ടം ആദ്യം ഹിറ്റ്ലർ കൈക്കലാക്കി. 29 സെപ്റ്റംബർ 1938ലെ മ്യൂണി ക് കോൺഫറൻസിൽ ഗ്രേറ്റ് ബ്രിട്ടൺ, ഫ്രാൻസ്, ഇറ്റലി എന്നീ രാ ജ്യങ്ങളുടെ നേതാക്കൾ കൂടിക്കാഴ്ച നടത്തി. ചെക്ക് പ്രസിഡണ്ട് ഈ കൂടിക്കാഴ്ചയിലേക്ക് ക്ഷണിക്കപ്പെട്ടതേ ഇല്ല. അദ്ദേഹത്തോട് ഹോ ട്ടലിൽ കാത്തിരിക്കാനാണ് ആവശ്യപ്പെട്ടത്. അദ്ദേഹത്തിന്റെ അസാ ന്നിദ്ധ്യത്തിൽ തന്നെ മേൽപ്പറഞ്ഞ പ്രദേശങ്ങൾ ഹിറ്റ്ലർക്ക് കൈമാ റാനുള്ള തീരുമാനം അവർ കൈക്കൊണ്ടു. ചെക്ക് ജനതയെ പിടിച്ചു കുലുക്കിയ ഒരു തീരുമാനമായിരുന്നു ഇത്. അവരുടെ ചരിത്രകാര ന്മാർ ഇതിനെ 'മ്യൂണിച്ച് ബിട്രേയൽ'എന്നാണ് വിളിക്കുന്നത്. ക്രമേ ണ ചെക്കോസ്ലവാക്കിയ മുഴുവൻ ഹിറ്റ്ലറുടെ അധീനതയിലായി. ക മ്മ്യൂണിസ്റ്റ് പാർട്ടി ലീഡറും പ്രസിഡന്റ് ബെനസും രാജ്യം വിട്ടു പോവുകയും ലണ്ടനിൽ ഒരു പ്രവാസി ഗവൺമെന്റ് ഉണ്ടാക്കുകയും ചെയ്തു. ജർമ്മൻകാർ ഒഴിച്ചുള്ള എല്ലാവരേയും ഭൂമുഖത്തുനിന്ന് തു ടച്ചു നീക്കണമെന്നായിരുന്നു ഹിറ്റ്ലറുടെ പദ്ധതി. തുടക്കത്തിൽ അ യാൾ ലിഡീസ്, ലെസ്സാക്കി എന്നിങ്ങനെ രണ്ട് ഗ്രാമങ്ങളിലെ മനുഷ്യ രെ മുഴുവൻ കൊന്നൊടുക്കി, അവ 'വൃത്തിയാക്കി'. പിന്നീടാണ് 'അ ന്തിമ പ്രതിവിധി' (Final solution) എന്ന നിലയ്ക്ക് കോൺസെൻട്രേ ഷൻ ക്യാമ്പുകൾ ഉണ്ടാക്കാൻ തുടങ്ങിയത്. രണ്ടാം ലോകമഹായുദ്ധ ത്തിൽ ചെക്കോസ്ലോവാക്യ, കിഴക്കു നിന്ന് റെഡ് ആർമിയും പടി ഞ്ഞാറു നിന്ന് അമേരിക്കൻ പട്ടാളക്കാരും ചേർന്നാണ് സ്വതന്ത്രമാ ക്കിയത്. യുദ്ധത്തിനു ശേഷം ചെക്കോസ്ലോവാക്യയിൽ ഉള്ള ജർമ്മൻ കാർ രണ്ടാംതരം പൗരന്മാരായി കണക്കാക്കപ്പെട്ടു അവരോട് വിവര ങ്ങളടങ്ങിയ ഒരു ബാൻഡ് കയ്യിൽ ധരിക്കാൻ ആവശ്യപ്പെട്ടു. രാത്രി 9 മണിക്ക് ശേഷം പുറത്തു പോകാൻ അനുവാദമില്ല. അവരുടെ കുട്ടിക ളെ ഒരിക്കലും സ്കൂളിൽ പ്രവേശിപ്പിച്ചിരുന്നില്ല. അവരുടെ ശമ്പളത്തി ന്റെ 20% യുദ്ധം കൊണ്ടുണ്ടായ നാശനഷ്ടങ്ങൾ നികത്താനും പുനർ നിർമ്മാണത്തിനും എന്ന പേരിൽ ഗവൺമെന്റ് കൈക്കലാക്കി. 'കാ

റ്റു വിതച്ചവൻ കൊടുങ്കാറ്റ് കൊയ്യും' എന്ന പ്രമാണം അനുസരിച്ചാ
യിരുന്നു ഈ പ്രവർത്തികൾ. ഇക്കാലത്ത് 2.4 മില്യൻ ജർമ്മൻകാർ
ക്ക് രാജ്യം വിട്ടു പോകേണ്ടി വന്നു. അവരുടെ സ്വത്തും സ്ഥാവരജം
ഗമ സ്വത്തുക്കളും ഗവൺമെൻറ് പിടിച്ചെടുക്കുകയും അത് വിതരണം
ചെയ്യുകയും ചെയ്തു. ഇത് കമ്മ്യൂണിസ്റ്റ് പാർട്ടിയുടെ അടിത്തറ ഉറ
പ്പിക്കാൻ വളരെ സഹായകമായി. ഇതിന് ശേഷമുള്ള ഗവൺമെൻറ്
നയങ്ങൾ എല്ലാം റഷ്യയിൽ നിന്നുള്ള നിർദ്ദേശപ്രകാരമാണ് രൂപപ്പെ
ടുത്തപ്പെട്ടത്. സോഷ്യലിസ്റ്റ് ആദർശങ്ങൾക്ക് എതിരായി നിൽക്കുന്ന
എല്ലാ പാർട്ടികളെയും നിരോധിച്ചു. എല്ലാ പ്രധാന വകുപ്പുകളും റേ
ഡിയോയും പത്രവും എല്ലാം അവരുടെ നിയന്ത്രണത്തിലായി. ജന
ങ്ങളുടെ കോടതികൾ എന്ന പേരിൽ 24 കോടതികൾ നിർമ്മിക്കുക
യും, 23000 പേരെ പ്രതിലോമകാരികൾ എന്ന് മുദ്രകുത്തി, ശിക്ഷ നൽ
കുകയും ചെയ്തു. 713 പേർ മരണശിക്ഷക്ക് വിധിക്കപ്പെട്ടു. ഇത്ത
രം വിധി വന്നു കഴിഞ്ഞാൽ മിക്കാവാറും രണ്ടു മണിക്കൂറിനകം അത്
നടപ്പിലാക്കിയിരിക്കും. മന്ത്രിമാർ പോലും ഇത്തരത്തിൽ പൊതു ഇട
ങ്ങളിൽ മരണത്തിനു കീഴടങ്ങി. 1946ലെ ഇലക്ഷന് ശേഷം കമ്മ്യൂ
ണിസ്റ്റ് പാർട്ടിയുടെ പ്രതിനിധിയായി ക്ലമെന്റ് ഗോട്ട് വാൾഡ് അധി
കാരത്തിൽ വന്നു. അതോടെ മോസ്കോയുടെ സമ്മതം കൂടാതെ ഒ
രുതരം തീരുമാനങ്ങളും നടപ്പാക്കാനാകില്ലെന്ന് ഉറപ്പായി. 1945ൽ ബാ
ങ്കുകൾ, സിനിമാ വ്യവസായം, ഇൻഷുറൻസ് കമ്പനികൾ എന്നിവ
യെല്ലാം ദേശസാൽക്കരിക്കപ്പെട്ടു. തൊള്ളായിരത്തി അറുപത് ആയ
പ്പോഴേക്കും സ്വകാര്യ മേഖല പൂർണമായും തുടച്ചു മാറ്റപ്പെട്ടിരുന്നു.
    പ്രതിഷേധ രൂപേണ 1948 ഫെബ്രുവരിയിൽ ഡെമോക്രാറ്റിക് പാർ
ട്ടിയിൽപ്പെട്ട12 മന്ത്രിമാർ ഒന്നിച്ച് രാജി വെച്ചു. ആഭ്യന്തര കലാപം ഉ
ണ്ടാകുമെന്ന് ഭയന്ന് പ്രസിഡൻറ് അവസാനം ഈ രാജി സ്വീകരിച്ചു
തുടർന്ന് മന്ത്രിസഭ പുന:സംഘടിപ്പിച്ചു. ചരിത്ര പ്രധാനമായ ആ ദിവ
സം വെൻസസ്ലാസ് സ്ക്വയറിൽ തടിച്ചു കൂടിയ ഒരു ലക്ഷത്തോളം
വരുന്ന ജനങ്ങളെ സാക്ഷി നിർത്തി കമ്മ്യൂണിസ്റ്റ് പാർട്ടി പ്രസിഡന്റാ
യ ഗോട്ട് വാൾഡ്, ഈ രാജി സ്വീകരിച്ചതായും പുതിയ മന്ത്രിസഭ ഉ
ടൻ തന്നെ നിലവിൽ വരും എന്നും പ്രസ്താവിച്ചു. ഒരു തരം രക്ത
ച്ചൊരിച്ചിൽ കൂടാതെയും, ഒരു വെടിയുണ്ട പോലും പ്രയോഗിക്കാ
തെയും ആണ് നാൽപതുകൊല്ലം നീണ്ടുനിന്ന കമ്മ്യൂണിസ്റ്റ് ഭരണത്തി
ന് തുടക്കമിട്ടത്. കിഴക്കൻ യൂറോപ്പിൽ കമ്മ്യൂണിസം പടരുന്നതും ഇ
തിനു ശേഷമാണ്.

തൊഴിലിന്റെ മഹത്വം എന്ന പെയിന്റിംഗ്

1948 മേയിൽ നടന്ന ഒളിമ്പിക്സിൽ 10 കിലോമീറ്റർ ഓട്ടത്തിൽ ഒ രു ചെക്കോസ്ലോവാക്യക്കാരൻ സ്വർണ മെഡൽ നേടിയത് കുറച്ചൊ ന്നുമല്ല ഈ ഗവൺമെന്റിന് ഗുണകരമായത്. ഇക്കാലത്താണ് 'സോ ഷ്യലിസ്റ്റ് മനുഷ്യൻ' എന്ന ആശയം ഉടലെടുത്തത്. സോഷ്യലിസ്റ്റ് ആദർശങ്ങളുടെ മഹത്വം സാധാരണക്കാരെ ബോധ്യപ്പെടുത്താൻ സോവിയറ്റ് യൂണിയൻ ഇത്തരം വിജയികളായ നായകന്മാരെ ഉയർ ത്തിക്കാട്ടി. ഇത് അവരുടെ ആദർശപ്രചരണത്തിനുള്ള ഒരു ഉപകര ണമാക്കി മാറ്റി. ശാരീരികമായ അദ്ധ്വാനം മറ്റെന്തിനും മുകളിലായി കണക്കാക്കി. അലക്സി സ്റ്റാക്കനോവ് ഇത്തരത്തിൽ ഉയർത്തിക്കപ്പെ ട്ട ഒരു നാമമാണ്. ഖനി തൊഴിലാളിയായ അയാൾ 102 ടൺ കൽക്കരി അഞ്ച് മണിക്കൂർ 45 മിനിറ്റുകൊണ്ട് ഖനനം ചെയ്തെടുത്തു. ഇത് സാധാരണ തൊഴിലാളി ഉണ്ടാക്കുന്നതിനേക്കാൾ 14 ഇരട്ടിയായിരു ന്നു.

ഇക്കാലത്താണ് അമേരിക്കയും റഷ്യയുമായുള്ള ശീതയുദ്ധം ശ ക്തമായത്. ഇതുമൂലം പലതരത്തിലുള്ള ദീർഘ ദൂര മിസൈലുകൾ കണ്ടു പിടിക്കപ്പെട്ടു. അതുപോലെ അറ്റോമിക് ബോംബുകളുടെ നിർ മ്മാണവും അതിനെ സംബന്ധിച്ചുള്ള ഗവേഷണവും ഗവൺമെൻറ് തലത്തിൽതന്നെ കൂടുതൽ ത്വരിതഗതിയിൽ നടന്നു. സോവിയറ്റ് റ ഷ്യൻ സാറ്റലൈറ്റ് 'ലൈക്ക' എന്ന പട്ടിയെ സ്പേസിലേക്ക് അയച്ച ത് 1961ൽ ആയിരുന്നു. യൂറിഗഗാറിൻ എന്ന റഷ്യാക്കാരൻ ആദ്യമായി

ബഹിരാകാശം സഞ്ചാരം നടത്തിയ മനുഷ്യനായി. 1969ൽ അമേരി ക്ക ആദ്യത്തെ മനുഷ്യനെ ചന്ദ്രനിലേക്ക് അയച്ചു. നീൽ ആംസ്ട്രോ ങ് ആയിരുന്നു ഇദ്ദേഹം. ഈ കിടമത്സരത്തിൽ നിന്ന് ലോകത്തിന് ഗുണപ്രദമായ പല കാര്യങ്ങളും ലഭിച്ചു എന്ന് പറയാതെ വയ്യ.

കമ്മ്യണിസ്റ്റ് ഭരണവ്യവസ്ഥയും സാമ്പത്തിക വ്യവസ്ഥയും ഏറ്റ വും നല്ലതാണ് എന്നു യുവാക്കളെ ഉദ്ബോധിപ്പിക്കുന്ന പദ്ധതിയുടെ ഭാഗമായി അവർ പലരാജ്യങ്ങളിൽ നിന്നുള്ള കുട്ടികൾക്കും യുവാ ക്കൾക്കും കമ്മ്യൂണിസ്റ്റ് രാജ്യങ്ങൾ പ്രത്യേകിച്ച് റഷ്യ സന്ദർശിക്കു ന്നതിനുള്ള പദ്ധതികൾ ആവിഷ്കരിച്ചു. ഇതിന് വേണ്ടി യാത്രകളും ക്യാമ്പുകളും സംഘടിപ്പിക്കപ്പെട്ടു. പക്ഷേ ഗവൺമെൻറ് നിരീക്ഷണ ത്തിൽ അവർ അനുവദിക്കുന്ന ഇടങ്ങളിൽ മാത്രമേ പോകാൻ അനു വാദമുണ്ടായിരുന്നുള്ളു. ഇതുമൂലം ആ രാജ്യത്തിനെ പറ്റിയോ അവി ടത്തെ ജനങ്ങളുടെ ജീവിതരീതിയെപ്പറ്റിയോ സാമ്പത്തിക അവസ്ഥ യെ പറ്റിയോ യഥാർത്ഥമായ അറിവുകൾ ഒന്നും യാത്രികർക്ക് ലഭി ച്ചില്ല. ഗവൺമെൻറ് എന്താണോ കാണിക്കാൻ ആഗ്രഹിച്ചത് അതു മാത്രമേ ഇവർക്ക് കാണാനായുള്ളു.

എല്ലാ കാര്യങ്ങളിലും ചെക്കോസ്ലോവാക്യ റഷ്യയെ അനുകരിക്കാൻ ശ്രമിച്ചിരുന്നു. അവരുടെ പാർട്ടി പ്രസിഡന്റായ ഗോട്ട് വാൾഡ് മരിച്ച പ്പോൾ അദ്ദേഹത്തിന്റെ ശരീരം ലെനിന്റേത്പോലെ ഒരു മുസോളി യം ഉണ്ടാക്കി അതിൽ അടക്കം ചെയ്തു. ചെക്ക് റിപ്പബ്ലിക്കിലെ ആ ളുകൾക്കായി അതു ഒരു തീർഥാടനകേന്ദ്രമാക്കുകയായിരുന്നു ഉദ്ദേ ശം. ഇതിനു വേണ്ടി ആയിരത്തിലധികം വിദഗ്ദ്ധർ മൃതശരീരം മരു ന്നു പുരട്ടി ഏറ്റവും ഭംഗിയായി സൂക്ഷിക്കാൻ ഉള്ള പ്രവർത്തനങ്ങ ളിൽ ഏർപ്പെട്ടു. എങ്കിലും കുറച്ചുദിവസം കഴിഞ്ഞപ്പോൾ ശരീരം ചീ ഞ്ഞു നാറാൻ തുടങ്ങി; ഇതു മൂലം മുതദേഹം ദഹിപ്പിക്കുകയും മു സോളിയം അടച്ചുപൂട്ടുകയും ചെയ്തു. ഇതിൽപ്പെട്ട മറ്റൊരു പദ്ധതി യായിരുന്നു സ്റ്റാലിന്റെ പ്രതിമാനിർമ്മാണം. 22 മീറ്റർ നീളത്തിലും 18 മീറ്റർ പൊക്കത്തിലും നിർമ്മിക്കപ്പെട്ട ഈ സ്മാരകത്തിന് 150 മി ല്യൻ ക്രൗണായിരുന്നു ചിലവ്. 1955ൽ പൂർത്തിയായ ഈ പ്രതിമക്ക് ഏഴ് വർഷത്തെ ആയുസ്സ് മാത്രമേ ഉണ്ടായിരുന്നുള്ളു. കാലക്രമേണ സ്റ്റാലിന്റെ യഥാർത്ഥ മുഖം പുറത്ത് വന്നതോടെ പ്രതിമ പൊളിച്ച് മാ റുകയായിരുന്നു.

രാജ്യത്തിന് താങ്ങാവുന്നതിൽ കൂടുതൽ തുക വ്യവസായങ്ങ ക്ക് വേണ്ടി മുടക്കി. റേഷനിംഗ് സിസ്റ്റം ഉണ്ടായിരുന്ന യൂറോപ്പിലെ

അവസാനത്തെ രാജ്യമായിരുന്നു ചെക്കൊസ്ലവാക്കിയ. അക്കാലത്ത് കുറേ ആളുകളുടെയെങ്കിലും കയ്യിൽ പണം ഉണ്ടായിരുന്നു. പക്ഷേ ചിലവാക്കാൻ ഉള്ള വഴികളും വാങ്ങുവാനുള്ള സാധനങ്ങളും രാജ്യ ത്ത് ഉണ്ടായിരുന്നില്ല. 1953 നടപ്പിലാക്കിയ കറൻസി റിഫോം പണം കയ്യിലുണ്ടായിരുന്ന ആളുകളെ പോലും ദരിദ്രരാക്കി മാറ്റി. പഴയ ക റൻസിക്ക് പകരം പുതിയ നോട്ടുകൾ അച്ചടിച്ച് വിതരണം ചെയ്തു; പക്ഷേ 100 ക്രൗൺ നോട്ട് കൊടുക്കുമ്പോൾ 20 ക്രൗൺ മാത്രമേ തി രികെ ലഭിച്ചിരുന്നുള്ളൂ. അസംതൃപ്തരായ ജനങ്ങൾ പല തരത്തിൽ പ്രതിഷേധിച്ചു. നൂറ്റിമുപ്പതോളം തൊഴിൽ സമരങ്ങളും ലഹളകളും ഈ കാലത്ത് ആ ചെറിയ രാജ്യത്തിൽ ഉണ്ടായി. മിക്കവാറും എല്ലാം തന്നെ ഉരുക്കുമുഷ്ടി ഉപയോഗിച്ച് അടിച്ചമർത്തപ്പെട്ടു.

കൂട്ടുകൃഷി കളങ്ങൾ ആയിരുന്നു ഇക്കാലത്തെ മറ്റൊരു പുതിയ പദ്ധതി.1920 മുതൽ 30വരെ സ്റ്റാലിൻ റഷ്യയിൽ നടപ്പിലാക്കിയ ഈ പദ്ധതി ചെക്കൊസ്ലവാക്കിയയിൽ നടപ്പിലാക്കാൻ ആരംഭിച്ചു. സമ്പ ന്നരായ കർഷകരെ ഗുലാഗ് എന്ന പേരിലുള്ള ലേബർ ക്യാമ്പുകളി ലേക്ക് അയച്ചു. അക്കാലത്ത് കാർഷിക മേഖലയിലുണ്ടായ ഇത്തരം പ്രശ്നങ്ങൾ നിമിത്തം കൃഷി ആകെ താറുമാറാകുകയും പതിനായി രക്കണക്കിന് ആളുകൾ പട്ടിണി കൊണ്ട് മരിക്കുകയും ചെയ്തു. നൂ റു കണക്കിനു വർഷങ്ങളായി കുടുംബങ്ങൾ പരമ്പരാഗതമായി കൈ മാറി കൊണ്ടുവന്നിരുന്ന കൃഷിസ്ഥലങ്ങൾ ഗവൺമെൻറ് ഏറ്റെടുത്തു. ധനികരായ കർഷകർക്കെതിരായി കമ്മ്യൂണിസ്റ്റുകാർ പ്രചരണം നട ത്തി. നാമമാത്രമായ നടത്തപ്പെടുന്ന കോടതി വിചാരണകളും സാമ്പ ത്തികമായ ഞെരുക്കവും കർഷകരെ കൂട്ടുകൃഷി പദ്ധതികളിൽ ചേ രുന്നതിന് നിർബന്ധിതരാക്കി. അമ്പതിനായിരം പേരെ പല കുറ്റ ങ്ങൾക്കായി ജയിലിലടച്ചു. ഇവരിൽ 40 ശതമാനം പേരും കൃഷിക്കാ രായിരുന്നു. ഇവരുടെ കൃഷിസ്ഥലങ്ങളെല്ലാം കോഓപ്പറേറ്റീവ് സൊ സൈറ്റികൾ ഏറ്റെടുത്തെങ്കിലും ഇവർക്ക് പകരമായി ഒന്നും ലഭിച്ചി ല്ല. ഓരോരുത്തരുടെയും പാടങ്ങളുടെ അതിരുകൾ എല്ലാം കിളച്ചുമ റിച്ച് ഒന്നാക്കി മാറ്റി. എന്തെങ്കിലും തരത്തിൽ എതിർപ്പ് കാണിക്കുന്ന കൃഷിക്കാരെ തടവിലാക്കുകയും ലേബർ ക്യാമ്പുകളിലേക്ക് അയക്കു കയും ചെയ്തു.1960 ആയതോടു കൂടി മിക്കവാറും കൃഷി ഭൂമി മുഴു വൻ ഇത്തരത്തിലുള്ള കൂട്ടുകൃഷി കളങ്ങളായി മാറിക്കഴിഞ്ഞിരുന്നു.

സ്റ്റാലിന്റെ നിർദേശശമനുസരിച്ച് ഘനവ്യവസായ (Heavy Indutsry)ത്തിന് കൊടുത്ത പ്രാധാന്യം മനുഷ്യർക്കും അവരുടെ ആ

മ്യൂസിയത്തിലെ ജാവാ മോട്ടോർ സൈക്കിൾ

രോഗ്യത്തിനും പരിസ്ഥിതിയ്ക്കും മാറ്റിമറിക്കാനാകാത്ത തരത്തിലു
ള്ള പ്രശ്നങ്ങളുണ്ടാക്കി. ഇരുമ്പ്, ലൈംസ്റ്റോൺ, കൽക്കരി എന്നീ
വ്യവസായങ്ങളാണ് പ്രധാനമായും ദുരിതം വിതച്ചത്. അവസാനം മു
ന്നോട്ടു പോകാൻ നിവൃത്തിയില്ല എന്ന് കണ്ടപ്പോൾ അവർ അന്നു
ണ്ടായിരുന്ന 1557 ഇൻഡസ്ട്രിയൽ പ്ലാന്റുകളിൽ 853 എണ്ണം പൂട്ടി.
ചെക്കും സ്ലവാക്കും റിപ്പബ്ലിക്കുകളിൽ ജീവിക്കുന്ന മനുഷ്യർ ഇന്നും
അന്നത്തെ വ്യാവസായിക പരീക്ഷണങ്ങളുടെ തിക്തഫലങ്ങൾ അ
നുഭവിച്ചുകൊണ്ടിരിക്കുന്നു.

ഇന്ത്യയിലെ യുവാക്കൾക്ക് ഒരുകാലത്ത് ഏറ്റവും പ്രിയപ്പെട്ട ജാ
വാ മോട്ടർ സൈക്കിളിനെപ്പറ്റിയാണ് ഇനി പറയുന്നത്. അക്കാലത്ത്
ഈ വാഹനം കയറ്റുമതിക്ക് വേണ്ടി മാത്രമായിരുന്നു ഉണ്ടാക്കിയിരു
ന്നത് 2.4ഹോഴ്സ്പവർ എൻജിൻ ഉള്ള ഈ വാഹനം ബെൽജിയം,
അമേരിക്ക, ഇന്ത്യ മുതലായ രാജ്യങ്ങളിലേക്ക് കയറ്റുമതി ചെയ്തിരു
ന്നു. എന്നാൽ ചെറിയ 0.4 ഹോഴ്സ് പവർ ഉള്ള മോപ്പഡ് നെതർ
ലാൻഡ്, ജർമ്മനി എന്നിവിടങ്ങളിലേക്ക് കയറ്റി അയച്ചിരുന്നു. മുൻ
കൂട്ടിയുള്ള ഓർഡറുകൾ അനുസരിച്ച് കൈ കൊണ്ടുണ്ടാക്കിയാണ്

കയറ്റുമതി ചെയ്തിരുന്നത്. ഇത്തരത്തിൽ ഒരു വാഹനത്തിന്റെ മാ
തൃക ഈ മ്യൂസിയത്തിൽ പ്രദർശിപ്പിച്ചിട്ടുണ്ട്.

ഇക്കാലത്ത് ഗവൺമെൻറ് മീഡിയയെ സ്വന്തം ആവശ്യങ്ങൾക്ക് ഉ
ള്ള പ്രചാരത്തിനായി വളരെ ഫലപ്രദമായി ഉപയോഗിച്ചു. ന്യൂസ് പേ
പ്പറുകളുടെയും മാഗസിനുകളുടെയും പ്രവർത്തനങ്ങളിൽ ഇവർ അ
വിഹിതമായ സ്വാധീനം ചെലുത്തി. ടെലിവിഷൻ സ്റ്റേഷൻ തലവൻ
ഒരു മന്ത്രിക്ക് തുല്യമായ സ്ഥാനം അലങ്കരിക്കുന്ന ആളായിരുന്നു.
ഓരോ ആഴ്ചയിലും നടക്കുന്ന മീറ്റിങ്ങുകളിൽ ഗവൺമെൻറ് അനു
കൂലമായ വാർത്തകളും ലേഖനങ്ങളും നാടകങ്ങളും പ്രക്ഷേപണം
ചെയ്യാനും, അതിന് എതിരായിട്ടുള്ള വാർത്തകളെ ഒതുക്കാനും ഉള്ള
പദ്ധതികൾ ആസൂത്രണം ചെയ്യപ്പെട്ടു. അഭിനേതാക്കൾ പോലും ഇ
ത്തരം പദ്ധതികളിൽ ഭാഗഭാക്കാകാൻ നിർബന്ധിതരായി. അക്കാല
ത്ത് ചെക്കോസ്ലോവാക്യയിലെ ഉരുളക്കിഴങ് കൃഷി നശിപ്പിച്ച കൊല
റാഡോ പൊട്ടറ്റോ എന്ന പേരിലുള്ള ഒരു വണ്ടിനെ അമേരിക്ക, വി
മാനത്തിൽ നിന്നും ചെക്കോസ്ലോവാക്യയിലെ കൃഷി സ്ഥലങ്ങളിലേ
ക്ക് പറത്തി വിട്ടതാണ് എന്ന വാർത്ത വളരെ സമർത്ഥമായി പ്രചരി
പ്പിക്കപ്പെട്ടു. പടിഞ്ഞാറു നിന്നുള്ള എന്തും സംശയത്തോടെ വീക്ഷി
ക്കാനും ശത്രുവിനെ എന്നപോലെ കരുതാനും അവർ സ്വന്തം പൗര
ന്മാരെ പരിശീലിപ്പിക്കാൻ ശ്രമിച്ചു കൊണ്ടേയിരുന്നു.

സ്പാർട്ടാകിയാഡ് (Spartakiad)എന്ന പേരിലുള്ള വളരെ വലിയ
ഒരു കായിക ഉത്സവം ഇക്കാലത്ത് വളരെ അഭിമാന പൂർവം ഗവൺ
മെൻറ് നടത്തിയിരുന്നു. വിദഗ്ദ്ധമായി നിയന്ത്രിച്ച് നയിയ്ക്കപ്പെടുന്ന
ഒരു സമൂഹം എത്ര നന്നായി എണ്ണ ഇട്ട യന്ത്രം പോലെ പ്രവർത്തി
ക്കും എന്നുള്ളതിനുള്ള ഒരു മാതൃകയായി ആണ് അവർ ഇതിനെ
ലോകത്തിനു മുൻപിൽ സമർപ്പിച്ചത്. ഓരോ അഞ്ചുകൊല്ലം പ്രാഗി
ലെ സ്ട്രഹോവ് (Strahov) സ്റ്റേഡിയത്തിലാണ് ഇത് നടന്നിരുന്നത്.
1960ൽ ഏകദേശം രണ്ടു മില്യൻ കായികാഭ്യാസികൾ 17 ഇനങ്ങളി
ലായി 20 മിനിറ്റ് നീണ്ട ജിംനാസ്റ്റിക് ഷോകൾ അവതരിപ്പിച്ചു. ഇത്ര
യുമധികം ജനങ്ങൾ ഒന്നിച്ച് ഒരു പോലെ ഇങ്ങനെ പ്രകടനം നടത്തു
ന്നത് അക്കാലത്ത് അപൂർവ്വമായിരുന്നു. ഇത് നടക്കുന്ന കാലത്ത്
പ്രാഗ് ടൂറിസ്റ്റുകളെ കൊണ്ട് നിറയുമായിരുന്നു. പട്ടാളക്കാരും അമ്മ
മാരും കുട്ടികളും വൃദ്ധജനങ്ങളും ഇത്തരം പ്രകടനങ്ങളിലും വ്യായാ
മങ്ങളിലും പങ്കെടുത്തിരുന്നു. ഈ കാലത്ത് കടകളിലെ ഷെൽഫു
കൾ എല്ലാം ഇറക്കുമതി ചെയ്യപ്പെട്ട ഭക്ഷണ സാധനങ്ങളും ഫലവർ
ഗ്ഗങ്ങളും കൊണ്ട് നിറഞ്ഞിരിക്കും. സാധാരണ ഇവയെല്ലാം ഒഴിഞ്ഞ

തായിരിക്കുമെന്ന് പറയേണ്ടതില്ലല്ലോ. ഇത്തരത്തിൽ വളരെ സുന്ദര മായ ഒരു കമ്യൂണിസ്റ്റ് സ്വർഗ്ഗത്തിന്റെ ചിത്രമാണ് സഞ്ചാരികൾക്കും പുറം ലോകത്തിനും നൽകിയത്.

ഇത്തരത്തിലുള്ള വലിയ വ്യാവസായികരണം നടന്ന കാലത്ത് താ മസ സൗകര്യത്തിനുള്ള ദൗർലഭ്യം പരിഹരിക്കാനായി ധാരാളം വീടു കൾ നിർമ്മിക്കാൻ തുടങ്ങി. ഇത് മൂലം കെട്ടിട നിർമാണത്തിനും ധാ രാളമായി ആളുകളെ ആവശ്യം വന്നു. പ്രീഫാബ്രിക്കേറ്റഡ് (മുൻകൂ ട്ടി നിർമ്മിക്കപ്പെട്ട) ടവർ ബ്ലോക്കുകൾ കൊണ്ടുള്ള വീട് നിർമ്മാണം1953 മുതൽ 91 വരെയുള്ള കാലഘട്ടത്തിൽ വളരെയധികമായി നടന്നു. എൺ പതിനായിരം പ്രീ ഫാബ്രിക്കേറ്റഡ് ബഹു നില കെട്ടിടങ്ങളും 1.2 മി ല്യൺ ഫ്ളാറ്റുകളും അന്ന് ഈ നാട്ടിൽ നിർമ്മിക്കപ്പെട്ടു. വർഗ്ഗവ്യ ത്യാസം (Class Difference) ഇല്ലാത്ത ഒരു സൊസൈറ്റിയുടെ മാതൃ കയായാണ് അവർ അന്ന് അതിനെ ലോകത്തിന് മുമ്പിൽ അവതരി പ്പിച്ചത്. ഇവിടുത്തെ ആളുകൾ ഇതിനെ കളിയാക്കി 'മുയൽ കൂടു കൾ' എന്നാണ് വിളിച്ചു വന്നത്. ഇതിൽ ഏറ്റവും വലുത് 1975 നിർമി ക്കപ്പെട്ട 12 നിലയുള്ള 300 മീറ്റർ നീളത്തിലുള്ള, 18 വാതിലുകളും 400 ഹൗസിംഗ് യൂണിറ്റുകൾ ഉള്ള കെട്ടിട സമുച്ചയം ആണ്. ഏകദേശം 1000 ആളുകൾക്ക് ജീവിക്കാൻ കഴിയുന്ന ഒറ്റ കെട്ടിടം ആയിരുന്നു ഇ ത്. അക്കാലത്തു തന്നെ മെട്രോ സിസ്റ്റത്തിന്റെയും ഹൈവേയുടെ യും നിർമ്മാണം തുടങ്ങി. പലർക്കും ഇക്കാലത്ത് ഒരു ടെലഫോൺ കണക്ഷനുവേണ്ടി അഞ്ചുകൊല്ലം വരെ കാത്തിരിക്കേണ്ടി വരുമായി രുന്നു.

കിഴക്കും പടിഞ്ഞാറും തമ്മിലുള്ള കായിക മത്സരങ്ങൾ പോലും ക്യാപിറ്റലിസവും കമ്യൂണിസവും തമ്മിലുള്ള മത്സരങ്ങളായാണ് അ ക്കാലത്ത് കണക്കാക്കപ്പെട്ടിരുന്നത്. സ്റ്റേഡിയത്തിലും സാമ്രാജ്യവാ ദികളെ പരാജയപ്പെടുത്തേണ്ടത് ആവശ്യമാണെന്ന് ഭരണകൂടം കരു തി. 1970കളിൽ ഗവൺമെൻറ് തന്നെ സ്പോൺസർ ചെയ്തിട്ടുള്ള 'ഡോ പ്പിംഗ് സിസ്റ്റം' നിലവിൽ വന്നു. പ്രകടനം മെച്ചപ്പെടുത്തുന്നതിന് സ ഹായിക്കുന്ന സ്റ്റീറോയ്ഡ് മരുന്ന് എടുക്കാൻ മടി കാണിക്കുന്ന ഒരാ ളും രാജ്യത്തിനെ പ്രതിനിധീകരിച്ച് വിദേശത്ത് പോകാനായി തെര ഞ്ഞെടുക്കപ്പെട്ടില്ല. അവർ രഹസ്യ ആൻറി ഡോപ്പിങ് ലബോറട്ടറി ആരംഭിച്ചു. ഇതനുസരിച്ച് കളിക്കാർ അന്താരാഷ്ട്ര മത്സരങ്ങൾക്കായി രാജ്യം വിടുന്നതിന് മുമ്പുതന്നെ അവർ 'clean' ആണെന്ന് ഉറപ്പുവരു ത്തിയിരുന്നു. രാഷ്ട്രീയപരമായിട്ടുള്ള ആദർശങ്ങളുടെ പ്രചരണത്തി

ന് ഇവ ആവശ്യമായത് കാരണം ഗവൺമെന്റും മാദ്ധ്യമങ്ങളും ഒന്നി ച്ച് ഇത്തരം പ്രവർത്തനങ്ങളെ തമസ്കരിച്ചു. ചിലപ്പൊഴൊക്കെ ഇ ത്തരം പ്രവർത്തനങ്ങൾ അവർക്ക് തന്നെ വിനയായി മാറാറുണ്ടായി രുന്നു. 1969 ൽ ചെക്കൊസ്ലവാക്കിയ നാഷണൽ ടീം റഷ്യക്കാരെ ര ണ്ടു പ്രാവശ്യം തോൽപ്പിച്ചു. ഇതേത്തുടർന്ന് ഈ രീതിയെപ്പറ്റി പു നർവിചിന്തനം ഉണ്ടായി. സ്പോർട്ട്സിന് നൽകിയ അമിത പ്രാധാ ന്യം കുറെ നല്ല കളിക്കാരെ ലോകത്തിനു സമ്മാനിച്ചു. ഇവാൻ ലെന്റൽ, മാർട്ടിന നവരത്തിലോവ എന്നിവർ അവയിൽ ചില പേരുകൾ മാത്രം!

Sanopz എന്നത് കമ്മ്യൂണിസ്റ്റ് പാർട്ടിയിലെ ഉന്നതരായ ആളുകൾ ക്കുവേണ്ടി, ഗവൺമെന്റ് നടത്തിയിരുന്ന ആശുപത്രിയാണ്. ഏറ്റവും ആധുനികമായ ഉപകരണങ്ങൾകൊണ്ട് സജ്ജമാക്കിയ ഇവിടെ സാ ധാരണക്കാർക്ക് പ്രവേശനമില്ല. ലോക പ്രശസ്തമായ പലതരം ക ണ്ടുപിടിത്തങ്ങൾ നടത്തിയ പല ചെക്ക് ഡോക്ടർമാരുടെയും പേരു കൾ ഇന്നും മെഡിക്കൽ പുസ്തകങ്ങളിൽ കാണാം. കുഞ്ഞുങ്ങൾ ക്കായുള്ള പാൽപ്പൊടി ആദ്യമായി പ്രാഗിലെത്തിച്ച ഡോക്ടർ, എച്ച് ഐവി സ്മാൾ പോക്സ്, ഹെർപിസ് സോസ്റ്റർ ഹെപ്പറ്റൈറ്റിസ് ബി എന്നിവയ്ക്കുള്ള പലതരം antivirus മരുന്നുകൾ കണ്ടുപിടിച്ച ഡോ ക്ടർമാർ തുടങ്ങിയവർ ഈ കാലത്ത് പ്രാഗിൽ ജീവിച്ചിരുന്നു. സോഫ് റ്റ് കോൺടാക്ട് ലെൻസ് കണ്ടുപിടിച്ച ഡോക്ടർ ഇവിടെ നിന്നായിരു ന്നു. ഇതിന്റെ പേറ്റന്റ് വഴി ഗവൺമെന്റ് കോടിക്കണക്കിനു ഡോള റുകൾ സമ്പാദിക്കുമ്പോൾ അദ്ദേഹം സ്വന്തം കോൺടാക്ട് ലെൻസ് വീട്ടിലെ ചെറിയ മോട്ടോർ ഉപയോഗിച്ച് കൈകൊണ്ട് ഉണ്ടാക്കിയെ ടുക്കുകയായിരുന്നു. കമ്മ്യൂണിസ്റ്റ് ഗവൺമെന്റിനോടുള്ള പ്രതിഷേ ധം മാത്രമായിരുന്നു ഇതിനു കാരണം. ഈ നാട്ടിൽ ആർക്കും സ്വന്ത മായി ഒരു ബിസിനസ് ചെയ്യാൻ അനുവാദമുണ്ടായിരുന്നില്ല. പക്ഷേ പലയിടത്തും ചുടുകട്ട പണിക്കാർ, തടി പണിക്കാർ എന്നിവരെ നിയ മപരമല്ലാത്ത രീതിയിൽ ജോലിക്കെടുത്ത് വേഗം പണി തീർക്കുന്ന ഒരു രീതി നിലവിലുണ്ടായിരുന്നു. ഇത്തരമാളുകൾ ഗവണ്മെന്റ് ജോ ലിചെയ്യുന്ന ആളുകളെക്കാൾ കൂടുതൽ വേഗം പണക്കാരായി. ടാക് സി ഡ്രൈവർമാർ, ഓട്ടോ മെക്കാനിക്സ്, ചെറുകിട കച്ചവടക്കാർ തു ടങ്ങിയവരാണ് ഇത്തരത്തിൽ ഗുണമുണ്ടായ മറ്റൊരു വിഭാഗം. ഇങ്ങ നെ എല്ലാവരും ഒരുപോലെ ജീവിയ്ക്കുന്ന ഒരു സമൂഹം ഉണ്ടാക്കാൻ വേണ്ടി നടപ്പിലാക്കപ്പെട്ട വ്യവസ്ഥിതിയിൽ കുറേപേർ പണക്കാരും കുറേപേർ ദയനീയാവസ്ഥയിലും ജീവിക്കുന്ന ഒരു സ്ഥിതി വന്നു.

22. ചെക്ക് കമ്മ്യൂണിസത്തിന്റെ നാൾവഴികൾ – 2

മ്യൂസിയം ഓഫ് കമ്മ്യൂണിസം

1948 ഫെബ്രുവരി മുതൽ പാസ്പോർട്ടിൽ പ്രത്യേക എക്സിറ്റ് പെർ മിറ്റ് ഇല്ലാതെ ഒരാളിനും രാജ്യത്തിനു പുറത്തേക്ക് യാത്ര ചെയ്യാൻ സാധ്യമല്ല എന്ന നിയമം നിലവിൽ വന്നു. സാധാരണ ജനങ്ങൾക്ക് അവധിക്കാലത്ത് പോലും രാജ്യത്തിന് പുറത്തേക്ക് പോകാനുള്ള അ വകാശം ഇത് മൂലം നിരോധിക്കുകയായിരുന്നു. കിഴക്കൻ ജർമ്മനി, ഹംഗറി, ബൾഗേറിയ, റൊമേനിയ, യു എസ് എസ് ആർ എന്നിവിട ങ്ങളിലേക്ക് മാത്രമായിരുന്നു പ്രത്യേക അനുവാദത്തോടു കൂടി രാ ജ്യത്തിന് പുറത്ത് പോകാൻ അനുവാദം ലഭിച്ചിരുന്നത്. ഇത്തരം യാ ത്രകൾക്ക് തന്നെ ധാരാളം എഴുത്തു കുത്തുകളും റബ്ബർ സ്റ്റാമ്പിങ്ങും ഒക്കെ വേണ്ടി വന്നു. എന്നാൽ പാർട്ടി മെമ്പർമാർക്ക് പ്രത്യേക അനു വാദത്തോടു കൂടി പാർട്ടിയുടെ ചിലവിൽ പടിഞ്ഞാറൻ രാജ്യങ്ങളി ലും മറ്റും അവധിക്കാലം ചിലവഴിക്കാൻ സാധിക്കുമായിരുന്നു.

ഇത്തരത്തിൽ പുറത്തേക്കു പോകുന്ന ആളുകൾക്ക് വളരെക്കുറ ച്ച് പണം മാത്രമേ കയ്യിൽ കൊണ്ടുപോകാൻ അനുവാദം ഉണ്ടായിരു ന്നുള്ളു. പലരും പണം ശരീരഭാഗങ്ങളിൽ ഒളിപ്പിച്ചുവച്ചാണ് പുറത്തേ ക്ക് കൊണ്ടു പോയിരുന്നത്. അവിടെനിന്ന് വാങ്ങുന്ന വസ്ത്രങ്ങൾ പല ലെയറുകളായി ധരിച്ച് നാട്ടിലേക്ക് കൊണ്ടുവന്നു. അതുപോലെ മറ്റു വസ്തുക്കൾ സ്പെയർ ടയറിനകത്ത് ഒളിച്ചുവച്ചാണ് പലപ്പോ ഴും രാജ്യത്തിനകത്തേക്ക് കടത്തിയത്.

കമ്മ്യൂണിസ്റ്റ് പാർട്ടിയുടെ സെൻട്രൽ കമ്മിറ്റിയാണ് സാധാരണ ജനങ്ങളുടെ ശമ്പളവും അവശ്യവസ്തുക്കളുടെ വിലയും തീരുമാനി ച്ചിരുന്നത്. വിലയും ശമ്പളവും ആനുപാതികമായിരുന്നെങ്കിലും അ വശ്യവസ്തുക്കളുടെ ദൗർലഭ്യം ആയിരുന്നു പ്രധാന പ്രശ്നം. ഇവയ് ക്കായി പലപ്പോഴും മണിക്കൂറുകൾ തന്നെ ക്യൂ നിൽക്കേണ്ടി വന്നു. ഇതുമൂലം കച്ചവടക്കാർ തമ്മിൽ ഒരു രഹസ്യ ബാർട്ടർ സിസ്റ്റം നില വിൽ വന്നു; ഇറച്ചി കച്ചവടക്കാരൻ ഇറച്ചി പകരമായി കൊടുത്ത പച്ച ക്കറി വാങ്ങുന്നത് രീതി. ടോയ്ലറ്റ് പേപ്പർ പോലും റേഷനായാണ് നൽകപ്പെട്ടത്.

പടിഞ്ഞാറുമായുള്ള വരാനിരിക്കുന്ന അണുവായുധ യുദ്ധത്തിനു വേണ്ടി കുട്ടികളെ തയ്യാറാക്കുന്നത് പൊതുവിദ്യാഭ്യാസ പരിപാടിയു ടെ ഒരു ഭാഗമായിരുന്നു. ഏകദേശം നൂറ്റമ്പത് കൊല്ലത്തോളമായി പ ട്ടാള പരിശീലനം ഈ നാട്ടിൽ നിലനിന്നിരുന്നു എങ്കിലും കമ്മ്യൂണി സ്റ്റുഭരണകാലത്ത് ഇത് അത്യധികമായ രാഷ്ട്രീയവൽക്കരിക്കപ്പെട്ടു. നഴ്സറി കുട്ടികൾ മുതൽ പെൻഷൻകാർ വരെയുള്ളവർക്ക് ഇതുമാ യി ബന്ധപ്പെട്ട പലതരം ഡ്രില്ലുകൾ നിർബന്ധിതമാക്കി. സ്കൂളുക

ലിലും ആശുപത്രികളിലും അണുവായുധബോംബ് വർഷിക്കൽ, മാര കരോഗങ്ങൾ വ്യാപിപ്പിക്കൽ, കുടിവെള്ളത്തിൽ വിഷം കലർത്തൽ, കാറ്റിൽ കൂടി മാരക വസ്തുക്കൾ വ്യാപിപ്പിക്കൽ എന്നീ കാര്യങ്ങൾ ഈ സങ്കൽപ്പികശത്രു ഇന്നാട്ടുകാർക്കെതിരായി ചെയ്യാൻ കഴിവു ള്ളവരാണെന്ന് വിശ്വസിപ്പിക്കുന്ന രീതിയിലുള്ള നോട്ടീസുകളും മ റ്റും ഇവർ വിതരണം ചെയ്തു. മഴക്കോട്ടുകളും ഗ്യാസ് മാസ്കുകളും ധരിച്ചുകൊണ്ടുള്ള ഡ്രില്ലുകളും ഇവയുടെ ഫോട്ടോകളും ജനങ്ങളിൽ ഭീതി പരത്തി.

അണുവായുധ ബോംബാക്രമണം ഉണ്ടാവുകയാണെങ്കിൽ സുര ക്ഷയ്ക്കായുള്ള ഷെൽട്ടറുകൾ നിർമ്മിക്കൽ അക്കാലത്തെ ഒരു പ്ര ധാന പരിപാടിയായിരുന്നു. ഏകദേശം 12% ജനങ്ങളെ ഉൾക്കൊള്ളാ വുന്ന വിധത്തിൽ 5500ഓളം ഷെൽട്ടറുകൾ അക്കാലത്ത് നിർമ്മിക്ക പ്പെട്ടു. ഇവയിൽ ഏറ്റവും പ്രധാനം 1954ൽ വെൻസസ്ലാസ് സ്ക്വയറി ന്റെ അടിയിൽ നിർമ്മിക്കപ്പെട്ട ബങ്കറുകൾ ആയിരുന്നു. ഭൂമിക്കടി യിൽ മൂന്ന് നിലകളായാണ് ഇത് നിർമ്മിക്കപ്പെട്ടത്. വാഴ്സാ ഉടമ്പടി യിൽ ഉൾപ്പെട്ട ഉദ്യോഗസ്ഥന്മാരുടെ സുരക്ഷക്ക് വേണ്ടി ആയിരുന്നു ഇത്. ഒന്നാമത്തെ നിലയിൽ ജലസംഭരണിയും രണ്ടാമത്തേതിൽ 30 ഡോക്ടർമാരും നേഴ്സുമാരും ഉൾപ്പെട്ട ആശുപത്രിയും മൂന്നാമത്തെ തിൽ 250 ബെഡ് സൗകര്യത്തോടു കൂടി, കിടത്തി ചികിത്സക്കുള്ള ഒരു ആശുപത്രി സംവിധാനവും ആയിരുന്നു നിർമ്മിക്കപ്പെട്ടത്. പ്ര യോഗത്തിൽ വന്നപ്പോൾ ഇത് പാർട്ടി നേതാക്കളുടെ ഹെൽത്ത് സെന്റർ ആയി മാറി. ന്യൂക്ലിയർ ബോംബ് കൊണ്ടുണ്ടാകുന്ന ആക്ര മണത്തിന്റെ ഷോക്കും റേഡിയേഷനും തടയാൻ പ്രാപ്തിയുള്ളതാ യിരുന്നു രണ്ടു മുതൽ മൂന്നു മീറ്റർ വരെ കനമുള്ള ബങ്കറുകളുടെ ഭി ത്തികൾ. നിർമ്മാണം പൂർത്തിയായി നാലുവർഷം കഴിഞ്ഞ ശേഷം ജൽറ്റാ എന്ന ആഡംബര ഹോട്ടൽ അതിനു മുകളിലായി നിർമ്മിക്ക പ്പെട്ടു.

ഇക്കാലത്ത് ഏതുതരം പ്രവർത്തനങ്ങൾക്കും വേണ്ടിയുള്ള വോ ളന്ററി അസോസിയേഷനുകൾ അനധികൃതമായയി പ്രഖ്യാപിക്കപ്പെ ട്ടു. രണ്ടാം ലോകമഹായുദ്ധത്തിനു ശേഷം 1947 മുതൽ 91വരെ അ ക്കാലത്തെ 2 വൻശക്തികൾ ആയിരുന്ന അമേരിക്കയും സോവിയറ്റു യൂണിയനും യുദ്ധമില്ലാതെ പരസ്പരം യുദ്ധം ചെയ്തു. കിഴക്കും പ ടിഞ്ഞാറും എന്ന് വിളിക്കപ്പെട്ട ഈ രണ്ട് ശക്തികൾ പരസ്പരമുള്ള ഭീതി വളർത്തിക്കൊണ്ട് നേറ്റോയുടെയും വാഴ്സാ പാക്റ്റിന്റെയും കു ടക്കീഴിൽ സൈനികശക്തി വളർത്തിക്കൊണ്ടിരുന്നു. ചാരപ്രവർത്ത

നങ്ങൾ, തെറ്റായ വിവരങ്ങൾ പരത്തിക്കൊണ്ടുള്ള പ്രചരണങ്ങൾ സാ
മ്പത്തിക ഉപരോധം, ബഹിരാകാശത്ത് പരസ്പരം മത്സരിച്ചു കൊ
ണ്ടുള്ള പ്രവർത്തനങ്ങൾ എന്നിവയായിരുന്നു ഇതിന്റെ ഫലം. കായി
ക മത്സരങ്ങളുടെ രംഗത്ത് പോലും ഇത് തെളിഞ്ഞു കണ്ടു. 1990ൽ
യൂറോപ്പിലെ കമ്മ്യൂണിസ്റ്റ് ഭരണകൂടങ്ങളുടെ തകർച്ചയോടു കൂടിയാ
ണ് ഈ ശീതയുദ്ധം അവസാനിച്ചത്.

സാധാരണ ജനങ്ങളെ ഉൾപ്പെടുത്തിക്കൊണ്ടുള്ള സേന, Peoples
Militia എന്ന പേരിൽ 1948 മുതൽ തന്നെ നിലവിൽ ഉണ്ടായിരുന്നു.
ഇവർക്ക് ഏകദേശം പതിനായിരത്തോളം റൈഫിളുകളും പിസ്റ്റലുക
ളും നൽകപ്പെട്ടു. പ്രധാനമായും വ്യക്തികളുടെ പക്കൽ നിന്നും പിടി
ച്ചെടുക്കപ്പെട്ട ഫാക്ടറികളും സ്ഥാപനങ്ങളും സംരക്ഷിക്കുന്നതിന് വേ
ണ്ടിയിട്ടാണ് ഇത് ആദ്യകാലത്ത് ഉപയോഗിക്കപ്പെട്ടത്. കൂടാതെ രാ
ഷ്ട്രീയ എതിരാളികൾക്കും മധ്യവർഗ്ഗത്തിനും എതിരെയുള്ള ഭീതി പ
ടർത്താനും പൗരസേന ഉപയോഗിക്കപ്പെട്ടു. 1953ൽ നടപ്പിലാക്കപ്പെട്ട
കറൻസി നവീകരണം മൂലം സമ്പാദ്യം നഷ്ടപ്പെട്ട തൊഴിലാളികൾ ല
ഹളയ്ക്ക് ഒരുങ്ങിയപ്പോൾ അവരെ അടിച്ചമർത്താനായി ഈ സേന
യെയാണ് ഉപയോഗിച്ചത്.

കമ്മ്യൂണിസ്റ്റ് ഭരണകാലത്ത് മറ്റൊരു രാജ്യത്തേക്ക് കുടിയേറുന്ന
ത് ക്രിമിനൽ കുറ്റമായി കണക്കാക്കപ്പെട്ടു. എന്നിട്ടും 1948നും 1989നും
ഇടയിൽ ഏകദേശം രണ്ട് ലക്ഷം നാട്ടുകാരാണ് രാജ്യം വിട്ടുപോയ
ത്. ധാരാളം പേർ ഇതിനുവേണ്ടി ശ്രമിച്ചെങ്കിലും പരാജിതരായവരു
ടെ എണ്ണമായിരുന്നു വിജയിച്ചവരെക്കാൾ അധികം. ധാരാളം പേർ
പിടിക്കപ്പെടുകയും രക്ഷപ്പെടുന്നതിനുള്ള ശ്രമത്തിനിടയിൽ വെടിവെ
ച്ച് കൊല്ലപ്പെടുകയും ചെയ്തിട്ടുണ്ട്. 3000–6000 വോൾട്ട് വൈദ്യുതി
കടത്തിവിട്ട വേലികൾ പലരുടെയും മരണം ഉറപ്പു വരുത്തി. രാജ്യം
വിട്ടുപോയവരുടെ സ്വത്തുക്കൾ ഭരണകൂടം കണ്ടു കെട്ടുകയും ബാ
ക്കിയായ ബന്ധുക്കൾക്കെതിരെ നിയമനടപടികൾ ആരംഭിയ്ക്കുകയും
ചെയ്തു. ഇങ്ങനെയൊക്കെയായിട്ടും ധാരാളം പേർ മരണത്തിനേക്കാൾ
സ്വാതന്ത്ര്യത്തിനെ വിലമതിച്ചു കൊണ്ട് തങ്ങളുടെ ശ്രമം തുടർന്നു.
24 വയസുള്ള ഒരാൾ തന്റെ 3 വയസ്സുള്ള മകനെ ശരീരത്ത് കെട്ടിവ
ച്ചു കൊണ്ട് പാരാഗ്ലൈഡിംഗ് ചെയ്തുകൊണ്ട് ആസ്ട്രിയയിലേക്ക്
കടന്നു. കുറേപ്പേർ അതിർത്തി വേലികളുടെ അടിയിലൂടെ പുറത്തേ
ക്ക് കുഴിച്ച തുരങ്കം വഴി രക്ഷപെട്ടു

ഹൈജാക്ക് ചെയ്യപ്പെട്ട വിമാനങ്ങൾ, ടാങ്കുകൾ, ബലൂണുകൾ ഊ
തിവീർപ്പിക്കപ്പെട്ട മെത്തകൾ എന്നിവയുടെ സഹായത്തോടെ കരയി

ലൂടെയും കടലിലൂടെടെയും പലരും മററു രാജ്യങ്ങളിലേക്ക് പോയി. റെയിൽ കമ്പാർട്ടമെന്റുകളുടെ അടിയിൽ ഒട്ടിപ്പിടിച്ചിരുന്നു കൊണ്ട് ര ക്ഷപ്പെട്ടവരും ഉണ്ട്. 450ഓളം പേർ ഇത്തരം ശ്രമങ്ങൾക്കിടയിൽ മര ണപ്പെട്ടു.

സംശയമുള്ള വ്യക്തികളെ നിരീക്ഷിക്കാനായി പ്രത്യേക സംവി ധാനങ്ങൾ ഗവൺമെൻറ് തലത്തിൽ തന്നെ നിലവിലുണ്ടായിരുന്നു. ടെലഫോൺ ടാപ്പിംഗ്, ഹോട്ടൽ മുറികളിലെ റെക്കാർഡിങ്, ഫോ ട്ടോഗ്രാഫുകൾ, വീഡിയോ റെക്കോർഡിങ്ങുകൾ എന്നിവ ഇതിനാ യി ഉപയോഗിച്ചു. പല വിധത്തിൽ പിടിക്കപ്പെട്ട ആളുകളിൽ രാഷ്ട്രീ യ നേതാക്കൾ, ക്രൈസ്തവപുരോഹിതന്മാർ, കായികതാരങ്ങൾ, ക ലാകാരന്മാർ എന്നിവർ ഉൾപ്പെട്ടിരുന്നു. ചോദ്യം ചെയ്യലുകളുടെ ഇട യിൽ പലരുടെയും മൂക്ക്, വിരൽ, വാരിയെല്ലുകൾ വൃഷണം എന്നിവ തകർക്കപ്പെട്ടു. സ്കോപ്പലമീൻ എന്ന മരുന്ന് കുത്തിവച്ച ശേഷം ഇതിന് വിധേയരാക്കുന്നതു മൂലം കുത്തിവെപ്പ് ലഭിക്കുന്ന വ്യക്തി എന്തും സമ്മതിക്കാറാണ് പതിവ്.

മതപരമായ വിശ്വാസം പുലർത്തി പോരുന്നവർക്ക് താഴ്ന്ന നില വാരത്തിലുള്ള ജോലികൾ മാത്രമേ ലഭിക്കുമായിരുന്നുള്ളൂ. അവരു ടെ കുട്ടികൾക്ക് ആവശ്യപ്പെടുന്ന സ്കൂളുകൾ ഒരിക്കലും ലഭിക്കുമാ യിരുന്നില്ല. ഇത്തരത്തിൽ മതപരമായിട്ടുള്ള പീഡനങ്ങൾ കൊണ്ടും കമ്മ്യൂണിസത്തിന്റെ സ്വഭാവം കൊണ്ടും ഇന്ന് വിശ്വാസികൾ ഏറ്റ വും കുറവുള്ള രാജ്യമാണ് ചെക്ക് റിപബ്ലിക്.

മരണ ശിക്ഷ നടപ്പിലാക്കാൻ സാധാരണയായി തൂക്കിക്കൊല്ലുക യായിരുന്നു പതിവ്. മരണ സർട്ടിഫിക്കറ്റിൽ ശ്വാസം മുട്ടി മരിച്ചു എ ന്നാണ് എപ്പോഴും രേഖപ്പെടുത്തപ്പെട്ടിരുന്നത്. 1954വരെ ഓരോ ജയി ലുകൾക്കും പ്രത്യേകമായ കൊലമരങ്ങൾ ഉണ്ടായിരുന്നു. 1956ന് ശേ ഷം ഇത്തരത്തിൽ കൊല്ലപ്പെടേണ്ട എല്ലാവരെയും രാവിലെ ഒരു പ്ര ത്യേക ജയിലിൽ കൊണ്ടു വന്ന ശേഷം തൂക്കിക്കൊല്ലുകയായിരുന്നു. ആരാച്ചാരെ കൂടാതെ രണ്ട് സാധാരണ പൗരന്മാരും ഇതോടൊപ്പം അയാളെ സഹായിക്കാൻ ഉണ്ടായിരിക്കും. അവർക്ക് 600 ക്രൗൺ വി ധം ഇതിനായി നൽകിയിരുന്നു. മുൻകാലത്ത് തൂക്കിക്കൊല്ലാൻ ഉ പ യോഗിച്ചിരുന്ന കൊലക്കയറുകളിൽ ഒരെണ്ണം ഇവിടെ പ്രദർശിപ്പി ച്ചിട്ടുണ്ട് 1948നും 1960നും ഇടയ്ക്ക് 247 പുരുഷന്മാരും ഒരു സ്ത്രീ യും ഉൾപ്പെടെ 248 പേരാണ് ഇത്തരത്തിൽ മരണ ശിക്ഷയ്ക്ക് വിധേ യരാക്കപ്പെട്ടത്. മിലാദ ഹൊറക്കോവ എന്ന സ്ത്രീ നാഷണൽ സോ ഷ്യലിസ്റ്റ് പാർട്ടിയുടെ പാർലമെൻറ് മെമ്പർ ആയിരുന്നു. ഇവർ പാർ

ടി അംഗങ്ങളെയും ഭരണകൂടത്തെയും വിമർശിച്ചിരുന്നു. ഇവരുടെ വിചാരണ സമയത്ത് കോടതികളിലേക്ക് പ്രവേശിക്കുന്നതിനുള്ള ടി ക്കറ്റുകൾ, ഫാക്ടറികൾ ഓഫീസുകൾ, സ്കൂളുകൾ, എന്നിവിടങ്ങളിൽ വിതരണം ചെയ്തു. വിചാരണ കാണാനായി ധാരാളം ആളുകളെ കോടതിയിൽ എത്തിച്ചു. ഇവർക്ക് മരണ ശിക്ഷ നൽകണമെന്ന് ആ വശ്യപ്പെട്ടുകൊണ്ടുള്ള ഒരു പെറ്റീഷൻ കുട്ടികൾ ഉൾപ്പെടെയുള്ള ധാ രാളം ആളുകളെ കൊണ്ട് ഒപ്പിടിപ്പിച്ചു. ദിവസങ്ങൾ നീണ്ടുനിന്ന വി ചാരണയ്ക്കൊടുവിൽ അവരെ മരണശിക്ഷയ്ക്ക് വിധേയയാക്കുകയാ യിരുന്നു. ഇതുകൂടാതെ 4500 പേർ ജയിലുകളിൽ വച്ച് മരണപ്പെട്ടു. ഏറ്റവും കൂടുതൽ ആളുകൾ കൊല്ലപ്പെട്ടത് ക്ലമെന്റ് ഗോട്ട് വാൾഡ് എന്ന പ്രസിഡന്റിന്റെ ഭരണകാലത്താണ് (1948 മുതൽ 53 വരെ). രാ ഷ്ട്രീയ എതിരാളികളെ ഇത്തരത്തിൽ ഒതുക്കി തീർക്കുന്നതിൽ നിന്നും കമ്മ്യൂണിസ്റ്റ് പാർട്ടിയിലെ അംഗങ്ങൾക്ക് പോലും രക്ഷയുണ്ടായിരു ന്നില്ല. പലപ്പോഴായി പാർട്ടിയിലും ഗവൺമെന്റിലും ഉന്നതസ്ഥാനം വഹിച്ചിരുന്ന പലരും ഇത്തരത്തിൽ കൊല്ലപ്പെട്ടു. ജനറൽ ഹെലിയോ ഡോർ പൈക ഒന്നും രണ്ടും ലോകമഹായുദ്ധങ്ങളിൽ തന്റെ മാതൃ രാജ്യത്തിന് വേണ്ടി പൊരുതിയ ആളാണ്. അദ്ദേഹം ഫ്രഞ്ച് പ്രസിഡ ണ്ട് ചാൾസ് ഡി ഗോളിന്റെ സഹപാഠി ആയിരുന്നു. പാർട്ടിയുടെ എ തിരാളി ആയിരുന്ന ഇദ്ദേഹം ബ്രിട്ടനും ആ ചേരിയിലുള്ള മറ്റു രാജ്യ ങ്ങൾക്കും വേണ്ടി ചാരവൃത്തി നടത്തിയെന്ന് ആരോപിച്ച് 1949ൽ മര ണശിക്ഷയ്ക്ക് വിധേയനാക്കി. അദ്ദേഹത്തിന്റെ ചരമദിനത്തിൽ ഫ്രാൻ സ് ദേശീയ ദുഖചാചരണം പ്രഖ്യാപിച്ചു.

ബോർഡർ ഗാർഡ് എന്ന സൈനിക വിഭാഗമാണ് അതിർത്തികൾ നിരീക്ഷിക്കാൻ ചുമതലപ്പെട്ടവർ. ഏറ്റവും കൂടുതൽ നിരീക്ഷണം ഏർ പ്പെടുത്തിയിരുന്നത് വെസ്റ്റ് ജർമ്മനിയും ഓസ്ട്രിയയും പങ്കിടുന്ന അ തിർത്തിയിൽ ആയിരുന്നു. ഹൈവോൾട്ടേജ് വൈദ്യുതി കടത്തിവിട്ട ഇരുമ്പു വേലിയുടെ തൊട്ടുള്ള 20 മീറ്റർ വീതിയിലുള്ള ഭാഗം എ പ്പോഴും കിളച്ച് റെഡിയാക്കി ഇട്ടിരിക്കും അതിലൂടെ ആരെങ്കിലും ന ടന്നിട്ടുണ്ടെങ്കിൽ ആ പാദങ്ങൾ കൃത്യമായി നിരീക്ഷിക്കാൻ വേണ്ടി യാണ്. ചിലയിടങ്ങളിൽ രണ്ടു മുതൽ 20 കിലോമീറ്റർ വരെ ബോർ ഡർ സോൺ ആയി അടയാളപ്പെടുത്തിയിരുന്നു. ഏകദേശം ചെക്കോ സ്ലാവാക്കിയയുടെ ഒന്നരശതമാനത്തോളം ഭൂവിഭാഗം ഇത്തരത്തിൽ പ്രത്യേകമായി സംരക്ഷിക്കപ്പെടുകയും നിരീക്ഷണ വിധേയമാക്കപ്പെ ടുകയും ചെയ്തിരുന്നു.

മരണശിക്ഷയിൽ നിന്നും ഒഴിവാക്കപ്പെട്ടവരെ നീണ്ടകാലത്തെ

കരാഗൃഹവാസത്തിനായി സാധാരണ ലേബർ ക്യാമ്പുകളിലേക്ക് അ യക്കുകയാണ് പതിവ്. 1950ൽ പതിനാറായിരത്തിളരുപത്തിആറ് പേർ ഇത്തരം ക്യാമ്പുകളിൽ ഉണ്ടായിരുന്നു എന്ന് രേഖകൾ പറയുന്നു. ഇ ക്കൂട്ടത്തിൽ വേൾഡ് ചാമ്പ്യൻ ഓഫ് ഐസ്ഹോക്കി, ക്രിസ്ത്യൻപു രോഹിതർ, ബിഷപ്പുമാർ, യൂണിവേഴ്സിറ്റി പ്രൊഫസർമാർ, പട്ടാള ക്കാർ എന്നിങ്ങനെ സമൂഹത്തിലെ ഉന്നത സ്ഥാനീയരായിരുന്ന ധാ രാളം പേർ ഉൾപ്പെട്ടിരുന്നു.

ക്യാമ്പുകളിൽ നിന്നും പലരെയും ജാക്കിമോവ് യുറേനിയം ഖനി കളിൽ ജോലികൾക്കായി കൊണ്ടുപോയിരുന്നു. വളരെ കഠിനവും ദു രിതപൂർണ്ണവുമായ സാഹചര്യങ്ങളിലാണ് ഇവർ ജോലി ചെയ്തിരു ന്നത്. ഇവിടെ ഉണ്ടാക്കപ്പെടുന്ന യുറേനിയം മുഴുവനും സോവിയറ്റ് യൂണിയനിലേക്ക് കയറ്റി അയക്കുകയാണ് ചെയ്തിരുന്നത്. അണു വികിരണസംരക്ഷണത്തിന് ആവശ്യമുള്ള വസ്ത്രമോ മാസ്ക്കോ ഒ ന്നും കൂടാതെയാണ് ഇവർ ജോലി ചെയ്തിരുന്നത്. റേഡിയോആക് റ്റിവ് അയിര് പൊടിച്ച് ട്രെയിനിൽ കയറ്റി അയച്ചിരുന്ന ജോലിക്കാർ പലരും പെട്ടെന്ന് തന്നെ രോഗികളായി. 1948നും 61നും ഇടയ്ക്ക് ഏ കദേശം 60,000 പേർ ഇവിടെ ജോലിക്കായി എത്തിച്ചേർന്നതായി ക ണക്കുകൾ പറയുന്നു. വിചാരണയ്ക്ക് ഉപയോഗിച്ചിരുന്ന മുറികളും ഉപകരണങ്ങളും മറ്റും മ്യൂസിയത്തിൽ പ്രദർശിപ്പിച്ചിട്ടുണ്ട്.

അനഭിമതരായ ആയിരക്കണക്കിന് ആളുകളെ രണ്ടാംതരം പൗര ന്മാർ ആക്കി തരംതാഴ്ത്തുകയും അവരുടെ കുട്ടികളെ സ്കൂളിൽ പഠി ക്കുന്നതിൽ നിന്നും തടയുകയും ചെയ്തു. ഇവരിൽ പ്രായമുള്ള പ ലർക്കും പെൻഷൻ നിഷേധിക്കുകയും, ജോലി ഉള്ളവരെ പലരെയും പറഞ്ഞയക്കുകയും, അവർക്ക് കായികമായ അധ്വാനമുള്ള ജോലി കൾ നൽകുകയും ചെയ്തു. ഇത് സംബന്ധിച്ച് ഒരു കഥ അവിടെ എ ഴുതി വെച്ചിരിക്കുന്നത് കണ്ടു; അതിങ്ങനെ. പ്രസിഡൻറ് ആന്റൊണിൻ നവോറ്റ്നി തന്റെ വീട്ടിലെ വാതിലിന്റെ പൂട്ട് നന്നാക്കാൻ വന്ന ആളി നോട് അയാൾ കൂടുതൽ സമയമെടുത്ത് അതിനെ ചൊല്ലി കയർക്കു ന്ന സമയത്ത് ഇതിനേക്കാൾ കുറഞ്ഞ സമയം കൊണ്ട് എനിക്ക് ത ന്നെ ഇത് ചെയ്യാൻ പറ്റുമായിരുന്നു എന്ന് പറഞ്ഞപ്പോൾ പണിക്കാ രൻ മറുപടി പറഞ്ഞത് ഇങ്ങനെ

'കാരണം താങ്കൾ യഥാർത്ഥത്തിൽ പൂട്ടുപണിക്കാരനും ഞാൻ യൂണിവേഴ്സിറ്റി പ്രൊഫസർ ആണല്ലോ'

സ്കൂളുകളിൽ റഷ്യൻ ഭാഷ നിർബന്ധമായിരുന്നു. ഇംഗ്ലീഷ് പ്രൈ മറി സ്കൂളിൽ സാധാരണയായി പഠിപ്പിച്ചിരുന്നില്ല. ജോലി വേണമെ

ന്നുള്ളവർക്ക് തങ്ങളുടെ റെസ്യൂമെയിൽ മാർക്സിസത്തെയും ലെനി സത്തിനേയും പറ്റിയുള്ള ഒരു ഈവനിംഗ് കോളേജിൽ നിന്നെങ്കിലും ഉള്ള ഡിഗ്രി നിർബന്ധമായിരുന്നു.

1960 ആയതോടെ കാര്യങ്ങൾ കുറച്ചുകൂടി മയപ്പെട്ടു. 1968 സെപ് റ്റംബറിൽ ശനിയാഴ്ച അവധി ദിവസമായി പ്രഖ്യാപിച്ചുകൊണ്ട്,ആ ഴ്ചയിൽ അഞ്ചുദിവസം മാത്രമേ ജോലി ചെയ്യേണ്ടതുള്ളു എന്ന നി യമം കൊണ്ടുവന്നു. അമേരിക്കയിലെ സിവിൽ റൈറ്റ്സ് മൂവ്മെൻറ്, ലോകമെങ്ങും പടർന്ന ഹിപ്പിസംസ്കാരം എന്നിവ ഈ കാലത്തിന്റെ പ്രത്യേകതകൾ ആയിരുന്നു. പത്രപ്രവർത്തകരും ഇക്കാര്യത്തിൽ സാ ധാരണ ജനങ്ങളെ സഹായിച്ചു. പലതരം അനീതികളും പുറത്തുകൊ ണ്ടുവരുവാൻ സഹായിക്കുന്ന രചനകളും സ്വതന്ത്രപത്രപ്രവർത്തന വും മുഖമുദ്രയായ ലിറ്ററിനി നൊവിനി, റിപ്പോർട്ടർ എന്നീ മാഗസി നുകൾ ഇക്കാലത്ത് പുറത്തുവന്നു.

പൗരാവകാശധ്വംസനങ്ങളെ വിമർശിക്കുന്ന നാടകങ്ങളും തിയേ റ്ററുകളും ഈ കാലഘട്ടത്തിന്റെ പ്രത്യേകതയായിരുന്നു. മിലൻകുന്തേ ര, വക്ലാവ് ഹാവെൽ തുടങ്ങിയവർ ഇക്കാലത്തെ പ്രമുഖരായ നിരോ ധിക്കപ്പെട്ട എഴുത്തുകാരായിരുന്നു. ചെക്ക് സിനിമകൾ ഈ കാലത്ത് പടിഞ്ഞാറിന്റെ ശ്രദ്ധ പിടിച്ചു പറ്റി. ഷോപ്പ് ഓൺ ദിമെയിൻ സ്ട്രീറ്റ്, ക്ലോസിലി വാച്ച്ഡ് ട്രെയിൻസ് എന്നിവ ഇക്കാലത്ത് ഓസ്കാർ പുര സ്കാരം നേടി. ഇങ്ങനെ സൃഷ്ടിപരമായ പല പ്രവർത്തനങ്ങളും കൂ ടിച്ചേർന്ന് ഈ രാജ്യത്തെ ഇരുമ്പ് മറ തകർത്തു എന്ന് പറയാം.

ചെക്കോസ്ലൊവാക്യ ഒരു സോഷ്യലിസ്റ്റ് രാജ്യമായി തുടർന്നെങ്കി ലും ഭരണം കുറെ കൂടി ജനകീയമാവുകയും അവർ പടിഞ്ഞാറിനോ ട് അടുക്കുകയും ചെയ്തു. പലരും ഈ നാടിനെ കിഴക്കും പടി ഞ്ഞാറും തമ്മിലുള്ള ഒരു പാലം ആയി കണക്കാക്കി. 'പ്രാഗ് വസ ന്തം' എന്നറിയപ്പെട്ട ജനായത്ത ഭരണത്തിലേക്കുള്ള മാറ്റം 1968ലെ വ സന്തകാലത്താണ് സംഭവിച്ചത്. അലക്സാണ്ടഡ് ഡ്യൂപ് ചെക്ക് ആ യിരുന്നു ഇതിന്റെ പ്രധാന സൂത്രധാരൻ. ഇക്കാലത്ത് പാർട്ടിയിലെ യും ഭരണത്തിലെയും പ്രധാനപ്പെട്ടവർക്ക് സ്ഥാനചലനം സംഭവിച്ചു. സ്വതന്ത്രമായി സംസാരിക്കാനും തങ്ങളുടെ ആശയങ്ങൾ സംവേദ നം ചെയ്യാനുമുള്ള സ്വാതന്ത്ര്യം നിലനിർത്തിക്കൊണ്ട് മാനുഷിക മു ഖമുള്ള സോഷ്യലിസം രാജ്യത്ത് നടപ്പിലാക്കാൻ ക്രെംലിന്റെ അനു വാദത്തോടെ സാധിക്കുമെന്ന് ഡ്യൂപ് ചെക്ക് വിശ്വസിച്ചു.

1968 ലോകചരിത്രത്തിൽ തന്നെ ഒരു പ്രധാനപ്പെട്ട വർഷമായിരു ന്നു. പൗരാവകാശ സംരക്ഷണത്തിന് നേതൃത്വം കൊടുത്ത മാർട്ടിൻ

ല്യൂഥർ കിംഗ് ജൂനിയർ, അമേരിക്കൻ പ്രസിഡന്റ് റോബർട്ട് കെന്ന
ഡി എന്നിവർ വധിക്കപ്പെട്ടതും ഇക്കാലത്താണ്. ചെക്ക് ജനത കൂടു
തൽ മാറ്റങ്ങൾക്ക് വേണ്ടി തയ്യാറെടുത്തു കൊണ്ടിരിക്കെ ഇതിനെതി
രെ മോസ്കോയുടെ സൈനികമായ കടുത്ത ഇടപെടൽ ഉണ്ടായി.
USSRന്റെ ഈസ്റ്റേൺ ബ്ലോക്കിൽ നിന്നുള്ള അര മില്യൺ സൈന്യം
ഇതിനായി ടാങ്കുകളും മറ്റ് കവചിത വാഹനങ്ങളുടെയും അകമ്പടി
യോടെ 1968 ഓഗസ്റ്റ് 21 പ്രാഗിലേക്ക് ഇരച്ചു കയറി.

1969 മോസ്കോ, ഗുസ്താവ് ഹുസാക്കിനെ കമ്മ്യൂണിസ്റ്റ് പാർട്ടി
യുടെ തലവനായി നിയമിച്ചു. 1990ൽ ഇവരുടെ ഭരണം അവസാനി
ക്കുന്നത് വരെ ഈ പട്ടാളവും അവരുടെ യുദ്ധോപകരണങ്ങളും ചെ
ക്കോസ്ലോവാക്കിയയിൽ തന്നെ തുടർന്നു. ഇതോടെ പ്രാഗ് വസന്ത
ത്തിന് നേതൃത്വം നൽകിയ അലക്സാണ്ടർ ഡ്യൂപ്ചെക്ക് വനം വകു
പ്പിലെ ഒരു സാധാരണ ഉദ്യോഗസ്ഥനായി തരംതാഴ്ത്തപ്പെട്ടു. ജാൻ
പലാക്ക് എന്ന ചാൾസ് യൂണിവേഴ്സിറ്റിയിലെ വിദ്യാർത്ഥി 1969 ജനു
വരി 16ന് വെൻസെസ്ലാസ് സ്ക്വയറിൽ വച്ച് സ്വയം തീ കൊളുത്തി
പ്രതിഷേധിച്ചു. ഗുരുതരമായ പൊള്ളലേറ്റ അദ്ദേഹം മൂന്ന് ദിവസം
ആശുപത്രിയിൽ കഴിച്ചുകൂട്ടി. വളരെ ദയനീയ അവസ്ഥയിൽ ആയി
രുന്നുവെങ്കിലും അദ്ദേഹത്തിന് പ്രധാന താൽപര്യം തന്റെ പ്രവർത്തി
കൂടുതൽ ആളുകളെ റഷ്യൻ കടന്നു കയറ്റത്തിനെതിരെ പോരാടാൻ
പ്രേരിപ്പിച്ചുവോ എന്നത് മാത്രമായിരുന്നു. താൻ ചെയ്ത പ്രവർത്തി
തന്റെ സഹവിവിദ്യാർത്ഥികൾ ഒരിക്കലും അനുകരിക്കരുത് എന്ന് പ
റയാനും അദ്ദേഹം മറന്നില്ല. ജീവിച്ചിരിക്കുകയും അടിച്ചമർത്തലുകൾ
ക്കെതിരെ പോരാടുകയും ആണ് കൂടുതൽ പ്രധാനം എന്ന് അദ്ദേഹം
ഊന്നി പറഞ്ഞു. മൂന്നാം ദിവസം മരണത്തിന് കീഴടങ്ങിയ അദ്ദേഹ
ത്തിന്റെ ശവസംസ്കാരത്തിൽ പങ്കെടുത്ത ആയിരക്കണക്കിന് ആളു
കൾ ഭരണത്തിനെതിരായ തങ്ങളുടെ വിയോജിപ്പ് രേഖപ്പെടുത്തുക
കൂടിയായിരുന്നു.1969 ഫെബ്രുവരി 25ന് ജാൻ സാജിക്, തന്റെ സുഹൃ
ത്തായ ജാൻ പലാക്കിനോട്. ഐക്യദാർഢ്യം പ്രകടിപ്പിച്ചു കൊണ്ട്
സ്വയം തീ കൊളുത്തി മരിച്ചു. 1969ഏപ്രിൽ ആയപ്പോഴേക്കും 26 പേർ
ഇത്തരത്തിൽ സ്വയം തീ കൊളുത്തി പ്രതിഷേധം പ്രകടിപ്പിച്ചു. ഇവ
രിൽ ഏഴു പേർ മരണത്തിന് കീഴടങ്ങി. ഈ സംഭവങ്ങൾ തീർച്ചയാ
യും ഭരണകൂടത്തിന്റെ അടിത്തറയ്ക്ക് കാര്യമായ ഇളക്കം സൃഷ്ടിച്ചു
എന്ന് പറയേണ്ടതില്ലല്ലോ. 1969 ഏകദേശം 80,000 പൗരന്മാർ ഈ രാ
ജ്യം വിട്ടു പോയി.

1970 ആയപ്പോഴേക്കും ചെക്ക് ജനത ഒരുതരം മരവിപ്പിലേക്ക് മാറി

യിരുന്നു. എല്ലാവരും അവനവന്റെ പുറന്തോടുകൾക്കുള്ളിലേക്ക് ഒ
തുങ്ങി. താനും   തന്റെ കുടുംബവും ജോലിയും അല്പം ടെലിവി
ഷൻ കാണലും ഒക്കെയായി ജീവിതം മുന്നോട്ട് കൊണ്ടുപോയി. ഇ
ക്കാലത്ത് സെൻസർഷിപ്പ് പുനസ്ഥാപിക്കുകയും ടെലിവിഷൻ, പത്രം
വ്യക്തിപരമായ രചനകൾ എന്നിവയിൽ നിയന്ത്രണം നടപ്പിലാക്കുക
യും ചെയ്തു. 'ഗുലാഷ് കമ്മ്യൂണിസം' എന്ന പ്രയോഗം ഹംഗറിയി
ലാണ് ആദ്യം ആരംഭിച്ചത്. ഗുലാഷ് എന്നാൽ ഭക്ഷണം എന്നർത്ഥം.
അല്പം ഭക്ഷണത്തിനു വേണ്ടി നിശബ്ദത പാലിക്കേണ്ടിവരുന്ന ജന
തയെയാണ് ഈ വാക്കു കൊണ്ട് സൂചിപ്പിക്കപ്പെട്ടത്. സാധാരണ ജ
നങ്ങൾ രാജ്യത്തിന്റെ അവസ്ഥയെപ്പറ്റി ഉദാസീനമായ നിലപാടാണ്
എടുത്തത് എന്നാൽ പത്രപ്രവർത്തകർ, രാഷ്ട്രീയപ്രവർത്തകർ, ശാ
സ്ത്രജ്ഞർ എന്നിവർ ഉൾപ്പെട്ട ചെറിയ ഒരു സംഘം ആളുകൾ
നാട്ടിൽ നടക്കുന്ന പൗരാവകാശ ലംഘനങ്ങൾ അംഗീകരിക്കാൻ മടി
കാണിച്ചു സ്വതന്ത്രമായി ചിന്തിക്കുന്നവരുടെ ഈ കൂട്ടത്തിൽ, സം
ഗീതജ്ഞർ കൂടി ചേർന്ന് പ്രവർത്തിക്കാൻ ആരംഭിച്ചു. ഈ പറഞ്ഞ
സംഘത്തിലെ അധികമാളുകൾക്കും വളരെ ചെറിയ ജോലികൾ മാ
ത്രമാണ് ഉണ്ടായിരുന്നത്.

ഇവർ രഹസ്യമായി പുസ്തകങ്ങളും ആശയങ്ങളും പ്രസിദ്ധീകരി
ക്കാൻ ആരംഭിച്ചു, കൂടാതെ റേഡിയോയുടെ കണ്ടുപിടിത്തം മൂലം
വോയിസ് ഓഫ് അമേരിക്ക, യൂറോപ്പിലെ റേഡിയോ ഫ്രീ യൂറോപ്പ്
എന്നീ സ്റ്റേഷനുകൾ ഇവർക്ക് ലഭ്യമായിത്തുടങ്ങി. ഇവ പുറം ലോക
ത്തേക്കുള്ള ജനാലകളായി വർത്തിച്ചെങ്കിലും ഭരണകൂടത്തിന് ഇത്
വളരെ രോഷത്തിനിടയാക്കി.

അക്കാലത്ത് നടന്ന പൗരാവകാശ ധ്വംസനങ്ങളെപ്പറ്റിയും മറ്റു വി
ശദീകരിച്ചു കൊണ്ട് ചാർട്ടർ 77 എന്ന ഒരു പൊതുനിവേദനം 1977 ജ
നുവരി ഒന്നിന് ഇവരെല്ലാം കൂടി ചേർന്ന് അധികാരികൾക്ക് സമർപ്പി
ച്ചു. അക്കാലത്തെ സ്വതന്ത്രചിന്തകരായ ജാൻ പട്ടോക്ക, വക്ലാവ് ഹാ
വെൽ, ജെറി ഹാജെക്ക് എന്നിവരാണ് ഇതിന് നേതൃത്വം നൽകി
യത്. ഇതിൽ ഒപ്പു വച്ച 242 പേരെ രഹസ്യ പോലീസുകാർ പലതര
ത്തിൽ പീഡിപ്പിച്ചു തുടങ്ങി. അതുപോലെ മാധ്യമങ്ങളെ ഉപയോഗി
ച്ച് ഇവരെ അപകീർത്തിപ്പെടുത്താൻ തുടങ്ങി. ചോദ്യം ചെയ്യലിനി
ടയിൽ സ്ട്രോക്ക് വന്നാണ് ജാൻ പട്ടോക്ക മരിക്കുന്നത്. ഗവൺമെന്റി
ന്റെ നല്ല പിള്ളയായിരിക്കാൻ ആഗ്രഹിച്ചവർക്ക് ആന്റി ചാർട്ട് എന്ന
പേരിൽ   ഭരണാനുകൂലികൾ സൃഷ്ടിച്ച എതിർ നിവേദനത്തിൽ ഒപ്പി
ടേണ്ടി വന്നു.

1985 മെയിൽ മിഖായേൽ ഗോർബച്ചേവ് സോവിയറ്റ് യൂണിയനി ലെ കമ്മ്യൂണിസ്റ്റ് പാർട്ടിയുടെ ജനറൽ സെക്രട്ടറിയായി തെരഞ്ഞെടു ക്കപ്പെട്ടു. അക്കാലത്ത് അദ്ദേഹം ലെനിൻ ഗ്രാഡിൽ നടത്തിയ പ്രസം ഗത്തിലൂടെ റഷ്യൻ ജനതയ്ക്കും ലോകത്തിനും മുമ്പിൽ അവതരി പ്പിച്ച വാക്കുകളാണ് പെരിസ്ട്രോയിക്ക (പുനർരൂപീകരിക്കുക) ഗ്ലാ സ് നോസ്ത് (സുതാര്യത) എന്നിവ. രാജ്യത്തിന്റെ തകർന്ന സാമ്പ ത്തികസ്ഥിതിയെപ്പറ്റി തുറന്നു സംസാരിച്ച ആദ്യ നേതാവായിരുന്നു അദ്ദേഹം. രാഷ്ട്രീയത്തടവുകാരെ അദ്ദേഹം വിട്ടയക്കുകയും 1987 പ രിമിതമായ നിലയിൽ സ്വകാര്യസ്വത്തിനുള്ള അവകാശം പുനസ്ഥാ പിക്കുകയും ചെയ്തു. 1988ൽ യൂറോപ്പിൽ സ്ഥാപിച്ചിരുന്ന മധ്യദൂര മിസൈലുകൾ നീക്കുന്നതിനുള്ള കരാർ അമേരിക്കയുമായി ഒപ്പുവച്ചു.

എന്നാൽ ചെക്കോസ്ലാവാക്കിയ കമ്മ്യൂണിസ്റ്റ് പാർട്ടിയുടെ നേതാ വായിരുന്ന ഗുസ്താവ് ഹുസാക്, ഗോർബച്ചേവിന്റെ ഇത്തരം നടപ ടികളിൽ നിന്നും വിട്ടു നിന്നു. സോവിയറ്റ് ടെലിവിഷൻ പരിപാടിക ളും അവിടെനിന്നുള്ള പ്രവ്ദ ഉൽപ്പടെയുള്ള പല പത്രമാസികകളും പ്രാഗിൽ നിന്നും അപ്രത്യക്ഷമായി. ചെക്കോസ്ലാവാക്കിയൻ കമ്മ്യൂ ണിസ്റ്റ് പാർട്ടി പഴയ രീതിയിൽത്തന്നെ മുന്നോട്ടു പോകാൻ ആണ് താൽപര്യപ്പെട്ടത്. എങ്കിലും 1989 ഏപ്രിലിൽ ഗോർബച്ചേവ് ചെക്കോ സ്ലോവാക്കിയ സന്ദർശിച്ച അവസരത്തിൽ ഒന്നര ലക്ഷം ആളുകൾ പ്രാഗിൽ അദ്ദേഹത്തിന്റെ പ്രസംഗം കേൾക്കാൻ എത്തി.

155 കിലോമീറ്റർ നീളമുള്ള ബെർലിൻ മതിലിന്റെ 45 കിലോമീറ്റർ കിഴക്കും പടിഞ്ഞാറുമായി ബർലിനെ വിഭജിക്കുന്നതും, ബാക്കിയു ള്ള 110 കിലോമീറ്റർ പടിഞ്ഞാറൻ ബെർലിനും കിഴക്കൻ ജർമനിയി ലെ ബ്രാൻഡൻബർഗ് എന്ന പട്ടണവുമായി വേർതിരിക്കുന്നതുമാണ്. കമ്മ്യൂണിസ്റ്റ് രാജ്യങ്ങളിൽ നിന്നും ആളുകൾ പടിഞ്ഞാറൻ രാജ്യങ്ങ ളിലേക്ക് ഓടിപ്പോകുന്നതിന് തടയിടാൻ വേണ്ടിയാണ് ഈ മതിൽ നിർമ്മിച്ചത്. ആദ്യത്തെ വനിതാബഹിരാകാശ സഞ്ചാരി ആയ വാ ലന്റീന ടെരസ്കോവ ബഹിരാകാശത്തേക്ക് സഞ്ചരിച്ച 1963ലാണ് ഇതിന്റെ നിർമ്മാണം പൂർത്തീകരിച്ചത്. മൂന്നര മീറ്റർ പൊക്കത്തിൽ കോൺക്രീറ്റ് കൊണ്ട് നിർമ്മിക്കപ്പെട്ട ഈ മതിൽ കാത്തു രക്ഷിക്കാ നായി അക്കാലത്ത് മുപ്പതിനായിരം പട്ടാളക്കാരും 302 കാവൽ ഗോ പുരങ്ങളും 20 ബങ്കറുകളും ഉണ്ടായിരുന്നതായി കണക്കുകൾ പറയു ന്നു. മതിലിനു മുന്നിലായി മൈനുകൾ, ഓട്ടോമാറ്റിക് സൈറണുകൾ, തനിയെ കാഞ്ചി വലിക്കുന്ന തോക്കുകൾ എന്നിവ സ്ഥാപിച്ചിട്ടുണ്ടാ യിരുന്നു. എത്ര പേർ ഈ മതിലിൽ കടന്ന് മറുപുറത്തേക്ക് പോകാ

നായി ശ്രമിച്ചു എന്ന് കണക്കുകളില്ല. എന്നാലും ഏകദേശം 200 പേർ ഇത്തരത്തിൽ കൊല്ലപ്പെട്ടതായി പറയപ്പെടുന്നു. 1987ൽ പ്രാഗ് സന്ദർ ശിച്ച അമേരിക്കൻ പ്രസിഡന്റ് റൊണാൾഡ് റീഗൻ ആണ് ഈ മ തിൽ തകർക്കേണ്ടതിനെപ്പറ്റി ആദ്യമായി ലോകത്തോട് സംസാരിച്ച ത്. യഥാർഥത്തിൽ കിഴക്കൻ കമ്മ്യൂണിസത്തിനും പടിഞ്ഞാറൻ ക്യാ പിറ്റലിസത്തിനും ഇടയ്ക്കുള്ള മതിൽ ആയിരുന്നു ഇത്. ഇത് തകർ ന്നതോടെ 'കോൾഡ് വാർ' എന്നറിയപ്പെടുന്ന ശീതയുദ്ധം അവസാ നിച്ചതായി കണക്കാക്കപ്പെട്ടു.

1986 ഏപ്രിൽ 26ന് നടന്ന ചെർനോബിൽ ദുരന്തം സോവിയറ്റ് യൂ ണിയനിലെ കീവ് പട്ടണത്തിനടുത്തുള്ള ഒരു ന്യൂക്ലിയർ പ്ലാന്റിൽ ആയി രുന്നു. ഇതിന്റെ തിക്തഫലങ്ങൾ ഇന്നും തലമുറകൾ അനുഭവിച്ചു കൊണ്ടിരിക്കുന്നു. അത്ര മാത്രം ദുരിതം വാരി വിതറിയ ഈ സംഭവം നടന്നു കഴിഞ്ഞ് കുറച്ചു ദിവസങ്ങൾക്കുശേഷമാണ് ഇതിനെപ്പറ്റി ലോ കം അറിയുന്നത്.

1989ൽ ഏകദേശം 8 ലക്ഷം പേർ കമ്മ്യൂണിസ്റ്റ് ഭരണത്തിൻ കീഴി ലായിരുന്ന കിഴക്കൻ ജർമനിയിൽ നിന്നും രക്ഷപ്പെട്ടു. ഇവരിൽ പല രും ഹംഗറിയിലുള്ള പടിഞ്ഞാറൻ ജർമനിയുടെ എംബസിയുടെ മ തിൽ ചാടിക്കടന്ന് അകത്തു പ്രവേശിക്കുകയായിരുന്നു. പ്രാഗിലും ബുഡാപെസ്റ്റിലും ഉള്ള എംബസികളിൽ ഇത്തരത്തിൽ കയറിക്കൂടി യ ജനങ്ങളെ പ്രത്യേക ട്രെയിൻ വഴി പടിഞ്ഞാറൻ ജർമ്മനിയിൽ എ ത്തിക്കുകയായിരുന്നു.

1989 നവംബർ ഒൻപതിന് ജർമ്മനിയിലെ റേഡിയോയിൽ നിന്നും കിഴക്കും പടിഞ്ഞാറും തമ്മിലുള്ള അതിർത്തി തുറന്നു എന്നൊരു അറിയിപ്പ് പ്രക്ഷേപണം ചെയ്യപ്പെടുകയുണ്ടായി. മതിലിന്റെ ഇരുഭാ ഗത്തും ഇത് കേട്ട് കൂട്ടം കൂടിയ ആളുകളോട് തങ്ങൾക്ക് ആ വിധം ഉ ത്തരവുകൾ ഒന്നും ലഭിച്ചിട്ടില്ല എന്നാണ് അവിടെ ഉണ്ടായിരുന്ന കാ വൽക്കാർ പറഞ്ഞത്. രണ്ടുദിവസം കാത്തിരുന്ന് സഹികെട്ട ജനങ്ങൾ തന്നെ മതിൽ തകർക്കാൻ തുടങ്ങി. അങ്ങനെ 28 വർഷങ്ങൾക്ക് ശേ ഷം നവംബർ 11 ന് ലോക മനസ്സാക്ഷിയുടെയും മാനവസൗഹൃദത്തി ന്റെയും മേലുള്ള ഒരു കറുത്ത മഷിപ്പാടായിരുന്ന ആ മതിൽ തകർക്ക പ്പെട്ടു. ഈ മതിലിന്റെ കഷണങ്ങൾ ബെർലിനിൽ അക്കാലത്ത് കുറ ച്ചു യൂറോകൾ കൊടുത്താൽ സ്മാരകം എന്ന നിലയ്ക്ക് വാങ്ങാൻ കിട്ടുമായിരുന്നു. റൊണാൾഡ് റീഗൻ ഒപ്പിട്ട ഒരു കഷണം 2 77,500 ഡോളറിനാണ് ലേലത്തിൽ വിറ്റു പോയത്.

എഴുത്തുകാരനും നാടക രചയിതാവുമായ ഹവേലിനെ കമ്മ്യൂണി

സ്റ്റ് ഗവൺമെന്റിന് എതിരായി സംസാരിക്കുന്നത് നിമിത്തം വളരെ ദൂ
രെ ഒരു മദ്യനിർമ്മാണ കേന്ദ്രത്തിലെ സാധാരണ തൊഴിലാളിയായി
പറഞ്ഞയക്കുകയയിരുന്നു. അതിനുശേഷം ഏകദേശം നാലര കൊ
ല്ലം അദ്ദേഹം ജയിൽവാസം അനുഭവിച്ചു. പൗരാവകാശങ്ങളും സ്വാ
തന്ത്ര്യവും സാർവലൗകികവും അവിഭാജ്യവും ആണെന്നും, അത് ഒ
രാൾക്ക് നിഷേധിക്കപ്പെട്ടാൽ പരോക്ഷമായി മറ്റുള്ളവർക്കും നിഷേ
ധിക്കപ്പെടുന്നതിനു തുല്യമാണെന്നും, അതുകൊണ്ട് ഓരോരുത്തരും
ഇത്തരത്തിലുള്ള നീതി നിഷേധങ്ങൾക്ക് മുന്നിൽ നിശബ്ദരായിരിക്ക
രുത് എന്ന അഭിപ്രായക്കാരനായിരുന്നു വക്ലാവ് ഹാവൽ.

ഈ സംഭവത്തിനു ശേഷം കമ്മ്യൂണിസ്റ്റ് ഭരണം അവസാനിക്കും
എന്ന് ജനങ്ങളെല്ലാം കരുതിയെങ്കിലും അത് എങ്ങനെയാണ് എപ്പോ
ഴാണ് എന്നതിനെപ്പറ്റി അവർക്ക് ഒരു തീരുമാനത്തിലെത്താൻ കഴി
ഞ്ഞില്ല. 1989 നവംബർ 17ന് വിദ്യാർത്ഥികൾ നടത്തിയ ഒരു പ്രകടനം
ഭരണകൂടത്തിനെതിരായുള്ള ഒരു വലിയ ജനക്കൂട്ടമായി മാറുകയാ
യിരുന്നു. പ്രധാനമായും വിദ്യാർത്ഥികൾ അടങ്ങിയ ആയിരക്കണക്കി
ന് പ്രതിഷേധക്കാർ മസാരിക്, വക്ലാവ് ഹവേൽ എന്നിവരെയും ചാർ
ട്ട് 77 നെയും പ്രകീർത്തിച്ചു കൊണ്ടുള്ള മുദ്രാവാക്യങ്ങൾ മുഴക്കി.
ഈ പ്രകടനത്തെ കമ്മ്യൂണിസ്റ്റ് പട്ടാളം ക്രൂരമായി നേരിട്ടു. ഇതാണ്
ചെക്കോസ്ലോവാക്കിയിലെ കമ്മ്യൂണിസ്റ്റ് ഭരണത്തിന്റെ അവസാനം
കുറിച്ച വെൽവെറ്റ് റെവല്യൂഷൻ എന്നറിയപ്പെടുന്നത്. സമൂഹത്തി
ന്റെ എല്ലാ തുറയിലുള്ളവരും ഈ പ്രകടനങ്ങളിൽ അണി ചേർന്നു
ദിവസം തോറും ഇത് വലുതായിക്കൊണ്ടിരുന്നു. ഏകദേശം 10 ദിവ
സം കഴിഞ്ഞപ്പോൾ ചെക് ടെലിവിഷൻ തന്നെ ഈ പ്രകടനം ലൈവ്
ആയി ടെലികാസ്റ്റ് ചെയ്യാൻ തുടങ്ങി. ഡിസംബർ 29ന് ഹാവെൽ ഏ
കകണ്ഠമായി ചെക്കോസ്ലോവാക്കിയുടെ പ്രസിഡണ്ടായി തിരഞ്ഞെ
ടുക്കപ്പെട്ടു.

23. കുട്നഹോര

ഓൾഡ് ടൌൺ സന്ദർശനത്തിനിടെ കണ്ട ഒരു ടൂർ ഗൈഡാണ് കുട്നഹോരയെപ്പറ്റി ആദ്യം പറഞ്ഞു തന്നത്. ചെക്ക് റിപ്പബ്ലിക്കിന്റെ മദ്ധ്യ ഭാഗത്തായി തലസ്ഥാനമായ പ്രാഗിൽ നിന്നും ഒരു മണിക്കൂർ റോഡ് മാർഗം യാത്ര ചെയ്താൽ കുട്നഹോരയിൽ എത്തിച്ചേരും. അര ദിവസത്തെ ബസ് ടൂറിനായി ഞങ്ങൾ തലേന്ന് തന്നെ ബുക്ക് ചെയ്തിരുന്നു. ഹിസ്റ്ററി വിദ്യാർത്ഥിയായ നിക്കോളസ് എന്ന യുവാ വായിരുന്നു ഞങ്ങളുടെ ഗൈഡ്. അമ്മ ബോളീവിയക്കാരിയാണെന്നും അച്ഛൻ ചെക്ക് പൗരനാണെന്നും പറഞ്ഞാണ് അയാൾ സ്വയം പരിച യപ്പെടുത്തിയത്. മദ്ധ്യകാല ഘട്ടത്തിലെ (എ. ഡി.അഞ്ചാം നൂറ്റാണ്ട് മുതൽ പതിനഞ്ചാം നൂറ്റാണ്ട് വരെയുള്ള കാലം) ബൊഹീമിയൻ സാ മ്രാജ്യത്തിൽ ഉൾപ്പെട്ടതാണ് ഈ പ്രദേശം. സാമ്രാജ്യത്തിന്റെ തല സ്ഥാനം പ്രാഗ് ആയിരുന്നെങ്കിലും സാമ്പത്തിക തലസ്ഥാനം വെ ള്ളി ഖനികളുടെ കേന്ദ്രമായ കുട്നഹോരയായിരുന്നു. ഇവിടെ നിർ മ്മിക്കപ്പെട്ട 'പ്രാഗ് ഗ്രോസ്ച്ചൻ' എന്ന നാണയം അന്ന് യൂറോപ്പിലാ കമാനം വളരെ വിലമതിയ്ക്കപ്പെട്ടിരുന്നു. ഈ സാമ്പത്തികസ്രോത സ്സാണ് പ്രാഗിൽ മദ്ധ്യകാല ഘട്ടത്തിൽ ഉണ്ടായ ചാൾസ് ബ്രിഡ്ജ് ഉൾപ്പടെയുള്ള എല്ലാ നിർമ്മിതികൾക്കും കാരണഭൂതമായത്. 'സിൽ വർ റഷ്' എന്നാണ് ഇത് അറിയപ്പെടുന്നത്.

കാലം ഘനീഭവിച്ച് നില്ക്കുന്ന ഒരിടത്തേക്ക് ആണ് നാം കാ ലെടുത്ത് വയ്ക്കുന്നത്. തെരുവുകളും കെട്ടിടങ്ങളുമൊക്കെ മദ്ധ്യകാ ല ഘട്ടത്തിലെ പെയിന്റിങ്ങുകളിലും സിനിമകളിലും കാണുന്നത് പോ ലെ തന്നെ. പ്രധാന റോഡ് ഒഴികെ എല്ലാം കല്ല് പാകിയവ. ടൂറിസ്റ്റുക ളെ ഒഴിവാക്കിയാൽ നിശബ്ദമായ തെരുവുകൾ! ഞങ്ങൾ കണ്ട ഇട ങ്ങളിലെ വാസ്തു ശൈലിയിലും പെയിന്റിംഗിലും ഒരു തരത്തിലു ള്ള മാറ്റവും വരുത്തിയിട്ടില്ല. വളരെ ശാന്തമായ ഒരു മദ്ധ്യ കാലഗ്രാമ ത്തിൽ കൂടി നടക്കുകയാണെന്ന് തോന്നി.

പതിമൂന്നാം നൂറ്റാണ്ടിൽ യൂറോപ്പിന് ആവശ്യമായ വെള്ളിയുടെ

മൂന്നിൽ ഒരു ഭാഗവും കുട്ടനഹോരയിലെ ഖനികളിൽ നിന്നായിരു
ന്നു ലഭിച്ചിരുന്നത്. അക്കാലത്തെ ഏറ്റവും ആഴം കൂടിയ ഖനികളി
ലൊന്നായിരുന്നു ഇത്. ആധുനിക ടെക്നോളജിയും സൗകര്യങ്ങളും
ഒന്നുമില്ലാത്ത കാലത്താണ് ഒരു എണ്ണ വിളക്കും ചുറ്റികയുമായി കു
റേ മനുഷ്യർ ഇത്ര താഴ്ചയിൽ ഇറങ്ങി പണിയെടുത്തിരുന്നതു്. ഇത്
മൂലം ഉണ്ടാകുന്ന സാമ്പത്തിക നേട്ടം കാന്തം പോലെ സാധാരണ മ
നുഷ്യരെ ആ ഖനിയിലേക്ക് വലിച്ച് കൊണ്ട് പോയി. അന്നത്തെ രാ
ജാവ് ജർമ്മനിയിൽ നിന്ന് ഖനിയിലെ ജോലിയിൽ സമർത്ഥരായ ആ
ളുകളെ അവിടെ താമസിക്കാനായി താമസിക്കാൻ ക്ഷണിച്ചു കൊ
ണ്ടു വന്നു. ഈ ജോലി അറിയാവുന്ന ആർക്കും കുടുംബത്തോടെ
പ്പം ഇവിടെ താമസിക്കാം എന്നതായിരുന്നു നിയമം. രാജാവിന് നിയ
മപ്രകാരമുള്ള നികുതി കൊടുത്താൽ സ്വന്തമായി നാണയം ഉണ്ടാ
ക്കാനുള്ള അനുവാദവും ഉണ്ടായിരുന്നു. അവിടെയുണ്ടായിരുന്ന പഴ
യ താമസക്കാരെയെല്ലാം മാറ്റി പാർപ്പിച്ചു. പതിനാലാം നൂറ്റാണ്ടിൽ
ഖനനം അതിന്റെ ഉച്ചസ്ഥായിയിൽ നിൽക്കുമ്പോൾ 25000 ഖനിതൊ
ഴിലാളികൾ ഈ ചെറുപട്ടണത്തിലുണ്ടായിരുന്നു എന്ന് പറഞ്ഞാൽ
ഒരു ഏകദേശ രൂപം കിട്ടുമല്ലോ. മൂവായിരം മുതൽ അയ്യായിരം വരെ
കിലോ വെള്ളി ഒരു വർഷം ഇവിടെ നിന്ന് ഉണ്ടാക്കിയിരുന്നു. നല്ല
അളവിൽ ചെമ്പും ഇവിടെ നിന്ന് ലഭിച്ചിരുന്നു.

താല്പര്യമുള്ളവർക്ക് സംരക്ഷിത മേഖലയായ ഖനിയിലേക്ക് ഉ
ള്ള ടൂറിന് മുൻകൂട്ടി ബുക്ക് ചെയ്യാം. ഖനികൾക്കുള്ളിൽ നടന്ന് പഴയ
കാലത്ത് എങ്ങനെയാണ് ഖനനം നടത്തിയിരുന്നതെന്ന് കാണാം. ഖ
നി തൊഴിലാളികൾ തങ്ങളുടെ വിളക്കുകൾ വച്ചിരുന്ന കൽത്തുള
കൾ ഇത്രയും വർഷങ്ങൾക്ക് ശേഷവും അങ്ങനെ തന്നെ അവിടെയു
ണ്ട്. കുറ്റവാളികളെയാണ് അക്കാലത്ത് നാണയം അടിച്ചുണ്ടാക്കുന്ന
ജോലിക്കാർക്ക് സഹായികളായി നൽകിയിരുന്നത്. ചുറ്റിക കൊണ്ടു
ള്ള മുറിവുകളും ചതവുകളും ഒക്കെ അവർ തങ്ങളുടെ ശിക്ഷയുടെ
ഭാഗമായി കരുതിപ്പോന്നു. പതിനാറാം നൂറ്റാണ്ടിൽ ഉപേക്ഷിക്കപ്പെട്ട
ഈ ഖനി 1967ൽ കുറേ ജിയോ ഹൈഡ്രോളജിസ്റ്റുകൾ, ആകസ്മിക
മായി കണ്ടെത്തുകയായിരുന്നു. അത് വൃത്തിയാക്കിയെടുത്ത്, താഴേ
ക്ക് വലിയ ഒരു ഗോവണി നിർമ്മിച്ച് വിനോദ സഞ്ചാരികൾക്കായി ഒ
രുക്കിയെടുക്കുകയായിരുന്നു. ഉളിയും ചുറ്റികയും മാത്രം ഉപയോഗി
ച്ച് കൈ കൊണ്ടു് ഖനനം നടത്തിയ കാലത്തിന്റെ സ്മാരകമാണ് ഇ
ന്നിവിടം. ഖനിയുടെ 250 മീറ്റർ നീളത്തിലുള്ള ഭാഗം ഇത്തരത്തിൽ

വൃത്തിയാക്കിയെടുത്തിട്ടുണ്ട്. ഖനിയിലെ ജോലിയെയും ചുറ്റുപാടു കളെപ്പറ്റിയും സന്ദർശകർക്ക് വിശദമായ അറിവ് നൽകാൻ പറ്റിയ വി ധത്തിൽ അതിനെ പുനർസൃഷ്ടിച്ചിട്ടുണ്ട്. ഖനിയിലേക്കുള്ള ടൂർ തുട ങ്ങുന്നതിന് മുൻപ് അവിടുത്തെ തൊഴിലാളികളുടെ വസ്ത്രമായിരു ന്ന വെളുത്ത ഗൗൺ എല്ലാവർക്കും ലഭിക്കും; കൂടാതെ സുരക്ഷയു ടെ ഭാഗമായി ഹെൽമെറ്റും. വളരെ ഇടുങ്ങിയ വഴികളിലൂടെ നടന്ന് ഖനിയുടെ ഉള്ളിലെത്താം. ഇവിടെ നിന്നുള്ള അയിര് അന്ന് കുതിര കളും മനുഷ്യരും ചേർന്ന ഒരു സംഘമാണ് മുകളിലേക്ക് വലിച്ച് ക യറ്റിയിരുന്നത്. പാറയിൽ നിന്ന് ഒലിച്ചിറങ്ങിയ ചുണ്ണാമ്പ് കല്ല് (stalactite) ഖനിയുടെ മേൽ തട്ടിൽ നിന്ന് മൺപുറ്റുപോലെ താഴേ ക്ക് തള്ളി നില്ക്കുന്നത് കാണാം. ധാതുക്കൾ പതുക്കെ പതുക്കെ പു റത്തേക്ക് വരുന്ന ലീച്ചിങ് (leaching) എന്ന പ്രതിഭാസം മൂലമാണ് ഇവ ഉണ്ടാകുന്നത്.

1142ൽ ആന്റൺ എന്ന് പേരായ ഒരു പാതിരിയാണ് അദ്ദേഹം താ മസിച്ചിരുന്ന സന്യാസി മഠത്തിനടുത്തുള്ള കുന്നിൻപ്രദേശത്ത് വെ ള്ളിയുടെ സാന്നിദ്ധ്യം ആദ്യമായി കണ്ടെത്തിയത്. ഈ സ്ഥലം അട യാളപ്പെടുത്താനായി അദ്ദേഹം അവിടെ ഒരു വടി കുത്തി അതിൽ 'കുട്ടന' എന്ന് പേരുള്ള ഒരു വസ്ത്രം തൂക്കിയിട്ടു. ഇതിൽ നിന്നാണ് ഈ സ്ഥലത്തിന് ഈ പേരുണ്ടായതത്രേ! നാണയം ഉണ്ടാക്കുന്ന ജോ ലിക്കായി ഇറ്റലിയിലെ ഫ്ലോറൻസിൽ നിന്നും ഈ തൊഴിലിൽ പ്രാ വീണ്യം ഉള്ള കുറേപ്പേരെ ക്ഷണിച്ചു കൊണ്ടു വന്നു. ഇത് മൂലം ഈ ജോലി നടക്കുന്ന കെട്ടിടം 'ഇറ്റാലിയൻ കോർട്ട്' എന്നാണ് അറിയ പ്പെട്ടത്. ഖനിയിൽ നിന്ന് കൊണ്ടു വരുന്ന അയിര് (ore) സൂക്ഷിക്കാ നും ഇവിടം ഉപയോഗിച്ചു. കാലക്രമേണ ഇത് വികസിപ്പിച്ച് രാജാ വും കുടുംബാംഗങ്ങളും ഇവിടം സന്ദർശിക്കുമ്പോൾ അവർക്ക് വേ ണ്ട മുറികളും, രാജസഭ കൂടുന്നതിനുള്ള മന്ദിരങ്ങളും ഇതോടനുബ ന്ധിച്ച് നിർമ്മിക്കപ്പെട്ടു. ഇന്ന് ഇത് ഒരു മ്യൂസിയം ആണ്. പുരാതന നാണയങ്ങളുടെ വലിയ ഒരു ശേഖരം ഇവിടെ ഉണ്ട്. ചിലപ്പോൾ ദിവ സം 2000 നാണയങ്ങൾ വരെ ഉണ്ടാക്കിയിരുന്നതായി പറയപ്പെടുന്നു. കാലക്രമേണ പണിക്കാർ മിക്കവരും ബധിരന്മാരായി മാറി. പതിനാ റാം നൂറ്റാണ്ടിൽ ബൊളീവിയയിലെ സെറൊരിക്കോ (Cerorico) എ ന്ന സ്ഥലത്ത് നിന്ന് ഇവിടെയുണ്ടാക്കുന്നതിനേക്കാൾ കുറഞ്ഞ ചില വിൽ വെള്ളി കുഴിച്ചെടുക്കാൻ തുടങ്ങിയപ്പോൾ ഇവിടുത്തെ ഖനനം അവസാനിപ്പിക്കേണ്ടി വന്നു.

യുണെസ്കോയുടെ വേൾഡ് ഹെറിറ്റേജ് സൈറ്റിൽ ഉള്ള പള്ളി യാണ് കുട്ന ഹോരയിലെ ചർച്ച് ഒഫ് സെന്റ് ബാർബറ. വെടിമരു ന്ന് ഉപയോഗിച്ച് ജോലി ചെയ്യുന്നവരുടെയും ഖനിതൊഴിലാളികളു ടെ പേട്രൺ സെയിന്റാണ് സെന്റ് ബാർബറ. ആദ്യകാലത്ത് ക്രിസ്തു മതം സ്വീകരിച്ചവരിൽ ഒരാളായിരുന്നു ബാർബറ. ഡിയോ സ്കോറ സ് എന്ന ഒരു ധനികന്റെ മകളായിരുന്ന അവർ രഹസ്യമായി ക്രിസ്തു മതം സ്വീകരിച്ചു. വിഗ്രഹാരാധകനായിരുന്ന പിതാവിനെ ഇത് വള രെ ക്രുദ്ധനാക്കി. അയാൾ അവളെ ശാരീരികമായ പീഡനങ്ങൾ വി ധേയയാക്കുകയും മുറിയിൽ പൂട്ടിയിടുകയും ചെയ്തു. പക്ഷേ പിറ്റേ ദിവസം രാവിലെ അവളുടെ മുറിവുകൾ എല്ലാം അപ്രത്യക്ഷമാകും. രാത്രി അവളുടെ ഇരുട്ട് മുറി പ്രകാശമാനമാകും. അവൾക്ക് പൊള്ള ലുണ്ടാക്കാനായി കൊണ്ടു വരുന്ന തീനാളം അവളുടെ അടുത്ത് എത്തുമ്പോൾ കെട്ടു പോകുന്നത് പതിവായി. ഒരു ദിവസം അവൾ വീട്ടിൽ നിന്ന് രക്ഷപ്പെട്ടു. വഴിയിൽ കണ്ട രണ്ടു ആട്ടിടയന്മാരോട് അ വളെപ്പറ്റി അന്വേഷിച്ചപ്പോൾ ഒരാൾ കണ്ടില്ല എന്ന് മറുപടി പറഞ്ഞു. എന്നാൽ മറ്റേയാൾ അവളുള്ള ഇടം പിതാവിന് പറഞ്ഞ് കൊടുത്തു. രണ്ടാമൻ കല്ലായി മാറി എന്ന് കഥ! അവസാനം പിതാവിന്റെ കൈ കൊണ്ട് തന്നെ അവൾ കൊല്ലപ്പെടുന്നു. കൊലക്ക് ശേഷം മടങ്ങി വ രുന്ന വഴി അയാൾ മിന്നലേറ്റ് മരിക്കുന്നു. ബാർബറ ക്രിസ്ത്യൻ ആ ചാര പ്രകാരം മറവ് ചെയ്യപ്പെട്ടു. അവളുടെ ശവകുടീരം പല അത്ഭു തങ്ങളുടെയും കേന്ദ്രമായി മാറി. AD 286 നും 305 നും ഇടയിലാണ് മേൽപ്പറഞ്ഞ സംഭവങ്ങൾ നടന്നതത്രേ!

പല കാരണങ്ങൾ കൊണ്ട് പണി പല പ്രാവശ്യം നിർത്തി വയ് ക്കേണ്ടി വന്ന പള്ളിയുടെ നിർമ്മാണം ആരംഭിക്കുന്നത് 1388ൽ ആ ണ്. അവസാനം 1905ൽ ഇത് പൂർത്തീകരിച്ചു. വെള്ളിയുടെ വ്യാപാ രം കൊണ്ടു രാജ്യം വളരെ സമ്പൽ സമൃദ്ധമായിരിയ്ക്കുന്ന അവസര ത്തിലാണ് ഇതിന്റെ നിർമ്മാണം ആരംഭിക്കുന്നത്. സ്വാഭാവികമായും ഇന്നുള്ളതിനേക്കൾ വലിയ പള്ളിയാണ് ആദ്യത്തെ പ്ലാനിൽ ഉണ്ടാ യിരുന്നത്. ഹുസൈററ് യുദ്ധങ്ങൾ ആണ് പ്രധാനമായും പണി തട സ്സപ്പെടാനുള്ള കാരണം. മേൽക്കുരയിലെ മൂന്ന് വലിയ ഗോപുരങ്ങ ളുടെ പണി 1588ൽ കഴിഞ്ഞു. ആദ്യം ഗോഥിക്ക് രീതിയിൽ പണി തുടങ്ങിയെങ്കിലും 600 കൊല്ലം കൊണ്ടു ഇത് പൂർത്തിയാവുമ്പോൾ ചില ഭാഗങ്ങൾ ബറോക്ക് സ്റ്റൈലിൽ ആണെന്ന് കാണാം. പള്ളിയു ടെ മേൽത്തട്ടിലേക്ക് താഴെ നിന്ന് നോക്കിയാൽ കുറേപുഷ്പങ്ങൾ

നിരത്തി വച്ച പോലെ തോന്നും. വളരെ ഭംഗിയുള്ള ഗ്ലാസ്സ്ചെയിന്റിം
ഗുകളോട് കൂടിയ വളരെ വലിയ ജനാലകൾ നിരവധിയുണ്ട്. ക്രിസ്
തീയ കഥകളും ചരിത്ര സംഭവങ്ങളും ഇതിൽ കാണാം. മദ്ധ്യകാല
ത്തെ സാമൂഹികവും മതപരവുമായ പല സംഭവങ്ങളും ഇവിടെ ചു
വർ ചിത്രങ്ങളായി കാണാം ഖനിതൊഴിലാളികളുടെ ചുവർചിത്രങ്ങ
ളും പ്രതിമകളും ഒക്കെ ഇതിനകത്ത് കണ്ടു. അക്കാലത്ത് അവർക്ക്
സമൂഹത്തിൽ ഉണ്ടായിരുന്ന പ്രാമാണ്യത്തിന്റെ അടയാളമായി ഇത്
കണക്കാക്കപ്പെടുന്നു. മേൽക്കൂരയെ താങ്ങി നിർത്തുന്ന 'Flying
Butresses' മറ്റൊരു കാഴ്ചയാണ്.

        തൊട്ടടുത്ത് തന്നെയാണ് ജസ്യൂട്ട് കോളേജ്. ഈ നാടിന്റെ പുഷ്
കല കാലത്ത് തദ്ദേശവാസികളെ കത്തോലിക്കാ സഭയിലേക്ക് ആ
കർഷിക്കാനായാണ് ഇത് സ്ഥാപിച്ചത്. ഇന്ന് അതൊരു ആർട്ട് ഗാല്ല
റിയാണ്. പല കാലഘട്ടങ്ങളിലെ യൂറോപ്പിലെ കലാകാരന്മാരുടെ സൃ
ഷ്ടികളുടെ വലിയൊരു ശേഖരം ഉണ്ട്. ഇതിന്റെ മുൻഭാഗത്ത് നീള
ത്തിലുള്ള നടവഴി ഒരു മട്ടുപ്പാവ് പോലെ അരമതിലോടെ നിർമ്മിച്ചി
ട്ടുണ്ട്. ഈ അരമതിൽ പതിമൂന്ന് പുണ്യവാളന്മാരുടെ കൽപ്രതിമകൾ
കൊണ്ടു് അലങ്കരിച്ചിണ്ട്.   ഉയർന്ന പ്രദേശമായത് കൊണ്ട് ഇവിടെ
നിന്നാൽ താഴെ പച്ചപ്പ് നിറഞ്ഞ കുന്നിൽ ചരിവുകളുടെ ഭംഗി വ്യക്ത
മായി കാണാനാകും.

        സുപ്രധാന ഖനനകേന്ദ്രമായി മാറിയതോടെ ഇവിടെ ശുദ്ധമായ
കുടി വെള്ളത്തിന്റെ അഭാവം ഒരു വലിയ പ്രശ്നമായി മാറി. ഇതിന്
ഒരു പരിഹാരമായാണ് നാല് കിലോ മീറ്റർ ദൂരെയുള്ള ഒരു കിണ
റ്റിൽ നിന്ന്, തടി കൊണ്ട് നിർമ്മിച്ച പൈപ്പുകൾ വഴി പട്ടണമദ്ധ്യത്തി
ലുള്ള ജല സംഭരണികളിലേക്ക് വെള്ളമെത്തിക്കുന്ന ഒരു പദ്ധതി പൂർ
ത്തിയാക്കിയത്.   ഈ ജല സംഭരണിയുടെ മുകളിൽ 12 വശങ്ങളും
നാല് മീറ്റർ ഉയരവുമുള്ള, ഒരു ഫൗണ്ടൻ ഗോഥിക്ക് ശൈലിയിൽ
സ്ഥാപിച്ചു. കത്തീഡ്രലിന് അധികം ദൂരെയല്ലാതെയുള്ള ഒരു നഗര
ചത്വരത്തിൽ അത് ഇന്നും പഴയത് പോലെ നില കൊള്ളുന്നു; പ്രവർ
ത്തനരഹിതമാണെന്ന് മാത്രം. രാത്രിയിൽ ചുറ്റുമുള്ള ദീപാലങ്കാ
രം, ഇതിനെ പ്രൗഢസുന്ദരമായ ഒരു കാഴ്ചയാക്കി മാറ്റുന്നു.

        പതിനൊന്നാം നൂറ്റാണ്ടിൽ ബൊഹീമിയ ഭരിച്ച ഒട്ടാക്കർ രണ്ടാമൻ
രാജാവിന്റെ കീഴിൽ ക്രിസ്തുമതം യൂറോപ്പിൽ പടർന്ന് പന്തലിച്ചു
കൊണ്ടിരുന്നു. ഇതിലെ ഒരു ചില്ലയായ സിസ്റ്റേർഷ്യൻ (cistercian
order) വിഭാഗത്തിന്റെ തലവനായ ഹെൻട്രി എന്ന വൈദികനെ രാ

ജാവ് ജറുസലേമിലേക്ക് അയച്ചു. കുതിരപ്പുറത്ത് മാസങ്ങൾ നീണ്ട യാത്രയ്ക്ക് ശേഷം അദ്ദേഹം മടങ്ങി വന്നത് യേശു ക്രിസ്തുവിനെ കുരിശിലേറ്റിയതെന്ന് കരുതപ്പെട്ട ഗാഗുൽത്തയിലെ കുറച്ച് മണ്ണും കൊണ്ടാണ്. ആ മണ്ണ് ഈ പ്രത്യേക വിഭാഗക്കാരുടെ കീഴിലുള്ള സെൽ ഡിക്ക് സെമിത്തേരിയിൽ വിതറി. പരലോക ജീവിതത്തിൽ ഇതുണ്ടാ ക്കാവുന്ന പുണ്യത്തെ ഓർത്ത് ധാരാളം ആളുകൾക്ക് ഇത് വളരെ പ്രിയപ്പെട്ട ഒരു ശ്മശാനമായി മാറി. ഈ വാർത്ത അതിവേഗം തന്നെ ബൊഹീമിയയിലും അവരുടെ അയൽപക്ക രാജ്യങ്ങളിലും വ്യാപി ച്ചു. ഈ മണ്ണിന്റെ പ്രത്യേകത മൂലം ഇവിടെ മറവ് ചെയ്യപ്പെടുന്നവരു ടെ മൃതദേഹങ്ങൾ മൂന്ന് ദിവസം കൊണ്ട് എല്ലൊഴികെ എല്ലാം ദ്രവി ച്ച് തീരുമെന്നു പള്ളി അധികാരികൾ വിശ്വസികളോട് പറഞ്ഞു. ഇ വിടെ അന്ത്യവിശ്രമം കൊള്ളുന്നത് ഏറ്റവും നല്ല ഒരു കാര്യമാണെ ന്ന് കരുതാൻ ഇതും ഒരു കാരണമായി. അന്ന് അന്യ രാജ്യങ്ങളിൽ നിന്ന് പോലും മൃതദേഹങ്ങൾ ഇവിടേക്ക് കൊണ്ടു വന്നിരുന്നു. ഇത് മൂലം കാലക്രമേണ സെമിത്തേരിയുടെ വലിപ്പം വളരെയധികം വർ ദ്ധിപ്പിക്കേണ്ടി വന്നു. അക്കാലത്ത് ഇത്തരം 'പരിശുദ്ധ'സെമിത്തേരി കൾ റോമിലും പാരീസിലും ഉണ്ടായിരുന്നതായി പറയപ്പെടുന്നു.

ജോൺ ഹ്യൂസ് സ്മാരകം

 ബൊഹീമിയൻ കാഴ്ചകൾ

പതിനാല് പതിനഞ്ച് നൂറ്റാണ്ടുകളിൽ അന്ന് 'ബ്ലാക്ക് ഡെത്ത്' (Black death) എന്നറിയപ്പെട്ട പ്ലേഗിന്റെ വിളയാട്ടകാലമായിരുന്നു. ഇത് പല പ്രാവശ്യം വന്നു പോയതിന്റെ ഫലമായി ആയിരക്കണക്കിന് ആളുകൾ മരണപ്പെട്ടു. കൂടാതെ അക്കാലത്ത് നടന്ന പല യുദ്ധങ്ങളും, ഖനിയിലെ തീരെ സുരക്ഷിതമല്ലാത്ത ജോലിയും, അന്തരീക്ഷവും ഒക്കെ മരണപ്പെടുന്നവരുടെ എണ്ണം കൂട്ടുന്നതിന് സഹായിച്ചു. മുപ്പത്തി ഒന്ന് വയസ്സായിരുന്നു അക്കാലത്ത് ഒരു പുരുഷന്റെ ശരാശരി ആയുർ ദൈർഘ്യം. ഇങ്ങനെ പലപ്പോഴായി ഭർത്താക്കന്മാർ നഷ്ടപ്പെട്ട ഒരു സ്ത്രീ എഴ് പ്രാവശ്യം വിവാഹിതയായയതായി രേഖകക ളുണ്ട്.

ക്രിസ്തുമതത്തിലെ രണ്ടു വിഭാഗങ്ങൾ തമ്മിൽ നടന്ന ഹുസൈററ് യുദ്ധങ്ങളും ധാരാളം പേരെ ഭൂമുഖത്ത് നിന്ന് തുടച്ച് മാറ്റി. പതിനാലാം നൂറ്റാണ്ടിന്റെ രണ്ടാം പകുതിയിൽ ജീവിച്ചിരുന്ന പണ്ഡിതനും ഫിലോസഫറും ആയ ജോൺ ഹ്യൂസ്, കാത്തോലിക്കാ മതത്തിലെ അക്കാലത്തെ പൗരോഹിത്യ മേധാവിത്വത്തിനെതിരെ പൊരുതാനായി ഉണ്ടാക്കിയ പ്രസ്ഥാനത്തിൽപ്പെട്ടവരെയാണ് ഹുസൈററുകൾ എന്ന് അറിയപ്പെടുന്നത്. ഇതിൽ നിന്ന് പ്രചോദനം ഉൾക്കൊണ്ടാണ് പിന്നീട് പ്രൊട്ടസ്റ്റന്റു വിഭാഗം വളർന്നത്. അവരുടെ തല തൊട്ടപ്പനായ മാർട്ടിൻ ലൂഥർ കിങ്ങും മറ്റും ഇദ്ദേഹത്തെ മാനസ ഗുരു ആയി കണ്ടു.

ക്രിസ്തുമതത്തിലെ നവീകരണത്തിനു വേണ്ടി പോരാടി ക്കൊണ്ടും, സഭയ്ക്കകത്ത് നിലനിന്ന അനീതികൾക്ക് എതിരേ ശബ്ദമുണ്ടാക്കി ക്കൊണ്ടും ആയിരുന്നു തുടക്കം. പിന്നീട് അത് രക്തരുക്ഷിതമായ ധാരാളം യുദ്ധങ്ങൾക്കുള്ള കാഹളമായി മാറി. അക്കാലത്ത് മതപരമായ പുസ്തകങ്ങളും പ്രാർത്ഥനകളും ലാറ്റിൻ ഭാഷയിലായിരുന്നു. സാധാരണക്കാരന് മനസ്സിലാകുന്നതിനായി പള്ളിയിലെ ശുശ്രൂഷകളും മറ്റും അതത് നാട്ടിലെ ഭാഷയിലാക്കണമെന്നും, ബൈബിൾ ഇംഗ്ലീഷിലും മറ്റു ഭാഷകളിലും പരിഭാഷപ്പെടുത്തണമെന്നും അവർ ആവശ്യപ്പെട്ടു. അച്ചടി യന്ത്രം കണ്ടു പിടിച്ചത് ഇവർക്ക് കൂടുതൽ കരുത്ത് പകർന്നു. പലതരം 'ആസക്തി'കളിൽ മുങ്ങി തിമർത്ത് ജീവിച്ച ധനികർ 'പാപ'ങ്ങൾക്ക് പരിഹാരമായി പള്ളിക്ക് പണം നൽകി പര ലോക ശിക്ഷയിൽ നിന്ന് വിടുതൽ ഉറപ്പാക്കുന്ന ഒരു രീതി അക്കാല ത്ത് നിലവിലിരുന്നു. അങ്ങനെ ധാരാളം പണം പുരോഹിതരുടെ കൈ വശം വന്ന് ചേർന്നു. എന്നിട്ടും സമൂഹത്തിന്റെ താഴേക്കിടയിൽ ഉള്ള

വരുടെ ജീവിതത്തിന് ഒരു മാറ്റവും വന്നില്ല. പുരോഹിതർക്ക് മാത്രമേ അക്കാലത്ത് വൈൻ കുടിക്കുന്നതിനുള്ള അവകാശം ഉണ്ടായിരുന്നു ള്ളു.

ജോൺഹൂസ് അക്ഷരാർത്ഥത്തിൽ തന്നെ ഇതിനെതിരായി പട ന യിച്ചു. കാത്തോലിക്കാ വിഭാഗത്തിൽപ്പെട്ട പല ഗ്രൂപ്പുകൾ ഒരു വശ ത്തും ഹുസൈറ്റുകൾ മറുവശത്തുമായി നടത്തിയ യുദ്ധങ്ങളിൽ പല പ്പോഴും യുദ്ധ തന്ത്രങ്ങളുടെ മേന്മ കൊണ്ടു ഹുസൈറ്റുകൾക്കായിരു ന്നു വിജയം. ജാൻ സിസ്ക എന്ന ഹുസൈററ് കമാൻററാണ് ആദ്യമാ യി വെടി മരുന്ന് ഉപയോഗിച്ചത്. ആധുനിക പിസ്റ്റളിന്റെയും ടാങ്കിന്റെ യും പ്രാകൃതരുപം ആദ്യമായി യുദ്ധ രംഗത്ത് ഉപയോഗിച്ചതും ഇ ദ്ദേഹമാണ്. ഇക്കാലത്ത് നടത്തിയ അഞ്ച് കുരിശു യുദ്ധങ്ങൾ ഇവർ തമ്മിലായിരുന്നു.

1415ൽ മതസ്ഥാപനങ്ങൾക്കെതിരെ ഗൂഢാലോചന നടത്തിയെന്ന് ആരോപിച്ച് അദ്ദേഹത്തെ ജീവനോടെ ചുട്ടെരിച്ച് കൊല്ലുകയായിരു ന്നു. അദ്ദേഹത്തിന്റെ ചിതാഭസ്മം നദിയിൽ ഒഴുക്കിക്കളഞ്ഞു. ഇത്ത രത്തിൽ സംഭവിച്ച അദ്ദേഹത്തിന്റെ മരണം ആദർശങ്ങൾക്ക് കൂടു തൽ പ്രചാരം നൽകുന്നതിന് ഇടയാക്കി. ഇതിന്റെ സ്മരണയ്ക്കായി പ്രാഗിലെ ഓൾഡ് ടൗൺ സ്ക്വയറിന്റെ നടുവിലായി ഒരു സ്മാരകം ഉണ്ട്. ഇന്നും ആദർശങ്ങൾക്ക് വേണ്ടിയുള്ള പ്രതിരോധത്തിൽ ഏർ പ്പെട്ടിരിക്കുന്നവർക്ക് ഒരു വിഗ്രഹമായി അദ്ദേഹം നിലകൊള്ളുന്നു. താൻ വിശ്വസിക്കുന്ന കാര്യങ്ങൾക്കു വേണ്ടി സ്വയം ബലി കൊടു ക്കാൻ തയ്യാറായ അദ്ദേഹത്തിന്റെ നാമം ഇന്നാട്ടുകാർ വളരെ ആദര വോടു കൂടിയാണ് സ്മരിക്കുന്നത്.

24. മൊമെന്റോ മോറി

പ്രാഗിന് സമീപമുള്ള കുട്ന ഹോരയുടെ പ്രാന്തപ്രദേശത്തുള്ള സെൽഡിക്ക് എന്ന പ്രദേശത്താണ് ആൾ സെയിന്റ്സ് പള്ളി സ്ഥിതി ചെയ്യുന്നത്. പള്ളി നിൽക്കുന്ന ഭാഗത്തുള്ള മേൽപ്പറഞ്ഞ സെമിത്തേരി1142 മുതൽ നിലവിലുണ്ട്. എഴുപത്തിനായിരത്തോളം പേരെ ഇവിടെ മറവു ചെയ്തതായി പറയപ്പെടുന്നു. പഴയ കുടുംബക്കല്ലറകൾ അത് പോലെ തന്നെ നിലനിർത്തിയിട്ടുണ്ട്. ഹുസൈററുകളുടെ കല്ലറകളിലെ സ്മാരകശിലകളിൽ ഒരു വൈൻഗ്ലാസിന്റെ ആകൃതിയിലുള്ള അടയാളമുണ്ട്. പതിനാലാംആറ്റാണ്ടിൽ മാത്രം 3000 പേരെ ഇവിടെ സംസ്കരിച്ചിട്ടുണ്ട്. ഇന്നും പല കുടുംബക്കല്ലറകളിലും പുഷ്പങ്ങൾ അർപ്പിക്കാനും പ്രാർത്ഥിക്കാനുമായി വരുന്ന കുടുംബങ്ങളെ അവിടെ കണ്ടു.

1421ൽ ഹുസൈറ്റ് പോരാളികൾ കുട്നഹോര പിടിച്ചടക്കി. അവർ ഇവിടെയുണ്ടായിരുന്ന കത്തോലിക്കാ പള്ളിയും സന്യാസി മഠവും അഗ്നിക്കിരയാക്കി. കാലക്രമേണ സെമിത്തേരിയുടെ വലിപ്പം 35000 ചതുരശ്രമീറ്റർ ആയി കുറച്ചു. പക്ഷേ, ഉപേക്ഷിച്ച ഭാഗത്ത് നിന്ന് ശേഖരിച്ച എല്ലിൻകഷണങ്ങൾ അന്നുണ്ടായിരുന്ന പള്ളിയുടെ ഓഷറി (Ossuary) എന്നറിയപ്പെട്ട താഴത്തെ നിലയിൽ സൂക്ഷിച്ചു വച്ചു. പതിനാറാം നൂറ്റാണ്ടിൽ ഈ എല്ലുകൾ ക്രമീകരിയ്ക്കുന്ന ജോലി ഒറ്റക്കണ്ണനായ ഒരു ക്രിസ്തീയ സന്യാസിയെ ഏൽപ്പിച്ചു. വളരെ കഠിനമായ ഈ ജോലിയുടെ അവസാനം അയാളുടെ കാഴ്ച തിരിച്ചു കിട്ടിയെന്ന ഒരു കഥയും ഇവിടെ പറഞ്ഞു കേട്ടു!

1783ൽ ഫ്രാൻസ് ജോസഫ് രണ്ടാമൻ രാജാവ് എല്ലാ സന്യാസിമഠങ്ങളുടെയും പ്രവർത്തനം അവസാനിപ്പിക്കാൻ തീരുമാനിച്ചു. അങ്ങനെയാണ് ഷാർട്സൻബർഗ് കുടുംബം ഇത് വാങ്ങാൻ തീരുമാനിയ്ക്കുന്നത്. അവരുടെ നിർദ്ദേശ പ്രകാരം 1870ൽ തടിപ്പണിയിൽ വിദഗ്ദ്ധനായ ഫ്രാൻടിസെക്ക് റിന്റ് എന്നയാളാണ് ഈ എല്ലു കൂമ്പാരത്തെ ഇന്നത്തെ രീതിയിൽ ഭംഗിയായി ക്രമീകരിച്ചതും കലാസൃഷ്ടികളാ

ക്കി മാറ്റിയതും. കാലപ്പഴക്കം കൊണ്ടു നിറം മങ്ങിയ എല്ലുകളെ ഇ
യാൾ ചുണ്ണാമ്പ് വെള്ളവും ബ്ലീച്ചിംഗ് പൗഡറും ഉപയോഗിച്ച് വൃത്തി
യാക്കി വെളുപ്പിച്ചെടുത്തു.

സ്ത്രീകൾ അവിടെ പ്രവേശിയ്ക്കുമ്പോൾ, പള്ളി സന്ദർശനത്തി
നു യോജിച്ച രീതിയിൽ മാന്യമായി വസ്ത്രം ധരിച്ചിരിക്കണം, പുരു
ഷന്മാർ തൊപ്പി ധരിക്കാൻ പാടില്ല, നിശബ്ദത പാലിക്കണം, ക്യാമറ
യിൽ ഫ്ളാഷ് ഉപയോഗിക്കാൻ പാടില്ല എന്നൊക്കെ ഗൈഡ് ആദ്യം
തന്നെ പറഞ്ഞിരുന്നു.

നാല്പതിനായിരത്തിൽ പരം മനുഷ്യരുടെ അസ്ഥികൾ ഇപ്പോൾ
ഇവിടെയുണ്ട്. ഷാർട്സൻബർഗ് കുടുംബം ഇത് വാങ്ങുന്ന സമയ
ത്ത് എല്ലുകൾ കൊണ്ടുണ്ടാക്കിയ ആറ് കൂനകളാണ് ഇവിടെയുണ്ടാ

ഷാൻഡലിയർ

യിരുന്നത്. അവർ അതിനെ നാല് ആക്കി മാറ്റി. മനുഷ്യശരീരത്തി
ലെ എല്ലുകൾ കൊണ്ട് മാത്രം നിർമ്മിച്ച ഏകദേശം പത്തടി പൊക്ക
ത്തിലുള്ള നാലു പിരമിഡുകൾ പള്ളിയുടെ നാല് ഭാഗങ്ങളിലായി
കാണാം! ഇതിനെ ഇരുമ്പ് വലയിട്ട് ഉറപ്പിച്ചിട്ടുണ്ട്. കൂടാതെ ഒരു ക
മ്പി വേലി കൊണ്ട് സംരക്ഷിച്ചിട്ടുമുണ്ട്. എല്ലുകൾ കൊണ്ട് മാത്രം
നിർമ്മിച്ച ഒരു ഷാൻഡലിയർ ഈ ഹാളിന്റെ മദ്ധ്യ ഭാഗത്ത് തൂങ്ങി
ക്കിടപ്പുണ്ട്. ഒരു മനുഷ്യന്റെ ദേഹത്തുള്ള എല്ലാ അസ്ഥികളും (206എ
ണ്ണം) ഇതിന്റെ നിർമ്മാണത്തിന് ഉപയോഗിച്ചിട്ടുണ്ടെന്ന് ഗൈഡ് പറ
ഞ്ഞു. കൂടാതെ ഷർട്സൻ ബർഗ് കുടുംബക്കാരുടെ അടയാളചിഹ്നം
(Coat of Arms), കോപ്പ, കുരിശ്, മാലകൾ എന്നിങ്ങനെ പല രീതി
യിലുള്ള അലങ്കാരങ്ങൾ, എല്ലുകൾ കൂട്ടിച്ചേർത്ത് നിർമ്മിച്ചിരിക്കുന്നു.
ഇത്തരം അലങ്കാരങ്ങൾ അൾത്താരയുടെ ഇരുവശത്തും ജനാലകളി
ലും മുകൾത്തട്ടിലും ബാൽക്കണിയിലും കാണാം. സെസ്കാ പട്ടണ
ത്തിൽ നിന്നുള്ള പ്രഡറിക്ക് റിന്റ് 1870 ൽ ആണ് അപൂർവ്വ നിർമ്മിതി
കൾ നടത്തിയതെന്നുള്ളതിന് തെളിവായി അയാളുടെ കയ്യൊപ്പ് പോ
ലെ ഒന്ന് എല്ലുകൾ കൊണ്ട് നിർമ്മിച്ചത് ഒരു ഭാഗത്ത് ഭിത്തിയിൽ കാ
ണാം. യുദ്ധത്തിൽ കുന്തമുന കൊണ്ടു മുഖവും തലയും തകർന്നവ
രുടെ തലയോട്ടികൾ പ്രത്യേകമായി ഒരു ഭാഗത്ത് പ്രദർശിപ്പിച്ചിട്ടുണ്ട്.

'Momento mori' എന്നാൽ ലാറ്റിൽ ഭാഷയിൽ 'മരണത്തെ ഓർ
ക്കുക 'എന്നാണ് അർത്ഥം. ദൈവത്തിന്റെയും മരണത്തിന്റെയും മുൻ
പിൽ എല്ലാവരും തുല്യരാണെന്നും ഈ ലോകജീവിതം നശ്വരമാണെ
ന്നും മനുഷ്യരെ ഓർമ്മിപ്പിച്ചു കൊണ്ടിരിയ്ക്കാൻ ഒരു പള്ളി! അതാ
ണ് കുട്നഹോരയിലെ ബോൺ ചർച്ച്.

ഒരു ഭാഗത്ത് വെള്ളം നിറച്ച ഒരു തൊട്ടിയുണ്ട്. ആളുകൾ അതി
ലേക്ക് നാണയങ്ങളെറിയുന്നുണ്ടായിരുന്നു. മുകളിലത്തെ നിലയിലാ
ണ് ആരാധന നടക്കുന്ന ഇടം തീപിടിത്തത്തിൽ നശിച്ചുപോയ ഇട
ങ്ങൾ സന്റിനി എന്ന ഒരു ഫ്രെഞ്ചുകാരന്റെ നേതൃത്വത്തിലാണ് പുനർ
നിർമ്മിച്ചത്. പ്രവേശന ഫീസ്സ് ഇപ്പോഴും പുനർനിർമ്മാണത്തിന് ഉ
പയോഗിക്കുന്നു എന്നാണ് അവിടെ എഴുതി വച്ചിരിക്കുന്നത്. ഞങ്ങൾ
അവിടെയുള്ള സമയത്തും പണി തകൃതിയായി നടക്കുന്നുണ്ടായിരു
ന്നു.

ഇന്ന് പ്രാഗിലെ പള്ളികൾ മിക്കവാറും വെറും വിനോദ സഞ്ചാര
കേന്ദ്രങ്ങളായി മാറിയിരിയ്ക്കുന്നു. മദ്ധ്യകാല ബറോക്ക് ശൈലിയിൽ
നിർമ്മിക്കപ്പെട്ട ധാരാളം പള്ളികൾ ഉള്ള സ്ഥലമാണ് പ്രാഗ്. പക്ഷേ

മൊമെന്റോ മോറി

ചെക്ക് പൗരന്മാരിൽ 80 ശതമാനവും നാസ്തികരാണ്. അടുത്തുള്ള മൊണാസ്റ്ററി 1812ൽ ജോൺ മോറിസ് എന്ന പുകയില കമ്പനി വാങ്ങി. അവരുടെ ഫാക്ടറിയും ടുബാക്കോ മ്യൂസിയവും അവിടെ കാണാം. ഇന്ന് കൃഷിയാണ് ഈ നാട്ടുകാരുടെ പ്രധാന ഉപജീവന മാർഗം. തൊട്ടടുത്തുള്ള കോളിൻ എന്ന പട്ടണത്തിൽ പ്യൂജിയട്ട്, സിട്രോൺ, ടയോട്ട എന്നിവയുടെ സ്പെയർ പാർട്ടുകൾ ഉണ്ടാക്കുന്ന ഫാക്ടറിയുണ്ട്.

സന്ധ്യയോടെ ഞങ്ങൾ പ്രാഗിലേക്ക് മടങ്ങി.

25. സെനറ്റും ദേശീയദിനാഘോഷങ്ങളും

ഇന്ന് പ്രാഗിലെ വെല്ലൻസ്റ്റൈൻ കൊട്ടാരം (Wellenstein palace) കാണണമെന്നാണ് പ്ലാൻ. ആ കൊട്ടാരത്തിലാണ് ഇപ്പോൾ ചെക്ക് റിപ്പബ്ലിക്കിലെ സെനറ്റ് കൂടുന്നത്. നാഷണൽ ഡേ പ്രമാണിച്ച് പ്രവേശനം സൗജന്യമാണ്. മെട്രോ റെയിലിൽ കയറി മാല സ്ട്രാന എന്ന സ്റ്റേഷനിൽ ഇറങ്ങിയാൽ മതി. അവിടെ നിന്ന് പത്തുമിനിറ്റ് നടന്നാൽ പാലസിൽ എത്താം. സ്റ്റേഷനും പരിസരവും വൃത്തിയായും സുന്ദരമായും സൂക്ഷിച്ചിട്ടുണ്ട്. മൂടിക്കെട്ടിയ അന്തരീക്ഷമാണ്; ഏതു നിമിഷവും മഴ പെയ്തേക്കാം. പക്ഷെ പെയ്തില്ല!

ബറോക് (baroque) ശൈലിയിൽ നിർമ്മിക്കപ്പെട്ട കൊട്ടാരമാണ് ഇത്. എംപറർ ഫെർഡിനാൻഡ് രണ്ടാമന്റെ കമാൻഡർ ഇൻ ചീഫ് ആയിരുന്ന മെക്കലെൻബർഗിലെ ഡ്യൂക്ക് ആയിരുന്നു ജനറൽ വാലൻസ്റ്റൈൻ(1581–1634). '30 years war' എന്ന പ്രസിദ്ധമായ 30 വർഷം നീണ്ട യുദ്ധത്തിന്റെ കമാൻഡറായി പ്രവർത്തിച്ച ഇയാൾ ധാരാളം സമ്പത്ത് നേടിയിരുന്നു. ഇതുപയോഗിച്ചാണ് 1623 മുതൽ 30 വരെയുള്ള കാലഘട്ടത്തിൽ ഈ കൊട്ടാരം നിർമ്മിച്ചത്. അക്കാലത്ത് പ്രാഗിലെ ഏറ്റവും വലിയ കെട്ടിട സമുച്ചയം ആയ പ്രാഗ് കാസിലിനെ വെല്ലാൻ പോന്ന വലിപ്പത്തിലുള്ള ഒരു മന്ദിരമാണ് ഇവിടെ നിർമ്മിച്ചത്. ഇതിനുവേണ്ടി തൊട്ടടുത്തുള്ള 23 വീടുകളും 3 ഗാർഡനുകളും ഗവൺമെൻറ് ഉപയോഗത്തിലിരുന്ന ഇഷ്ടിക ഉണ്ടാക്കുന്ന ഒരു ചൂളയും ഇടിച്ചു നിരത്തി. ഇതിന്റെ ഏകദേശ വലിപ്പം ഇതുകൊണ്ടു ഊഹിക്കാമല്ലോ. അത്രയ്ക്ക് വലിയൊരു കെട്ടിട സമുച്ചയവും പൂന്തോട്ടവും ആണ് ഇവിടെ നിർമ്മിക്കപ്പെട്ടത്. പക്ഷേ ഒരു കൊല്ലം മാത്രമേ ഇവിടെ താമസിക്കാൻ അദ്ദേഹത്തിനു ഭാഗ്യമുണ്ടായുള്ളു. രാജാവിന് എതിരായ ഗൂഢാലോചനയിൽ ഏർപ്പെട്ടു, എന്ന കുറ്റം ചുമത്തി കൂലിപ്പട്ടാളം അദ്ദേഹത്തെ വധിക്കുകയായിരുന്നു. അയാളുടെ മരണശേഷം 1645 വരെ കൊട്ടാരം കുടുംബത്തിന്റെ കൈയിൽതന്നെ ആയിരുന്നു. അതിനു ശേഷം ഗവൺമെൻറ് ഇത് ഏറ്റെടുക്കുകയും സെനറ്റിന്റെ ആസ്ഥാനം ആക്കി മാറ്റുകയുമായിരുന്നു.

 ഡോ. സലീമ ഹമീദ്

കരയുന്ന മതിൽ

കൊട്ടാരത്തിന്റെ പുറകിലെ പൂന്തോട്ടത്തിൽ ദേശീയ ദിനാഘോഷ ങ്ങൾ നടക്കുന്ന സമയത്താണ് ഞങ്ങൾ അവിടെ എത്തുന്നത്. വ ളരെ വിശാലമായ പൂന്തോട്ടവും ഫൗണ്ടനും അവിടവിടെയായി സ്ഥാ പിച്ചിരിക്കുന്ന പ്രതിമകളും ഒക്കെയായി പ്രൗഢസുന്ദരമായ അന്തരീ ക്ഷമാണ്. പ്രസിദ്ധ കമ്പോസറായ ബീഥോവന്റെ ജീവിതത്തെ ആ സ്പദമാക്കി നിർമ്മിച്ച ഇമ്മോർട്ടൽ ബിലവ്ഡ് (Immortal beloved) എന്ന ഹോളിവുഡ് സിനിമയുടെ കുറെ ഭാഗങ്ങൾ ഈ പൂന്തോട്ടത്തിൽ വച്ച് ഷൂട്ട് ചെയ്തിട്ടുണ്ട്. കാഴ്ചക്കാരനെ അത്ഭുതപ്പെടുത്തുന്ന വിധ ത്തിൽ പൂന്തോട്ടത്തിന്റെ വലതു ഭാഗത്തായി ഒരു ഭിത്തി കാണാം. അതിൽ നിന്ന് ചില മുഖങ്ങളും രാക്ഷസരൂപങ്ങളും തലയോട്ടിക ളും എത്തി നോക്കുന്നതു പോലെ തോന്നും. ചാരനിറത്തിൽ കാണ പ്പെടുന്ന ഇവ കൃത്രിമമായി നിർമ്മിച്ച സ്റ്റാലക്റ്റൈറ്റ് (stallactite) ആ ണ്. ഈ ഭിത്തിയിൽ കൊട്ടാരത്തിനകത്തേക്ക് കടക്കാനുള്ള ഒരു ര ഹസ്യ വഴിയുടെ വാതിൽ ഒളിപ്പിച്ചു വച്ചിട്ടുണ്ട് എന്ന ഒരു കഥ പ്രചാ രത്തിലുണ്ട്. ഇതിനെപ്പറ്റി ശരിയായ അറിവുള്ളവർക്ക് മാത്രമേ ആ വാതിൽ കണ്ടുപിടിക്കാൻ സാധിക്കുകയുള്ളൂവത്രേ! ഇതുവരെ പക്ഷേ അത്തരത്തിലുള്ള ഒന്നും കണ്ടെത്തിയതായി രേഖകളില്ല. 'കരയുന്ന മതിൽ' (Weeping Wall) എന്നാണ് ഇതിന്റെ പേര്.

ഒരു രാജകൊട്ടാരത്തിനു തുല്യമായ പ്രൗഢിയും അലങ്കാരങ്ങളു മാണ് ഇതിനകത്ത്. മുകളിൽ നിന്നുമുള്ള പൂന്തോട്ടത്തിന്റെ കാഴ്ച മനോഹരമാണ്. സെനറ്റ് കൂടുന്ന മുറിയിൽ വയലറ്റ് നിറത്തിലുള്ള വെൽവെറ്റ് പൊതിഞ്ഞ കസേരകളും മുകളിൽ ഭംഗിയുള്ള ശരറാന്ത ലുകളും ചുവർ ചിത്രങ്ങളും കണ്ടു.

അടുത്ത ദിവസം അതിരാവിലെ മടക്കയാത്രയായിരുന്നു. കാനഡ യിലേക്കുള്ള എന്റെ ഫ്ളൈറ്റ് രാവിലെ 11 മണിക്കാണ്. ബാക്കിയുള്ള വർക്ക് ഉച്ച തിരിഞ്ഞ് പുറപ്പെട്ടാൽ മതി. അതുകൊണ്ട് അവരെല്ലാവ രും കൂടി റെയിൽവേ സ്റ്റേഷനിലേക്ക് വന്ന് എന്നെ അവിടെ നിന്നും പുറപ്പെടുന്ന എയർപോർട്ടിലേക്ക് പോകുന്ന ബസ്സിൽ കയറ്റിവിടുക യായിരുന്നു. 60 ക്രോണ ആണ് റെയിൽവേ സ്റ്റേഷനിലെ ബസ്സ്റ്റോ പ്പിൽ നിന്നും എയർപോർട്ടിലേയ്ക്കുള്ള ഉള്ള ബസ് ടിക്കറ്റിന്റെ വില. ബസ് ഡ്രൈവറുടെ കയ്യിൽ നിന്ന് ടിക്കറ്റ് വാങ്ങി. മഴ പെയ്തു കൊ ണ്ടേയിരുന്നു. അത് കൊണ്ട് വഴിയോരക്കാഴ്ചകളൊന്നും കാണാൻ സാധിച്ചില്ല. ചെക്കിങ് ചെയ്തു കഴിഞ്ഞു ഡ്യൂട്ടി ഫ്രീയിൽ കറങ്ങി നടക്കുമ്പോൾ കുട്നഹോരയിലെ ടൂർ ഗ്രൂപ്പിലുണ്ടായിരുന്ന ഒരു അ ച്ഛനെയും മകനെയും കണ്ടു. അച്ഛൻ നിറഞ്ഞ ചിരിയോടെ വന്നു പ രിചയപ്പെടുകയായിരുന്നു. അമേരിക്കയിൽ നിന്നുള്ളവരാണ്. അച്ഛന് ഏകദേശം 75 വയസ്സ് വരും. അദ്ദേഹത്തിന് രണ്ടു വയസ്സുള്ളപ്പോളാ ണ് സ്വന്തം അമ്മ പ്രാഗിൽ നിന്നും അമേരിക്കയിലേക്ക് കുടിയേറിയ ത്. കുറച്ചു സംസാരിച്ചു കഴിഞ്ഞപ്പോൾ, അച്ഛനെ കാഴ്ചകളൊക്കെ കാണിക്കാനായി കൊണ്ടുവന്നത് നന്നായി എന്ന് ഞാൻ പറഞ്ഞു. 'ഞാൻ അച്ഛനെ കൊണ്ടുവരികയല്ല അച്ഛനെന്നെ കൊണ്ടു വന്നതാ ണ്' എന്നാണ് മകൻ മറുപടി പറഞ്ഞത്. അച്ഛൻ മകനെ തന്റെ വേ രുകൾ കാട്ടിക്കൊടുക്കാനായി കൊണ്ടു വന്നതാണ്. അമേരിക്കൻ ഭൂ ഖണ്ഡത്തിൽ ഇത്തരം ധാരാളം കുടുംബങ്ങളെ കാണാം.

ധാരാളം അറിവും അനുഭവങ്ങളും തന്ന യാത്രയായിരുന്നു ഇത്. പണത്തിന്റെയും ഏകാധിപത്യത്തിന്റെയും അധികാരത്തിന്റെയും ശക്തിക്കെതിരെ ഏകാകികളായ മനുഷ്യർ സ്വന്തം ആത്മവീര്യത്തി ന്റെയും പ്രതിഭയുടെയും ശക്തി മാത്രം ഉപയോഗിച്ച് നടത്തിയ യുദ്ധ ങ്ങൾ പലതും നൂറ്റാണ്ടുകൾക്കു ശേഷവും ചരിത്രരേഖയായി ഓർക്ക പ്പെടുന്നത് യാത്രകളിൽ പലപ്പോഴും എന്നെ അത്ഭുതപ്പെടുത്തിട്ടു ണ്ട്. തീർച്ചയായും ജീവിതത്തിന്റെ കവലകളിൽ പകച്ചു നിൽക്കു മ്പോൾ, ഈ മനുഷ്യരുടെ പോരാട്ടങ്ങൾ, കൂടുതൽ നല്ല തീരുമാന

ങ്ങളെടുക്കാൻ സഹായിച്ചിട്ടുണ്ട്. ഓരോ യാത്രയും ധാരാളം സുന്ദര
മായ ഓർമ്മകൾ സമ്മാനിക്കുന്നതോടൊപ്പം കുറേക്കൂടി മെച്ചപ്പെട്ട
ഒരു വ്യക്തിയായിത്തീരാനും നമ്മെ സഹായിക്കുന്നു. യാത്രകൾ അ
വസാനിക്കുന്നില്ല!

•••

REFERENCES

Rick steves Vienna-Rick steves & Gene Openshaw
Prague- Eyewitness
All Vienna-Escudo De Oro
Best Kept Secrets of Prague - Michechael Robinson
The Habsburgs-Embodying Empire-Andrew Wheat Croft
Medieval World-Anita baker